대화로 배우는 한국어

ภาษาไทย(타이어)
หนังสือแปล(번역판)

• 대화 (คำนาม) : สนทนา, พูดคุย
การพบกันแล้วบอกและฟังเรื่องเล่า หรือเรื่องเล่าดังกล่าว

• 로 : โดย..., ด้วย...
คำชี้ที่แสดงวิธีการหรือวิธีทางของงานใด ๆ

• 배우다 (คำกริยา) : เรียน, เล่าเรียน, เรียนรู้, ศึกษา
ได้รับความรู้ใหม่

• -는 : ...ที่...
วิภัตติปัจจัยที่แสดงการที่ทำให้คำพูดข้างหน้าทำหน้าที่เป็นคุณศัพท์ขยายนามและเหตุการณ์หรืออากัปกิริยาเกิดขึ้นในปัจจุบัน

• 한국어 (คำนาม) : ภาษาเกาหลี
ภาษาที่ใช้ในประเทศเกาหลี

※ 이 책의 폰트는 '함초롬 바탕체'를 사용하였습니다.

< 저자(ผู้แต่ง) >

㈜한글2119연구소

- 연구개발전담부서

- ISO 9001 : 품질경영시스템 인증

- ISO 14001 : 환경경영시스템 인증

- 이메일(อีเมล) : gjh0675@naver.com

< 동영상(ภาพเคลื่อนไหว) 자료(ข้อมูล) >

HANPUK_ภาษาไทย(การแปล)
https://www.youtube.com/@HANPUK_Thai

HANPUK

제 2024153361 호

연구개발전담부서 인정서

1. 전담부서명: 연구개발전담부서

  [소속기업명: (주)한글2119연구소]

2. 소　재　지: 인천광역시 부평구 마장로264번길 33
　　　　　　　상가동 제지하층 제2호 (산곡동, 뉴서울아파트)

3. 신고 연월일: 2024년 05월 02일

과학기술정보통신부

「기초연구진흥 및 기술개발지원에 관한 법률」 제14조의

2제1항 및 같은 법 시행령 제27조제1항에 따라 위와 같이

기업의 연구개발전담부서로 인정합니다.

2024년 5월 13일

한국산업기술진흥협회장

G-CERTI *Certificate*

hereby certifies that

Hangul 2119 Research Institute Co., Ltd.

Rm. 2, Lower level, Sangga-dong, 33, Majang-ro 264beon-gil, Bupyeong-gu, Incheon, Korea

meets the Standard Requirements & Scope as following

ISO 9001:2015
Quality Management Systems

**Creation of Media Content, Publication
of Korean Paper and Electronic Textbooks, Production
and Release of Albums for Korean Language Education**

Certificate No: GIS-6934-QC	Code : 08, 39
Initial Date : 2024-05-21	Issue Date : 2024-05-21
Expiry Date : 2027-05-20	Valid Period : 2024-05-21 ~ 2027-05-20

Signed for and on behalf of GCERTI
President I.K.Cho

G-CERTi
SYSTEM SERVICE
MSCB-113

IAS ACCREDITED
Management Systems
Certification Body
MSCB-113

G-CERTI *certificate*

hereby certifies that

Hangul 2119 Research Institute Co., Ltd.

Rm. 2, Lower level, Sangga-dong, 33, Majang-ro 264beon-gil, Bupyeong-gu, Incheon, Korea

meets the Standard Requirements & Scope as following

ISO 14001:2015
Environmental Management Systems

Creation of Media Content, Publication of Korean Paper and Electronic Textbooks, Production and Release of Albums for Korean Language Education

Certificate No: GIS-6934-EC	Code : 08, 39
Initial Date : 2024-05-21	Issue Date : 2024-05-21
Expiry Date : 2027-05-20	Valid Period : 2024-05-21 ~ 2027-05-20

Signed for and on behalf of GCERTI
President I.K. Cho

G-CERTi
SYSTEM SERVICE
MSCB-113

IAS ACCREDITED Management Systems Certification Body MSCB-113

IAF MEMBER OF MULTILATERAL RECOGNITION ARRANGEMENT

< 목차(สารบัญ) >

1   배고플 텐데 왜 밥을 많이 남겼어? --- 1
2   제가 지금 돈이 얼마 없거든요. 회비를 다음에 드려도 될까요? ------------------------ 4
3   내가 급한 사정이 생겨서 못 가게 된 공연 티켓이 있는데 네가 갈래? ------------------ 8
4   저녁때 손님이 오신다고 불고기에다가 잡채까지 준비하게요? ------------------------- 12
5   장사가 잘됐으면 제가 그만 뒀게요? --- 15
6   우리 가족 중에서 누가 가장 늦게 일어나게요? --------------------------------------- 18
7   저 앞 도로에서 무슨 일이 생겼나 봐요. 길이 이렇게 막히게요. ----------------------- 21
8   다음 달에 적금을 타면 뭐 하게요? --- 24
9   누가 테이블을 치우라고 시켰어요? --- 27
10 어머니가 아직도 여행을 못 가게 하셔? -- 30
11 할머니는 집에 계세요? --- 33
12 여기서 산 가방을 환불하고 싶은데 어떻게 하면 되나요? ----------------------------- 36
13 숙제는 다 하고 나서 놀아라. -- 39
14 이번 달리기 대회에서 시우가 일 등 할 줄 알았는데. ------------------------------- 42
15 감독님, 저희 모두가 마지막 경기에 거는 기대가 큽니다. ---------------------------- 45
16 시간이 지나고 보니 모든 순간이 다 소중한 것 같아. ------------------------------- 48
17 날씨가 추우니까 따뜻한 게 먹고 싶네. -- 51
18 아들이 자꾸 컴퓨터를 새로 사 달라고 해요. --------------------------------------- 54
19 출발했니? 언제쯤 도착할 것 같아? --- 57
20 넌 안경을 쓰고 있을 때 더 멋있어 보인다. --------------------------------------- 60
21 이건 어렸을 때 찍은 제 가족 사진이에요. --- 63
22 꼼꼼한 지우 씨도 어제 큰 실수를 했나 봐요. -------------------------------------- 66
23 방이 되게 좁은 줄 알았는데 이렇게 보니 괜찮네. ---------------------------------- 69
24 나물 반찬 말고 더 맛있는 거 없어요? -- 72
25 수박 한 통에 이만 원이라고요? 좀 비싼데요. ------------------------------------- 75
26 왜 나한테 거짓말을 했어? --- 78
27 이번 휴가 때 남자 친구에게 운전을 배우기로 했어. -------------------------------- 81
28 운동선수로서 뭐가 제일 힘들어? --- 84
29 요즘 부쩍 운동을 열심히 하시네요. --- 87
30 해외여행을 떠나기 전에 무엇을 준비해야 할까요? ---------------------------------- 90
31 저 다음 달에 한국에 갑니다. -- 93
32 매일 만드는 대로 요리했는데 오늘은 평소보다 맛이 없는 것 같아요. --------------- 96
33 지아야, 여행 잘 다녀와. 전화하고. --- 99
34 우리 이번 주말에 영화 보기로 했지? --- 102
35 열 시가 다 돼 가는데도 지우가 집에 안 들어오네요. ------------------------------- 106
36 친구들이랑 여행 갈 건데 너도 갈래? --- 110
37 요새 아르바이트하느라 힘들지 않니? -- 114
38 저는 지금부터 청소를 할게요. --- 117
39 지우는 어디 갔어? 아까부터 안 보이네. -- 120
40 지아 씨, 어디서 타는 듯한 냄새가 나요. -- 123
41 너 왜 저녁을 다 안 먹고 남겼니? --- 126
42 이 늦은 시간에 라면을 먹어? --- 129

43 겨울이 가면 봄이 오는 법이야. 힘들다고 포기하면 안 돼. ----------------------------- 132
44 쟤는 도대체 여기 언제 온 거야? --- 136
45 오빠, 저 내일 친구들이랑 스키 타러 갈 거예요. --------------------------------- 139
46 우산이 없는데 어떻게 하지? -- 142
47 지우는 성격이 참 좋은 것 같아요. -- 145
48 명절에 한복 입어 본 적 있어요? -- 148
49 왜 이렇게 늦었어? 한참 기다렸잖아. -- 151
50 시우 씨, 하던 일은 다 됐어요? --- 155
51 추워? 내 옷 벗어 줄까? --- 158
52 어제 친구들이 너 몰래 생일 파티를 준비해서 깜짝 놀랐다면서? ------------------- 161
53 영화를 보는 것이 취미라고 하셨는데 영화를 자주 보세요? ----------------------- 165
54 지아 씨, 이번 대회 우승을 축하합니다. --- 169
55 지아 씨, 영화 홍보는 어떻게 되고 있어요? -------------------------------------- 173
56 왜 절뚝거리면서 걸어요? 넘어지기라도 했어요? ---------------------------------- 177
57 어떻게 나한테 이렇게 슬픈 일이 생길 수 있지. ---------------------------------- 180
58 너 이 영화 봤어? --- 184
59 뭘 만들기에 이렇게 냄새가 좋아요? --- 187
60 설명서를 아무리 봐도 무슨 말인지 잘 모르겠죠? --------------------------------- 190
61 저는 이번에 개봉한 영화가 재미있던데요. --------------------------------------- 193
62 이 집 강아지가 밤마다 너무 짖어서 저희가 잠을 잘 못 자요. --------------------- 196
63 메일 보냈습니다. 확인 좀 부탁드립니다. -- 200
64 이제 아홉 신데 벌써 자려고? -- 204
65 나 지금 마트에 가려고 하는데 혹시 필요한 거 있니? ----------------------------- 207
66 오늘 회의 몇 시부터 시작하지? --- 210
67 장마도 끝났으니 이제 정말 더워지려나 봐. -------------------------------------- 213
68 나는 아내를 위해서 대신 죽을 수도 있을 것 같아. -------------------------------- 216
69 이 약은 하루에 몇 번이나 먹어야 하나요? -------------------------------------- 218
70 다음부터는 수업 시간에 떠들면 안 돼. --- 221
71 엄마, 할머니 댁은 아직 멀었어요? -- 224
72 부산까지는 시간이 꽤 오래 걸리니까 번갈아 가면서 운전하는 게 어때? ------------- 227
73 처음 해 보는 일에 새롭게 도전하는 것이 두렵지 않으세요? ----------------------- 230
74 너 지아랑 화해했니? -- 233
75 왜 교실에 안 들어가고 밖에 서 있어? -- 236
76 오늘 행사는 아홉 시부터 시작인데 왜 벌써 가? --------------------------------- 239
77 이 옷 한번 입어 봐도 되죠? --- 243
78 많이 취하신 거 같아요. 제가 택시 잡아 드릴게요. ------------------------------- 245
79 책상 위에 있는 쓰레기 같은 것들은 좀 치워 버려라. ----------------------------- 248
80 좋은 일 있었나 봐? 기분이 좋아 보이네. --- 251
81 저는 한국에 온 지 일 년쯤 됐어요. --- 254
82 지우가 결혼하더니 많이 밝아졌지? -- 258
83 나는 먼저 가 있을 테니까 너도 빨리 와. --- 262
84 오늘 정말 잘 먹고 갑니다. 초대해 주셔서 감사합니다. --------------------------- 265
85 백화점에는 왜 다시 가려고? --- 269
86 물을 계속 틀어 놓은 채 설거지를 하지 마세요. ---------------------------------- 272
87 작년에 갔던 그 바닷가에 또 가고 싶다. --- 276

88 계속 돌아다녔더니 배고프다. 점심은 뭘 먹을까? ------------------------------------ 279

89 내일이 소풍인데 비가 너무 많이 오네. -- 282

90 교수님, 오늘 수업 내용에 대한 질문이 있습니다. ---------------------------------- 285

91 어디 아프니? 안색이 안 좋아 보여. -- 288

92 배가 좀 아픈데 우리 잠깐 쉬었다 가자. -- 291

93 우리 저기 보이는 카페에 가서 같이 커피 마실까요? ------------------------------ 294

94 어떻게 공부를 했길래 하나도 안 틀렸어요? ------------------------------------- 297

95 듣기 좋은 노래 좀 추천해 주세요. --- 300

96 너 모자를 새로 샀구나. 잘 어울린다. -- 303

97 엄마, 약속 시간에 늦어서 밥 먹을 시간 없어요. --------------------------------- 306

98 너 오늘 많이 피곤해 보인다. --- 309

99 요리 학원에 가서 수업이라도 들을까 봐. --------------------------------------- 312

100 이 옷 사이즈도 맞고 너무 예뻐요. --- 315

< 대화(สนทนา) > - 1

배고플 텐데 왜 밥을 많이 남겼어?
배고플 텐데 왜 바블 마니 남겨써?
baegopeul tende wae babeul mani namgyeosseo?

사실은 조금 전에 간식으로 빵을 먹었거든요.
사시른 조금 저네 간시그로 빵을 머걷꺼드뇨.
sasireun jogeum jeone gansigeuro ppangeul meogeotgeodeunyo.

< 설명(การอธิบาย) / 번역(การแปล) >

배고프+[ㄹ 텐데] 왜 밥+을 많이 남기+었+어?
배고플 텐데 남겼어

• **배고프다** (คำคุณศัพท์) : 배 속이 빈 것을 느껴 음식이 먹고 싶다.
หิวข้าว, หิวอาหาร, หิว
อยากกินอาหารเพราะท้องว่าง

• -ㄹ 텐데 : 앞에 오는 말에 대하여 말하는 사람의 강한 추측을 나타내면서 그와 관련되는 내용을 이어 말할 때 쓰는 표현.
น่าจะ...นะ แต่...
สำนวนที่ใช้เมื่อเวลาแสดงการคาดการณ์ที่หนักแน่นของผู้พูดเกี่ยวกับคำพูดข้างหน้า พร้อมกับพูดเนื้อความที่เกี่ยวข้องกับเรื่องนั้น ๆ

• **왜** (คำวิเศษณ์) : 무슨 이유로. 또는 어째서.
ทำไม, ด้วยเหตุใด, เพราะอะไร
ด้วยเหตุผลอันใด หรือเพราะอะไร

• **밥** (คำนาม) : 쌀과 다른 곡식에 물을 붓고 물이 없어질 때까지 끓여서 익힌 음식.
ข้าวสุก, ข้าวสวย
อาหารสุกที่ใส่น้ำลงในข้าวสารกับธัญพืชอื่นแล้วต้มจนน้ำเหือดแห้งไป

• 을 : 동작이 직접적으로 영향을 미치는 대상을 나타내는 조사.
ไม่พบคำแปล
คำชี้ที่แสดงเป้าหมายที่การกระทำส่งผลกระทบโดยตรง

• **많이** (คำวิเศษณ์) : 수나 양, 정도 등이 일정한 기준보다 넘게.
อย่างมาก, มาก
จำนวน ปริมาณหรือระดับ เป็นต้น เกินกว่ามาตรฐานที่ได้กำหนดไว้

- **남기다 (คำกริยา)** : 다 쓰지 않고 나머지가 있게 하다.
  เหลือ, ทำให้เหลือ
  ทำให้มีส่วนที่เหลือโดยไม่ให้หมดไปทั้งหมด

- **-었-** : 어떤 사건이 과거에 완료되었거나 그 사건의 결과가 현재까지 지속되는 상황을 나타내는 어미.
  ...แล้ว
  วิภัตติปัจจัยที่แสดงว่าเหตุการณ์ใดๆเสร็จสมบูรณ์ไปแล้วในอดีตหรือแสดงสถานการณ์ที่ผลลัพธ์ของเหตุการณ์ดังกล่าวต่อเนื่องจนถึง
  ปัจจุบัน

- **-어** : (두루낮춤으로) 어떤 사실을 서술하거나 **물음**, 명령, 권유를 나타내는 종결 어미.
  วิภัตติปัจจัยลงท้ายประโยคที่ใช้ในการลดระดับภาษาโดยทั่วไป
  (ใช้ในการลดระดับอย่างไม่เป็นทางการ) วิภัตติปัจจัยลงท้ายประโยคที่แสดงการบอกเล่าข้อเท็จจริงใด ๆ หรือการถาม การสั่ง
  หรือการชักชวน <คำถาม>

사실+은 조금 전+에 간식+으로 **빵**+을 먹+었+거든요.

- **사실 (คำนาม)** : 겉으로 드러나지 않은 일을 솔직하게 말할 때 쓰는 말.
  จริง ๆ, ความจริง
  คำที่ใช้ตอนพูดด้วยความสัตย์จริงในสิ่งที่ไม่ได้เปิดเผยออกมาภายนอก

- **은** : 문장 속에서 어떤 대상이 화제임을 나타내는 조사.
  ตัวชี้หัวเรื่อง
  คำชี้ที่แสดงว่าเป้าหมายใด ๆ เป็นหัวข้อเรื่องในประโยค

- **조금 (คำนาม)** : 짧은 시간 동안.
  แป๊บเดียว, นิดเดียว, นิดเดียว
  ในระหว่างเวลาอันสั้น

- **전 (คำนาม)** : 일정한 때보다 앞.
  ก่อน, ก่อนหน้า
  ก่อนหน้าช่วงเวลาที่กำหนด

- **에** : 앞말이 시간이나 때임을 나타내는 조사.
  ตอน...
  คำชี้ที่แสดงว่าคำพูดข้างหน้าเป็นเวลาหรือช่วงเวลา

- **간식 (คำนาม)** : 식사와 식사 사이에 간단히 먹는 음식.
  อาหารว่าง, อาหารทานเล่น
  อาหารที่มีไว้กินอย่างง่าย ๆ ในระหว่างมื้ออาหาร

- **으로** : 신분이나 자격을 나타내는 조사.
  เป็น..., ในฐานะ..
  คำชี้ที่แสดงคุณสมบัติหรือสถานภาพ

- **빵** (คำนาม) : 밀가루를 반죽하여 발효시켜 찌거나 구운 음식.
  ขนมปัง
  อาหารชนิดหนึ่งทำด้วยแป้งผสมเชื้อแล้วนำมานึ่งหรืออบ

- **을** : 동작이 직접적으로 영향을 미치는 대상을 나타내는 조사.
  ไม่พบคำแปล
  คำชี้ที่แสดงเป้าหมายที่การกระทำส่งผลกระทบโดยตรง

- **먹다** (คำกริยา) : 음식 등을 입을 통하여 배 속에 들여보내다.
  กิน
  เอาอาหาร เป็นต้น ใส่เข้าไปในท้องโดยผ่านปาก

- **-었-** : 사건이 과거에 일어났음을 나타내는 어미.
  ...แล้ว(อดีตกาล)
  วิภัตติปัจจัยที่แสดงว่าเหตุการณ์ได้เกิดขึ้นในอดีต

- **-거든요** : (두루높임으로) 앞의 내용에 대해 말하는 사람이 생각한 이유나 원인, 근거를 나타내는 표현.
  เพราะ.., เพราะว่า...
  (ใช้ในการยกย่องอย่างไม่เป็นทางการ) สำนวนที่ผู้พูดแสดงมูลเหต เหตุผล สาเหตุเกี่ยวกับเนื้อหาข้างหน้า

< 대화(สนทนา) > - 2

제가 지금 돈이 얼마 없거든요. 회비를 다음에 드려도 될까요?
제가 지금 도니 얼마 업꺼드뇨. 회비를 다으메 드려도 될까요?
jega jigeum doni eolma eopgeodeunyo. hoebireul daeume deuryeodo doelkkayo?

네. 그럼 다음 주 모임에 오실 때 주세요.
네. 그럼 다음 주 모이메 오실 때 주세요.
ne. geureom daeum ju moime osil ttae juseyo.

< 설명(การอธิบาย) / 번역(การแปล) >

제+가 지금 돈+이 얼마 없+거든요.

회비+를 다음+에 드리+[어도 되]+ㄹ까요?
드려도 될까요

• **제** (สรรพนาม) : 말하는 사람이 자신을 낮추어 가리키는 말인 '저'에 조사 '가'가 붙을 때의 형태.
ดิฉัน, ผม, กระผม
รูปที่คำชี้ "가" ตามหลังคำว่า "저" ซึ่งเป็นคำที่ผู้พูดชี้ถึงตนเองอย่างถ่อมตัว

• 가 : 어떤 상태나 상황에 놓인 대상이나 동작의 주체를 나타내는 조사.
คำชี้ประธาน
คำชี้ที่ใช้แสดงสิ่งที่อยู่ในสถานการณ์หรือสภาพใด ๆ หรือผู้ที่เป็นประธานของอากัปกริยา

• **지금** (คำวิเศษณ์) : 말을 하고 있는 바로 이때에. 또는 그 즉시에.
เดี๋ยวนี้, ตอนนี้, ประเดี๋ยวนี้
ตอนนี้ที่กำลังพูดอยู่ หรือทันทีทันใดในตอนนั้น

• **돈** (คำนาม) : 물건을 사고팔 때나 일한 값으로 주고받는 동전이나 지폐.
เงิน
ธนบัตรหรือเหรียญกษาปณ์ที่ใช้แลกเปลี่ยนเมื่อซื้อขายสินค้าหรือเป็นค่าตอบแทนแรงงาน

• 이 : 어떤 상태나 상황의 대상이나 동작의 주체를 나타내는 조사.
ตัวชี้ประธาน
คำชี้ที่ใช้แสดงสิ่งที่อยู่ในสถานการณ์หรือสภาพใด ๆ หรือผู้ที่เป็นประธานของอากัปกริยา

• **얼마** (คำนาม) : 밝힐 필요가 없는 적은 수량, 값, 정도.
เท่าไร
ปริมาณ ราคาหรือจำนวนที่น้อยจนไม่มีความจำเป็นต้องแสดง

• **없다** (คำคุณศัพท์) : 어떤 물건을 가지고 있지 않거나 자격이나 능력 등을 갖추지 않은 상태이다.
ไม่มี, ปราศจาก, ไร้ซึ่ง...
อยู่ในสภาพที่ไม่มีสิ่งของใด ๆ อยู่ ไม่มีคุณสมบัติหรือความสามารถ เป็นต้น

• -거든요 : (두루높임으로) 앞으로 이어질 내용의 전제를 이야기하면서 뒤에 이야기가 계속 이어짐을 나타내는 표현.
น่ะครับ(ค่ะ)
(ใช้ในการยกย่องอย่างไม่เป็นทางการ)
วิภัตติปัจจัยลงท้ายประโยคที่แสดงการพูดถึงเงื่อนไขของสิ่งที่จะเกิดต่อไปในขณะที่เชื่อมโยงต่อเนื่องกับเรื่องที่จะพูดต่อไปด้วย

• **회비** (คำนาม) : 모임에서 사용하기 위하여 그 모임의 회원들이 내는 돈.
ค่าธรรมเนียมสมาชิก
เงินที่บรรดาสมาชิกของการนัดพบจ่ายเพื่อใช้ในการนัดพบในการรวมตัวนั้น ๆ

• 를 : 동작이 직접적으로 영향을 미치는 대상을 나타내는 조사.
ไม่พบคำแปล
คำชี้ที่แสดงเป้าหมายที่การกระทำส่งผลกระทบโดยตรง

• **다음** (คำนาม) : 시간이 지난 뒤.
คราวหน้า, คราวต่อไป
หลังจากที่เวลาผ่านไปแล้ว

• 에 : 앞말이 시간이나 때임을 나타내는 조사.
ตอน...
คำชี้ที่แสดงว่าคำพูดข้างหน้าเป็นเวลาหรือช่วงเวลา

• **드리다** (คำกริยา) : (높임말로) 주다. 무엇을 다른 사람에게 건네어 가지게 하거나 사용하게 하다.
มอบ, มอบให้
(คำยกย่อง) ยื่นอะไรให้แก่ผู้อื่นเพื่อให้เก็บหรือใช้

• -어도 되다 : 어떤 행동에 대한 허락이나 허용을 나타낼 때 쓰는 표현.
...ได้
สำนวนที่ใช้เมื่อแสดงการอนุญาตหรือยินยอมในการกระทำใด ๆ

• -ㄹ까요 : (두루높임으로) 듣는 사람에게 의견을 묻거나 제안함을 나타내는 표현.
...กันไหมครับ(คะ), ...ดีไหมครับ(คะ)
(ใช้ในการยกย่องอย่างไม่เป็นทางการ) สำนวนที่แสดงการเสนอหรือถามความคิดเห็นแก่ผู้ฟัง

네.

그럼 다음 주 모임+에 오+시+[ㄹ 때] 주+세요.
오실 때

• **네** (คำอุทาน) : 윗사람의 물음이나 명령 등에 긍정하여 대답할 때 쓰는 말.
ค่ะ, ครับ
คำตอบรับเมื่อผู้ใหญ่ถามหรือสั่งให้ทำ

• **그럼** (คำวิเศษณ์) : 앞의 내용을 받아들이거나 그 내용을 바탕으로 하여 새로운 주장을 할 때 쓰는 말.
อย่างนั้น, ถ้าเช่นนั้น, ถ้าอย่างนั้น, งั้น
คำที่ใช้เมื่อยอมรับเนื้อหาข้างหน้าหรือใช้เนื้อหานั้นๆ เป็นพื้นฐานแล้วยืนกรานเรื่องใหม่

• **다음** (คำนาม) : 이번 차례의 바로 뒤.
ต่อไป, หน้า
หลังจากลำดับครั้งนี้ทันที

• **주** (คำนาม) : 월요일부터 일요일까지의 칠 일 동안.
สัปดาห์
ระยะเวลาเจ็ดวันตั้งแต่วันจันทร์ถึงวันอาทิตย์

• **모임** (คำนาม) : 어떤 일을 하기 위하여 여러 사람이 모이는 일.
การพบปะ, การประชุม, การนัดพบ
การที่คนหลาย ๆ คนมารวมตัวกันเพื่อทำสิ่งใดสิ่งหนึ่ง

• 에 : 앞말이 목적지이거나 어떤 행위의 진행 방향임을 나타내는 조사.
ที่...
คำชี้ที่แสดงว่าคำพูดข้างหน้าเป็นทิศทางที่ดำเนินไปของการกระทำใด ๆ หรือเป็นจุดหมายปลายทาง

• **오다** (คำกริยา) : 어떤 목적이 있는 모임에 참석하기 위해 다른 곳에 있다가 이곳으로 위치를 옮기다.
มา, เข้าร่วม
ย้ายตำแหน่งที่จากที่อื่นมายังที่นี่เพื่อเข้าร่วมประชุมซึ่งมีวัตถุประสงค์ใด

• -시- : 어떤 동작이나 상태의 주체를 높이는 뜻을 나타내는 어미.
วิภัตติปัจจัยที่แสดงการยกย่องประธานในประโยค
วิภัตติปัจจัยที่ใช้แสดงความหมายซึ่งยกย่องประธานของอากัปกิริยาหรือสภาพใด ๆ

• -ㄹ 때 : 어떤 행동이나 상황이 일어나는 동안이나 그 시기 또는 그러한 일이 일어난 경우를 나타내는 표현.
เมื่อ..., ตอน..., ตอนที่...
สำนวนที่แสดงระยะเวลาหรือเวลาที่กระทำการใดๆหรือเกิดสถานการณ์ใดๆหรือแสดงกรณีที่เรื่องดังกล่าวเกิดขึ้น

• **주다 (คำกริยา)** : 물건 등을 남에게 건네어 가지거나 쓰게 하다.

ให้, มอบ, ยื่นให้, มอบให้

ให้สิ่งของ เป็นต้น แก่คนอื่นเพื่อทำให้ใช้หรือมีไว้

• **-세요** : (두루높임으로) 설명, 의문, 명령, 요청의 뜻을 나타내는 종결 어미.

วิภัตติปัจจัยลงท้ายประโยคที่ใช้ในระดับภาษาที่สุภาพโดยทั่วไป

(ใช้ในการยกย่องอย่างไม่เป็นทางการ) วิภัตติปัจจัยลงท้ายประโยคที่แสดงความหมายของการอธิบาย การถาม การสั่ง

หรือการขอร้อง <การร้องขอ>

< 대화(สนทนา) > - 3

내가 급한 사정이 생겨서 못 가게 된 공연 티켓이 있는데 네가 갈래?
내가 그판 사정이 생겨서 몯 가게 된 공연 티케시 인는데 네가 갈래?
naega geupan sajeongi saenggyeoseo mot gage doen gongyeon tikesi inneunde nega gallae?

정말? 그러면 나야 고맙지.
정말? 그러면 나야 고맙찌.
jeongmal? geureomyeon naya gomapji.

< 설명(การอธิบาย) / 번역(การแปล) >

내+가 급하+ㄴ 사정+이 생기+어서 못 가+[게 되]+ㄴ 공연 티켓+이 있+는데
급한 생겨서 가게 된

네+가 가+ㄹ래?
갈래

• **내** (สรรพนาม) : '나'에 조사 '가'가 붙을 때의 형태.
ฉัน
รูปแบบของคำว่า '나' ที่ตามด้วยคำชี้ '가'

• 가 : 어떤 상태나 상황에 놓인 대상이나 동작의 주체를 나타내는 조사.
คำชี้ประธาน
คำชี้ที่ใช้แสดงสิ่งที่อยู่ในสถานการณ์หรือสภาพใด ๆ หรือผู้ที่เป็นประธานของอากัปกริยา

• **급하다** (คำคุณศัพท์) : 사정이나 형편이 빨리 처리해야 할 상태에 있다.
เร่งรีบ, เร่งด่วน, รีบเร่ง, ฉุกละหุก, ฉุกเฉิน
อยู่ในสภาพที่จะต้องจัดการสถานการณ์หรือเรื่องราวอย่างรวดเร็ว

• -ㄴ : 앞의 말이 관형어의 기능을 하게 만들고 현재의 상태를 나타내는 어미.
...ที่'
วิภัตติปัจจัยที่ทำให้คำพูดข้างหน้าทำหน้าที่เป็นคุณศัพท์ขยายนามและแสดงถึงสภาพที่เป็นอยู่ในปัจจุบัน

• **사정** (คำนาม) : 일의 형편이나 이유.
สถานการณ์, สภาพ, สภาพแวดล้อม, มูลเหตุ, เหตุผล, สาเหตุ
สถานการณ์หรือเหตุผลของเรื่อง

• 이 : 어떤 상태나 상황의 대상이나 동작의 주체를 나타내는 조사.
ตัวชี้ประธาน
คำชี้ที่ใช้แสดงสิ่งที่อยู่ในสถานการณ์หรือสภาพใด ๆ หรือผู้ที่เป็นประธานของอากัปกริยา

• **생기다** (คำกริยา) : 사고나 일, 문제 등이 일어나다.
เกิด, เกิด...ขึ้น
อุบัติเหตุ งานหรือปัญหา เป็นต้น เกิดขึ้น

• -어서 : 이유나 근거를 나타내는 연결 어미.
เพราะ...จึง...
วิภัตติปัจจัยเชื่อมระหว่างประโยคที่แสดงเหตุผลหรือสาเหตุ

• **못** (คำวิเศษณ์) : 동사가 나타내는 동작을 할 수 없게.
...ไม่ได้, ทำไม่ได้
กริยาไม่สามามารถแสดงการเคลื่อนไหวได้

• **가다** (คำกริยา) : 어떤 목적을 가진 모임에 참석하기 위해 이동하다.
ไปร่วม
เคลื่อนที่ไปเพื่อเข้าร่วมกิจกรรมตามวัตถุประสงค์ใด ๆ

• -게 되다 : 앞의 말이 나타내는 상태나 상황이 됨을 나타내는 표현.
กลายเป็น..., กลายเป็นได้..., ได้...
สำนวนที่แสดงว่าคำพูดข้างหน้าได้กลายเป็นสภาพหรือสถานการณ์ที่ปรากฏ

• -ㄴ : 앞의 말이 관형어의 기능을 하게 만들고 사건이나 동작이 완료되어 그 상태가 유지되고 있음을 나타내는 어미.
ที่..., ...อยู่
วิภัตติปัจจัยที่แสดงการที่ทำให้คำพูดข้างหน้าทำหน้าที่เป็นคุณศัพท์ขยายนามและเหตุการณ์หรืออากัปกิริยานั้นเสร็จสิ้นไปแล้วและยังคงสภาพดังกล่าวอย่างต่อเนื่องอยู่

• **공연** (คำนาม) : 음악, 무용, 연극 등을 많은 사람들 앞에서 보이는 것.
การแสดง, การละเล่น
การแสดงละครเวที การเต้น ดนตรี เป็นต้น ต่อหน้าผู้คน

• **티켓** (คำนาม) : 입장권, 승차권 등의 표.
ตั๋ว, บัตร
ตั๋วผ่านประตู ตั๋วรถ เป็นต้น

• 이 : 어떤 상태나 상황의 대상이나 동작의 주체를 나타내는 조사.
ตัวชี้ประธาน
คำชี้ที่ใช้แสดงสิ่งที่อยู่ในสถานการณ์หรือสภาพใด ๆ หรือผู้ที่เป็นประธานของอากัปกริยา

• **있다** (คำคุณศัพท์) : 어떤 물건을 가지고 있거나 자격이나 능력 등을 갖춘 상태이다.
มี
เป็นสภาพที่ครอบครองสิ่งของใด ๆ หรือมีคุณสมบัติหรือความสามารถอยู่

• -는데 : 뒤의 말을 하기 위하여 그 대상과 관련이 있는 상황을 미리 말함을 나타내는 연결 어미.
ก็...นะ ว่าแต่...
วิภัตติปัจจัยเชื่อมระหว่างประโยคที่แสดงการพูดสถานการณ์ที่เกี่ยวกับเป้าหมายนั้น ๆ ไว้ล่วงหน้าเพื่อที่จะพูดต่อเนื่อง

• **네** (สรรพนาม) : '너'에 조사 '가'가 붙을 때의 형태.
เธอ
รูปแบบของคำว่า '너' ที่ตามด้วยคำชี้ '가'

• 가 : 어떤 상태나 상황에 놓인 대상이나 동작의 주체를 나타내는 조사.
คำชี้ประธาน
คำชี้ที่ใช้แสดงสิ่งที่อยู่ในสถานการณ์หรือสภาพใด ๆ หรือผู้ที่เป็นประธานของอากัปกริยา

• **가다** (คำกริยา) : 어떤 목적을 가진 모임에 참석하기 위해 이동하다.
ไปร่วม
เคลื่อนที่ไปเพื่อเข้าร่วมกิจกรรมตามวัตถุประสงค์ใด ๆ

• -ㄹ래 : (두루낮춤으로) 앞으로 어떤 일을 하려고 하는 자신의 의사를 나타내거나 그 일에 대하여 듣는 사람의 의사를 물어봄을 나타내는 종결 어미.
จะ..., จะ...เอง, จะ...แหละ, จะ...ไหม, ...ไหม
(ใช้ในการลดระดับอย่างไม่เป็นทางการ)
วิภัตติปัจจัยลงท้ายประโยคที่แสดงความคิดเห็นของตนเองที่ตั้งใจจะทำสิ่งใดสิ่งหนึ่งในอนาคต
หรือแสดงการถามความคิดเห็นของผู้ฟังเกี่ยวกับสิ่งดังกล่าวดู

정말?

그러면 나+야 고맙+지.

• **정말** (คำนาม) : 거짓이 없는 사실. 또는 사실과 조금도 틀림이 없는 말.
ความจริง, แท้จริง
ความจริงที่ไม่มีคำเท็จ หรือคำพูดที่ไม่ผิดจากความจริงไปแม้แต่น้อย

• **그러면** (คำวิเศษณ์) : 앞의 내용이 뒤의 내용의 조건이 될 때 쓰는 말.
ถ้าอย่างนั้น, ถ้าเช่นนั้น, ถ้าเป็นเช่นนั้น, ถ้าเป็นเช่นนั้น, อย่างนั้นก็
คำพูดที่ใช้เมื่อเนื้อหาข้างหน้าเป็นเงื่อนไขของเนื้อหาข้างหลัง

• **나** (สรรพนาม) : 말하는 사람이 친구나 아랫사람에게 자기를 가리키는 말.
ฉัน
คำที่คนพูดใช้เรียกตนเองต่อเพื่อนหรือคนที่อายุน้อยกว่า

• 야 : 강조의 뜻을 나타내는 조사.
...นะ, ...อย่างนี้
คำชี้ที่แสดงความหมายของการเน้นย้ำ

- **고맙다 (คำคุณศัพท์)** : 남이 자신을 위해 무엇을 해주어서 마음이 흐뭇하고 보답하고 싶다.

  ขอบคุณ, รู้สึกขอบคุณ

  รู้สึกซาบซึ้งใจและอยากตอบแทนที่ผู้อื่นทำอะไรเพื่อตนเอง

- **-지** : (두루낮춤으로) 말하는 사람이 자신에 대한 이야기나 자신의 생각을 친근하게 말할 때 쓰는 종결
    어미.

  ...นะ

  (ใช้ในการลดระดับอย่างไม่เป็นทางการ)

  วิภัตติปัจจัยลงท้ายประโยคที่ใช้เมื่อผู้พูดพูดความคิดของตนเองหรือเรื่องราวเกี่ยวกับตนเองอย่างสนิทสนม

< 대화(สนทนา) > - 4

저녁때 손님이 오신다고 불고기에다가 잡채까지 준비하게요?
저녁때 손니미 오신다고 불고기에다가 잡채까지 준비하게요?
jeonyeokttae sonnimi osindago bulgogiedaga japchaekkaji junbihageyo?

그럼, 그 정도는 준비해야지.
그럼, 그 정도는 준비해야지.
geureom, geu jeongdoneun junbihaeyaji.

< 설명(การอธิบาย) / 번역(การแปล) >

저녁때 손님+이 오+시+ㄴ다고 불고기+에다가 잡채+까지 준비하+게요?
오신다고

- **저녁때** (คำนาม) : 저녁밥을 먹는 때.
  เวลาอาหารเย็น, เวลาอาหารค่ำ
  ตอนที่กินอาหารเย็น

- **손님** (คำนาม) : (높임말로) 다른 곳에서 찾아온 사람.
  แขก, ผู้มาเยือน, อาคันตุกะ
  (คำยกย่อง) คนที่มาหาจากที่อื่น

- 이 : 어떤 상태나 상황의 대상이나 동작의 주체를 나타내는 조사.
  ตัวชี้ประธาน
  คำชี้ที่ใช้แสดงสิ่งที่อยู่ในสถานการณ์หรือสภาพใด ๆ หรือผู้ที่เป็นประธานของอาการกริยา

- **오다** (คำกริยา) : 무엇이 다른 곳에서 이곳으로 움직이다.
  มา
  สิ่งใดเคลื่อนไหวจากที่หนึ่งไปยังอีกที่

- -시- : 어떤 동작이나 상태의 주체를 높이는 뜻을 나타내는 어미.
  วิภัตติปัจจัยที่แสดงการยกย่องประธานในประโยค
  วิภัตติปัจจัยที่ใช้แสดงความหมายซึ่งยกย่องประธานของอาการกริยาหรือสภาพใด ๆ

- -ㄴ다고 : 어떤 행위의 목적, 의도를 나타내거나 어떤 상황의 이유, 원인을 나타내는 연결 어미.
  บอกว่า…จึง…
  วิภัตติปัจจัยเชื่อมระหว่างประโยคที่แสดงจุดประสงค์หรือความตั้งใจของการกระทำใด ๆ หรือแสดงสาเหตุ
  เหตุผลของสถานการณ์ใด ๆ

• **불고기** (คำนาม) : 얇게 썰어 양념한 돼지고기나 쇠고기를 불에 구운 한국 전통 음식.
พุลโกกี
เนื้อย่างเกาหลี; เนื้อผัดเกาหลี : อาหารพื้นเมืองชนิดหนึ่งของประเทศเกาหลี
ที่นำเนื้อหมูหรือเนื้อวัวหั่นบางๆคลุกเคล้ากับเครื่องปรุงรสไปย่างไฟ

• 에다가 : 더해지는 대상을 나타내는 조사.
ที่ใน..., ลงใน..., เพิ่มใน...
คำชี้ที่แสดงเป้าหมายที่ถูกเพิ่มเข้าไป

• **잡채** (คำนาม) : 여러 가지 채소와 고기 등을 가늘게 썰어 기름에 볶은 것을 당면과 섞어 만든 음식.
ชับแช
ผัดจับฉ่ายวุ้นเส้น : อาหารที่ทำโดยการคลุกเคล้าวุ้นเส้นกับผักหลาย ๆ ชนิด และเนื้อที่หั่นเล็ก ๆ ที่ผัดกับน้ำมัน

• 까지 : 현재의 상태나 정도에서 그 위에 더함을 나타내는 조사.
รวมไปถึง..., แล้วก็ยัง...
คำชี้ที่แสดงถึงการเพิ่มขึ้นอีกจากระดับหรือสภาพปัจจุบัน

• **준비하다** (คำกริยา) : 미리 마련하여 갖추다.
เตรียม, ตระเตรียม, เตรียมการ, เตรียมตัว
เตรียมพร้อมไว้ล่วงหน้า

• -게요 : (두루높임으로) 앞의 내용이 그러하다면 뒤의 내용은 어떠할 것이라고 추측해 물음을 나타내는 표현.
ก็เลยจะ..หรือครับ(คะ)
(ใช้ในการยกย่องอย่างไม่เป็นทางการ)
สำนวนที่แสดงการคาดคะเนแล้วถามว่าถ้าเนื้อหาข้างหน้าเป็นอย่างนั้นแล้วเนื้อหาข้างหลังจะเป็นอย่างไร

그럼, 그 정도+는 준비하+여야지.

준비해야지

• **그럼** (คำอุทาน) : 말할 것도 없이 당연하다는 뜻으로 대답할 때 쓰는 말.
แน่นอน, ถูกต้อง, ใช่แล้ว
คำที่ใช้เมื่อตอบคำถาม มีความหมายว่าเป็นเช่นนั้นอย่างแน่นอนโดยไม่ต้องพูดอีก

• **그** (คุณศัพท์) : 앞에서 이미 이야기한 대상을 가리킬 때 쓰는 말.
นั้น, นั่น
คำที่ใช้เมื่อบ่งชี้ถึงเป้าหมายที่ได้พูดถึงมาแล้วในก่อนหน้า

• **정도** (คำนาม) : 사물의 성질이나 가치를 좋고 나쁨이나 더하고 덜한 정도로 나타내는 분량이나 수준.
ระดับ, อัตรา
ปริมาณหรือมาตรฐานที่ปรากฏระดับคุณค่าหรือคุณสมบัติของวัตถุที่ดีหรือไม่ดี มากกว่าหรือน้อยกว่า

• 는 : 강조의 뜻을 나타내는 조사.
  ...เนี่ยนะ, ...นะ
  คำชี้ที่แสดงความหมายของการเน้นย้ำ

• **준비하다** (คำกริยา) : 미리 마련하여 갖추다.
  เตรียม, ตระเตรียม, เตรียมการ, เตรียมตัว
  เตรียมพร้อมไว้ล่วงหน้า

• -여야지 : (두루낮춤으로) 말하는 사람의 결심이나 의지를 나타내는 종결 어미.
  จะต้อง...ให้ได้
  (ใช้ในการลดระดับอย่างไม่เป็นทางการ) วิภัตติปัจจัยลงท้ายประโยคที่แสดงการตัดสินใจหรือความตั้งใจของผู้พูด

< 대화(สนทนา) > - 5

장사가 잘됐으면 제가 그만뒀게요?
장사가 잘돼쓰면 제가 그만뒫께요?
jangsaga jaldwaesseumyeon jega geumandwotgeyo?

요즘은 장사하는 사람들이 다 어렵다고 하더라고요.
요즈믄 장사하는 사람드리 다 어렵따고 하더라고요.
yojeumeun jangsahaneun saramdeuri da eoryeopdago hadeoragoyo.

< 설명(การอธิบาย) / 번역(การแปล) >

장사+가 잘되+었으면 제+가 그만두+었+게요?
잘됐으면 그만뒀게요

• **장사** (คำนาม) : 이익을 얻으려고 물건을 사서 팖. 또는 그런 일.
การทำธุรกิจ, การค้า, การขาย, การค้าขาย
การซื้อขายสิ่งของเพื่อเอากำไร หรืองานดังกล่าว

• 가 : 어떤 상태나 상황에 놓인 대상이나 동작의 주체를 나타내는 조사.
คำชี้ประธาน
คำชี้ที่ใช้แสดงสิ่งที่อยู่ในสถานการณ์หรือสภาพใด ๆ หรือผู้ที่เป็นประธานของอากัปกริยา

• **잘되다** (คำกริยา) : 어떤 일이나 현상이 좋게 이루어지다.
เจริญก้าวหน้า, ราบรื่น, ประสบผลสำเร็จ, ไปได้ด้วยดี
เรื่องหรือปรากฏการณ์ใดได้สำเร็จลุล่วงไปได้เป็นอย่างดี

• -었으면 : 현재 그렇지 않음을 표현하기 위해 실제 상황과 반대되는 가정을 할 때 쓰는 표현.
ถ้าหาก...แล้วล่ะก็..., ถ้าเผื่อว่า...
สำนวนที่ใช้เมื่อสมมติที่ตรงกันข้ามกับสถานการณ์จริงเพื่อแสดงว่าปัจจุบันไม่ได้เป็นอย่างนั้น

• **제** (สรรพนาม) : 말하는 사람이 자신을 낮추어 가리키는 말인 '저'에 조사 '가'가 붙을 때의 형태.
ดิฉัน, ผม, กระผม
รูปที่คำชี้ "가" ตามหลังคำว่า "저" ซึ่งเป็นคำที่ผู้พูดชี้ถึงตนเองอย่างถ่อมตัว

• 가 : 어떤 상태나 상황에 놓인 대상이나 동작의 주체를 나타내는 조사.
คำชี้ประธาน
คำชี้ที่ใช้แสดงสิ่งที่อยู่ในสถานการณ์หรือสภาพใด ๆ หรือผู้ที่เป็นประธานของอากัปกริยา

• **그만두다** (คำกริยา) : 하던 일을 중간에 그치고 하지 않다.
เลิก, เลิกล้ม, หยุด, ลาออก
หยุดทำสิ่งที่ทำอยู่และไม่ทำต่อ

• -었- : 어떤 사건이 과거에 완료되었거나 그 사건의 결과가 현재까지 지속되는 상황을 나타내는 어미.
...แล้ว
วิภัตติปัจจัยที่แสดงว่าเหตุการณ์ใดๆเสร็จสมบูรณ์ไปแล้วในอดีตหรือแสดงสถานการณ์ที่ผลลัพธ์ของเหตุการณ์ดังกล่าวต่อเนื่องจนถึงปัจจุบัน

• -게요 : (두루높임으로) 앞의 내용이 사실이라면 당연히 뒤의 내องอ 이루어지겠지만 실제로는 그렇지 않음을 나타내는 표현.
...น่ะสิครับ(คะ),...แล้วสิครับ(คะ)
(ใช้ในการยกย่องอย่างไม่เป็นทางการ)
วิภัตติปัจจัยลงท้ายประโยคที่แสดงว่าหากเนื้อหาข้างหน้าเป็นจริงก็จะเกิดเนื้อหาข้างหลังอย่างแน่นอนแต่ในความเป็นจริงไม่เป็นอย่างนั้น

요즘+은 장사하+는 사람+들+이 다 어렵+다고 하+더라고요.

• **요즘** (คำนาม) : 아주 가까운 과거부터 지금까지의 사이.
ปัจจุบัน, ขณะนี้, สมัยนี้, ในระยะนี้, หมู่นี้, เมื่อไม่นานมานี้, เมื่อเร็ว ๆ นี้, ทุกวันนี้, ล่าสุด
ระยะเวลาตั้งแต่อดีตเมื่อไม่นานมานี้จนถึงปัจจุบัน

• 은 : 문장 속에서 어떤 대상이 화제임을 나타내는 조사.
ตัวชี้หัวเรื่อง
คำชี้ที่แสดงว่าเป้าหมายใด ๆ เป็นหัวข้อเรื่องในประโยค

• **장사하다** (คำกริยา) : 이익을 얻으려고 물건을 사서 팔다.
ทำธุรกิจ, ค้าขาย, ขายของ
ซื้อขายสิ่งของเพื่อทำกำไร

• -는 : 앞의 말이 관형어의 기능을 하게 만들고 사건이나 동작이 현재 일어남을 나타내는 어미.
...ที่...
วิภัตติปัจจัยที่แสดงการที่ทำให้คำพูดข้างหน้าทำหน้าที่เป็นคุณศัพท์ขยายนามและเหตุการณ์หรืออากัปกิริยาเกิดขึ้นในปัจจุบัน

• **사람** (คำนาม) : 특별히 정해지지 않은 자기 외의 남을 가리키는 말.
คนทั่วไป, คนอื่น ๆ
คำบ่งชี้ที่ใช้เรียกคนอื่น ๆ ไม่เฉพาะเจาะจงผู้ใดและไม่หมายรวมถึงตนเอง

• 들 : '복수'의 뜻을 더하는 접미사.
พวก..., ...ทั้งหลาย, ที่เป็นพหูพจน์
ปัจจัยที่เพิ่มคำไปในคำเพื่อให้มีความหมายว่า 'พหูพจน์'

• 이 : 어떤 상태나 상황의 대상이나 동작의 주체를 나타내는 조사.
ตัวชี้ประธาน
คำชี้ที่ใช้แสดงสิ่งที่อยู่ในสถานการณ์หรือสภาพใด ๆ หรือผู้ที่เป็นประธานของอากัปกริยา

• **다** (คำวิเศษณ์) : 남거나 빠진 것이 없이 모두.
ทั้งหมด, ไม่เหลือ
ทั้งหมดโดยที่ไม่ขาดหายหรือไม่เหลือ

• **어렵다** (คำคุณศัพท์) : 곤란한 일이나 고난이 많다.
ลำบาก, ยุ่งยาก, ทุกข์, ยากลำบาก, ทุกข์ยาก
มีเรื่องที่ยุ่งยากหรือความทุกข์มาก

• -다고 : 다른 사람에게서 들은 내용을 간접적으로 전달하거나 주어의 생각, 의견 등을 나타내는 표현.
กล่าวว่า...ครับ, กล่าวว่า...ค่ะ, พูดว่า...ครับ, พูดว่า...ค่ะ
สำนวนที่ใช้ถ่ายทอดเนื้อหาที่ได้ยินจากผู้อื่นให้เป็นลักษณะอ้อมหรือแสดงความคิดเห็น ความคิด เป็นต้น ของประธาน

• **하다** (คำกริยา) : 무엇에 대해 말하다.
พูดถึง, กล่าวถึง
พูดเกี่ยวกับสิ่งหนึ่ง

• -더라고요 : (두루높임으로) 과거에 경험하여 새로 알게 된 사실에 대해 지금 상대방에게 옮겨 전할 때 쓰는 표현.
ทราบว่า...น่ะครับ(ค่ะ), เห็นว่า...น่ะครับ(ค่ะ)
(ใช้ในการยกย่องอย่างไม่เป็นทางการ)
สำนวนที่ใช้เมื่อนำข้อเท็จจริงเกี่ยวกับสิ่งที่ประสบมาในอดีตจึงเพิ่งได้รู้มาถ่ายทอดแก่ผู้ฟังในขณะนี้

< 대화(สนทนา) > - 6

우리 가족 중에서 누가 가장 늦게 일어나게요?
우리 가족 중에서 누가 가장 늗께 이러나게요?
uri gajok jungeseo nuga gajang neutge ireonageyo?

보나 마나 너겠지, 뭐.
보나 마나 너겓찌, 뭐.
bona mana neogetji, mwo.

< 설명(การอธิบาย) / 번역(การแปล) >

우리 가족 중+에서 <u>누(구)+가</u> 가장 늦+게 일어나+게요?
누가

• **우리** (สรรพนาม) : 말하는 사람이 자기보다 높지 않은 사람에게 자기와 관련된 것을 친근하게 나타낼 때 쓰는 말.
ของเรา, ของพวกเรา
คำที่ใช้เมื่อผู้พูดแสดงสิ่งที่เกี่ยวข้องกับตนเองอย่างสนิทสนมและเมื่อพูดกับคนที่ไม่อาวุโสกว่าตน

• **가족** (คำนาม) : 주로 한 집에 모여 살고 결혼이나 부모, 자식, 형제 등의 관계로 이루어진 사람들의 집단. 또는 그 구성원.
ครอบครัว
กลุ่มคนที่โดยทั่วไปอาศัยอยู่ร่วมบ้านหลังเดียวกันและมีความสัมพันธ์ฉันท์พี่น้อง พ่อแม่ลูก สามีภรรยา เป็นต้น หรือสมาชิกในนั้น

• **중** (คำนาม) : 여럿 가운데.
บรรดา, ในบรรดา, ท่ามกลาง
ระหว่างในบรรดาหลายสิ่ง

• 에서 : 여럿으로 이루어진 일정한 범위의 안.
ไม่พบคำแปล
ในขอบเขตที่กำหนด ซึ่งประกอบด้วยหลาย ๆ สิ่ง

• **누구** (สรรพนาม) : 모르는 사람을 가리키는 말.
ใคร
คำที่ใช้เรียกคนที่ไม่รู้จัก

- **가** : 어떤 상태나 상황에 놓인 대상이나 동작의 주체를 나타내는 조사.
  คำชี้ประธาน
  คำชี้ที่ใช้แสดงสิ่งที่อยู่ในสถานการณ์หรือสภาพใด ๆ หรือผู้ที่เป็นประธานของอากัปกริยา

- **가장 (คำวิเศษณ์)** : 여럿 가운데에서 제일로.
  ที่สุด, อย่างที่สุด
  ที่สุด ในบรรดาหลาย ๆ สิ่ง

- **늦다 (คำคุณศัพท์)** : 기준이 되는 때보다 뒤져 있다.
  ช้า, ล่าช้า, สาย
  ตามหลังกว่าเวลาที่เป็นมาตรฐาน

- **-게** : 앞의 말이 뒤에서 가리키는 일의 목적이나 결과, 방식, 정도 등이 됨을 나타내는 연결 어미.
  อย่าง..., ให้...
  วิภัตติปัจจัยเชื่อมระหว่างประโยคที่แสดงว่าคำพูดข้างหน้าชี้บอกระดับ วิธีการ ผลลัพธ์หรือวัตถุประสงค์ หรืออื่นๆ
  ของสิ่งที่อยู่ในเนื้อหาข้างหลัง

- **일어나다 (คำกริยา)** : 잠에서 깨어나다.
  ตื่น, ตื่นนอน
  ตื่นขึ้นจากการนอนหลับ

- **-게요** : (두루높임으로) 듣는 사람에게 한 번 추측해서 대답해 보라고 물을 때 쓰는 표현.
  ...เอ่ยครับ(คะ)
  (ใช้ในการยกย่องอย่างไม่เป็นทางการ) สำนวนที่ใช้เมื่อชวนให้ผู้ฟังคาดเดาสักครั้งแล้วลองตอบดู

보+[나 마나] 너+(이)+겠+지, 뭐.
너겠지

- **보다 (คำกริยา)** : 눈으로 대상의 존재나 겉모습을 알다.
  มอง, ดู, เห็น
  รู้ถึงลักษณะภายนอกหรือการมีอยู่ของวัตถุด้วยตา

- **-나 마나** : 그렇게 하나 그렇게 하지 않으나 다름이 없는 상황임을 나타내는 표현.
  ไม่ว่าจะ..หรือไม่ก็ตาม..., ไม่ว่าจะ..หรือไม่..
  สำนวนที่แสดงว่าเป็นสถานการณ์ที่เหมือนกันไม่ว่าจะทำเช่นนั้นหรือไม่ทำเช่นนั้นก็ตาม

- **너 (สรรพนาม)** : 듣는 사람이 친구나 아랫사람일 때, 그 사람을 가리키는 말.
  เธอ, แก, เอ็ง
  คำที่ใช้เรียกชี้บ่งคนนั้นที่เป็นผู้ฟังในกรณีที่เป็นผู้น้อยหรือเพื่อน

- **이다** : 주어가 지시하는 대상의 속성이나 부류를 지정하는 뜻을 나타내는 서술격 조사.
  เป็น
  คำชี้ภาคแสดงการกที่แสดงความหมายที่กำหนดประเภทหรือคุณสมบัติของเป้าหมายที่ประธานบ่งชี้

- -겠- : 미래의 일이나 추측을 나타내는 어미.

  น่าจะ..

  วิภัตติปัจจัยที่แสดงเหตุการณ์หรือการคาดเดาในอนาคต

- -지 : (두루낮춤으로) 말하는 사람이 자신에 대한 이야기나 자신의 생각을 친근하게 말할 때 쓰는 종결
  어미.

  ...นะ

  (ใช้ในการลดระดับอย่างไม่เป็นทางการ)

  วิภัตติปัจจัยลงท้ายประโยคที่ใช้เมื่อผู้พูดพูดความคิดของตนเองหรือเรื่องราวเกี่ยวกับตนเองอย่างสนิทสนม

- 뭐 (คำอุทาน) : 사실을 말할 때, 상대의 생각을 가볍게 반박하거나 새롭게 일깨워 주는 뜻으로 하는 말.

  แม้ว่า..., ถึงแม้ว่า..., ถึงจะ..

  คำที่ใช้ในความหมายเชิงโต้แย้งความคิดของฝ่ายตรงข้ามอย่างไม่รุนแรงหรือบอกให้รู้ถึงสิ่งใหม่ๆ เมื่อพูดข้อเท็จจริงใด ๆ

< 대화(สนทนา) > - 7

저 앞 도로에서 무슨 일이 생겼나 봐요. 길이 이렇게 막히게요.
저 압 도로에서 무슨 이리 생견나 봐요. 기리 이러케 마키게요.
jeo ap doroeseo museun iri saenggyeonna bwayo. giri ireoke makigeyo.

사고라도 난 모양이네.
사고라도 난 모양이네.
sagorado nan moyangine.

< 설명(การอธิบาย) / 번역(การแปล) >

저 앞 도로+에서 무슨 일+이 <u>생기+었+[나 보]+아요</u>.
생겼나 봐요

길+이 이렇+게 막히+게요.

• **저** (คุณศัพท์) : 말하는 사람과 듣는 사람에게서 멀리 떨어져 있는 대상을 가리킬 때 쓰는 말.
โน่น, โน้น
คำที่ใช้ตอนที่บ่งชี้สิ่งที่อยู่ห่างไกลจากผู้พูดและผู้ฟัง

• **앞** (คำนาม) : 향하고 있는 쪽이나 곳.
หน้า, ด้านหน้า
ด้านหรือที่ที่อยู่ข้างหน้า

• **도로** (คำนาม) : 사람이나 차가 잘 다닐 수 있도록 만들어 놓은 길.
ถนน, เส้นทาง, ทาง
เส้นทางที่สร้างขึ้นเพื่อให้คนหรือรถได้ใช้ผ่านสัญจรไปมา

• 에서 : 앞말이 행동이 이루어지고 있는 장소임을 나타내는 조사.
ที่...
คำชี้ที่แสดงว่าคำพูดข้างหน้าเป็นสถานที่ที่การกระทำบรรลุผล

• **무슨** (คุณศัพท์) : 확실하지 않거나 잘 모르는 일, 대상, 물건 등을 물을 때 쓰는 말.
อะไร
คำที่ใช้ถามเหตุการณ์ เป้าหมายหรือสิ่งของ เป็นต้น ที่ไม่แน่ใจหรือไม่รู้

- **일** (คำนาม) : 어떤 내용을 가진 상황이나 사실.
  เรื่อง
  สถานการณ์หรือความจริงที่มีเนื้อหาใด ๆ

- **이** : 어떤 상태나 상황의 대상이나 동작의 주체를 나타내는 조사.
  ตัวชี้ประธาน
  คำชี้ที่ใช้แสดงสิ่งที่อยู่ในสถานการณ์หรือสภาพใด ๆ หรือผู้ที่เป็นประธานของอากัปกริยา

- **생기다** (คำกริยา) : 사고나 일, 문제 등이 일어나다.
  เกิด, เกิด...ขึ้น
  อุบัติเหตุ งานหรือปัญหา เป็นต้น เกิดขึ้น

- **-었-** : 어떤 사건이 과거에 완료되었거나 그 사건의 결과가 현재까지 지속되는 상황을 나타내는 어미.
  ...แล้ว
  วิภัตติปัจจัยที่แสดงว่าเหตุการณ์ใดๆเสร็จสมบูรณ์ไปแล้วในอดีตหรือแสดงสถานการณ์ที่ผลลัพธ์ของเหตุการณ์ดังกล่าวต่อเนื่องจนถึงปัจจุบัน

- **-나 보다** : 앞의 말이 나타내는 사실을 추측함을 나타내는 표현.
  ดูเหมือนว่าจะ..., คงจะ..
  สำนวนที่แสดงการคาดคะเนสภาพการณ์หรือการกระทำที่ปรากฏในคำพูดข้างหน้า

- **-아요** : (두루높임으로) 어떤 사실을 서술하거나 질문, 명령, 권유함을 나타내는 종결 어미.
  วิภัตติปัจจัยลงท้ายประโยคที่ใช้ในการยกย่องโดยทั่วไป
  (ใช้ในการยกย่องอย่างไม่เป็นทางการ)
  วิภัตติปัจจัยลงท้ายประโยคที่แสดงการบอกเล่า การถาม การสั่ง หรือการชักชวนเรื่องใด ๆ <การพูดตามลำดับ>

- **길** (คำนาม) : 사람이나 차 등이 지나다닐 수 있게 땅 위에 일정한 너비로 길게 이어져 있는 공간.
  ทาง, ถนน, หนทาง, ถนนหนทาง
  พื้นที่ซึ่งเชื่อมต่อกันยาวอยู่เป็นแนวกว้างสม่ำเสมอบนพื้นดินซึ่งทำให้คนหรือรถ เป็นต้น ผ่านไปมาได้

- **이** : 어떤 상태나 상황의 대상이나 동작의 주체를 나타내는 조사.
  ตัวชี้ประธาน
  คำชี้ที่ใช้แสดงสิ่งที่อยู่ในสถานการณ์หรือสภาพใด ๆ หรือผู้ที่เป็นประธานของอากัปกริยา

- **이렇다** (คำคุณศัพท์) : 상태, 모양, 성질 등이 이와 같다.
  เป็นอย่างนี้, อย่างที่บอก...
  สภาพ รูปร่าง ลักษณะ เป็นต้น เหมือนกับเป็นอย่างนี้

- **-게** : 앞의 말이 뒤에서 가리키는 일의 목적이나 결과, 방식, 정도 등이 됨을 나타내는 연결 어미.
  อย่าง..., ให้...
  วิภัตติปัจจัยเชื่อมระหว่างประโยคที่แสดงว่าคำพูดข้างหน้าชี้บอกระดับ วิธีการ ผลลัพธ์หรือวัตถุประสงค์ หรืออื่นๆ ของสิ่งที่อยู่ในเนื้อหาข้างหลัง

• **막히다** (คำกริยา) : 길에 차가 많아 차가 제대로 가지 못하게 되다.
ติด, ติดขัด
มีรถที่ถนนมากทำให้รถไม่สามารถไปได้อย่างสะดวก

• -게요 : (두루높임으로) 앞 문장의 내용에 대한 근거를 제시할 때 쓰는 표현.
เห็น...น่ะครับ(ค่ะ)
(ใช้ในการยกย่องอย่างไม่เป็นทางการ) สำนวนที่ใช้เมื่อเสนอหลักฐานสนับสนุนเนื้อความในประโยคข้างหน้า

사고+라도 나+[ㄴ 모양이]+네.
난 모양이네

• **사고** (คำนาม) : 예상하지 못하게 일어난 좋지 않은 일.
อุบัติเหตุ
เรื่องที่ไม่ดีที่เกิดขึ้นอย่างคาดการณ์ไม่ได้

• 라도 : 유사한 것을 예로 들어 설명할 때 쓰는 조사.
แม้ว่า..., แม้ว่าจะ..., ถึงว่าจะ..
คำชี้ที่ใช้เมื่ออธิบายโดยยกตัวอย่างที่คล้ายคลึงกัน

• **나다** (คำกริยา) : 어떤 현상이나 사건이 일어나다.
เกิด, เป็น
สถานการณ์หรือเหตุการณ์ใดที่ได้เกิดขึ้น

• -ㄴ 모양이다 : 다른 사실이나 상황으로 보아 현재 어떤 일이 일어났거나 어떤 상태라고 추측함을 나타내는 표현.
ดูเหมือนว่าจะ..., ดูเหมือน..., คงจะ..
สำนวนที่แสดงการคาดคะเนว่าปัจจุบันเรื่องใดได้เกิดขึ้นแล้วหรือเป็นสภาพใดโดยพิจารณาจากสถานการณ์หรือข้อเท็จจริงอย่างอื่น

• -네 : (아주낮춤으로) 지금 깨달은 일에 대하여 말함을 나타내는 종결 어미.
...จัง, ...นะ, ...เนอะ
(ใช้ในการลดระดับอย่างมากและเป็นทางการ)
วิภัตติปัจจัยลงท้ายประโยคที่แสดงการพูดบอกเกี่ยวกับเหตุการณ์ที่ได้เข้าใจอย่างลึกซึ้งในตอนนี้

< 대화(สนทนา) > - 8

다음 달에 적금을 타면 뭐 하게요?
다음 다레 적끄믈 타면 뭐 하게요?
daeum dare jeokgeumeul tamyeon mwo hageyo?

그걸로 딸아이 피아노 사 주려고 해요.
그걸로 따라이 피아노 사 주려고 해요.
geugeollo ttarai piano sa juryeogo haeyo.

< 설명(การอธิบาย) / 번역(การแปล) >

다음 달+에 적금+을 타+면 뭐 하+게요?

• **다음** (คำนาม) : 어떤 차례에서 바로 뒤.
ต่อไป, ถัดไป, คราวหน้า
หลังจากลำดับใดๆทันที

• **달** (คำนาม) : 일 년을 열둘로 나누어 놓은 기간.
เดือน
ช่วงเวลาที่แบ่งหนึ่งปีออกเป็นสิบสอง

• 에 : 앞말이 시간이나 때임을 나타내는 조사.
ตอน...
คำชี้ที่แสดงว่าคำพูดข้างหน้าเป็นเวลาหรือช่วงเวลา

• **적금** (คำนาม) : 은행에 일정한 돈을 일정한 기간 동안 낸 다음에 찾는 저금.
เงินฝาก, เงินออม, เงินออมทรัพย์
เงินฝากที่ถูกถอนออก หลังจากฝากเงินที่ถูกกำเนิดในช่วงระยะเวลาที่ถูกกำหนดโดยธนาคาร

• 을 : 동작이 직접적으로 영향을 미치는 대상을 나타내는 조사.
ไม่พบคำแปล
คำชี้ที่แสดงเป้าหมายที่การกระทำส่งผลกระทบโดยตรง

• **타다** (คำกริยา) : 몫이나 상으로 주는 돈이나 물건을 받다.
ได้รับ, ได้, รับ
ได้รับเงินหรือสิ่งของที่ให้เป็นรางวัลหรือส่วนแบ่ง

• -면 : 뒤에 오는 말에 대한 근거나 조건이 됨을 나타내는 연결 어미.
ถ้า...
วิภัตติปัจจัยเชื่อมระหว่างประโยคที่แสดงถึงการที่กลายเป็นสาเหตุหรือเงื่อนไขเกี่ยวกับคำพูดตามมาข้างหลัง

• **뭐** (สรรพนาม) : 모르는 사실이나 사물을 가리키는 말.
อะไร
คำที่บ่งชี้ถึงสิ่งหรือข้อเท็จจริงที่ไม่รู้

• **하다** (คำกริยา) : 어떤 행동이나 동작, 활동 등을 행하다.
ทำ
ทำกิจกรรม การเคลื่อนไหว หรือพฤติกรรมใด ๆ เป็นต้น

• -게요 : (두루높임으로) 상대의 의도를 물을 때 쓰는 표현.
จะ...หรือครับ(คะ)
(ใช้ในการยกย่องอย่างไม่เป็นทางการ) สำนวนที่ใช้เมื่อถามความตั้งใจของฝ่ายตรงข้าม

그것(그거)+ㄹ로 딸아이 피아노 사+[(아) 주]+[려고 하]+여요.
그걸로 사 주려고 해요

• **그것** (สรรพนาม) : 앞에서 이미 이야기한 대상을 가리키는 말.
เรื่องนั้น, อันนั้น, สิ่งนั้น
คำที่บ่งชี้ถึงเป้าหมายที่พูดถึงแล้วในก่อนหน้า

• ㄹ로 : 어떤 일의 수단이나 도구를 나타내는 조사.
โดย..., ด้วย...
คำชี้ที่แสดงอุปกรณ์หรือวิธีการของงานใด ๆ

• **딸아이** (คำนาม) : 남에게 자기 딸을 이르는 말.
ลูกสาว(เด็กเล็ก)
คำเรียกลูกสาวของตนเองให้ผู้อื่นฟัง

• **피아노** (คำนาม) : 검은색과 흰색 건반을 손가락으로 두드리거나 눌러서 소리를 내는 큰 악기.
เปียโน
เครื่องดนตรีขนาดใหญ่ที่ทำให้เกิดเสียงโดยกดหรือดีดแป้นคีย์บอร์ดสีขาวและสีดำด้วยนิ้วมือ

• **사다** (คำกริยา) : 돈을 주고 어떤 물건이나 권리 등을 자기 것으로 만들다.
ซื้อ
ให้เงินไปแล้วทำให้สิ่งของหรือสิทธิบางอย่างมาเป็นของตนเอง

• -아 주다 : 남을 위해 앞의 말이 나타내는 행동을 함을 나타내는 표현.
ช่วย..., ช่วย...ให้
สำนวนที่แสดงว่าทำการกระทำที่ปรากฏในคำพูดข้างหน้าเพื่อผู้อื่น

- -려고 하다 : 앞의 말이 나타내는 행동을 할 의도나 의향이 있음을 나타내는 표현.
  ตั้งใจว่าจะ..., อยากที่จะ..., ว่าจะ..
  สำนวนที่แสดงเจตนาหรือความสนใจที่จะทำการกระทำที่ปรากฏในคำพูดข้างหน้า

- -여요 : (두루높임으로) 어떤 사실을 서술하거나 질문, 명령, 권유함을 나타내는 종결 어미.
  วิภัตติปัจจัยลงท้ายประโยคที่ใช้ในการยกย่องโดยทั่วไป
  (ใช้ในการยกย่องอย่างไม่เป็นทางการ)
  วิภัตติปัจจัยลงท้ายประโยคที่แสดงการบอกเล่า การถาม การสั่ง หรือการชักชวนเรื่องใด ๆ <การพูดตามลำดับ>

< 대화(สนทนา) > - 9

누가 책상을 치우라고 시켰어요?
누가 책상을 치우라고 시켜써요?
nuga chaeksangeul chiurago sikyeosseoyo?

제가 영수에게 치우게 했습니다.
제가 영수에게 치우게 핻씁니다.
jega yeongsuege chiuge haetseumnida.

< 설명(การอธิบาย) / 번역(การแปล) >

누(구)+가 책상+을 치우+라고 시키+었+어요?
누가 시켰어요

• **누구** (สรรพนาม) : 모르는 사람을 가리키는 말.
ใคร
คำที่ใช้เรียกคนที่ไม่รู้จัก

• 가 : 어떤 상태나 상황에 놓인 대상이나 동작의 주체를 나타내는 조사.
คำชี้ประธาน
คำชี้ที่ใช้แสดงสิ่งที่อยู่ในสถานการณ์หรือสภาพใด ๆ หรือผู้ที่เป็นประธานของอากัปกริยา

• **책상** (คำนาม) : 책을 읽거나 글을 쓰거나 사무를 볼 때 앞에 놓고 쓰는 상.
โต๊ะหนังสือ, โต๊ะเขียนหนังสือ, โต๊ะทำงาน
โต๊ะที่วางไว้อยู่หน้าด้านใช้เมื่ออ่านหนังสือ เขียนหนังสือหรือทำงาน

• 을 : 동작이 직접적으로 영향을 미치는 대상을 나타내는 조사.
ไม่พบคำแปล
คำชี้ที่แสดงเป้าหมายที่การกระทำส่งผลกระทบโดยตรง

• **치우다** (คำกริยา) : 물건을 다른 데로 옮기다.
เคลื่อนย้าย, เก็บ
ย้ายสิ่งของไปยังที่อื่น

• -라고 : 다른 사람에게 들은 명령이나 권유 등의 내용을 간접적으로 전할 때 쓰는 표현.
บอกว่าให้...
สำนวนที่ใช้เมื่อถ่ายทอดเนื้อความ เช่น คำสั่งหรือคำแนะนำ เป็นต้นซึ่งได้ยินมาจากผู้อื่นทางอ้อม

• **시키다** (คำกริยา) : 어떤 일이나 행동을 하게 하다.
สั่ง, สั่งให้ทำ
สั่งให้ทำงานหรือกระทำสิ่งใด ๆ

• -었- : 사건이 과거에 일어났음을 나타내는 어미.
...แล้ว(อดีตกาล)
วิภัตติปัจจัยที่แสดงว่าเหตุการณ์ได้เกิดขึ้นในอดีต

• -어요 : (두루높임으로) 어떤 사실을 서술하거나 질문, 명령, 권유함을 나타내는 종결 어미.
วิภัตติปัจจัยลงท้ายประโยคที่ใช้ในการยกย่องโดยทั่วไป
(ใช้ในการยกย่องอย่างไม่เป็นทางการ)
วิภัตติปัจจัยลงท้ายประโยคที่แสดงการบอกเล่า การถาม การสั่ง หรือการชักชวนเรื่องใด ๆ <คำถาม>

제+가 영수+에게 치우+[게 하]+였+습니다.

치우게 했습니다

• **제** (สรรพนาม) : 말하는 사람이 자신을 낮추어 가리키는 말인 '저'에 조사 '가'가 붙을 때의 형태.
ดิฉัน, ผม, กระผม
รูปที่คำชี้ "가" ตามหลังคำว่า "저" ซึ่งเป็นคำที่ผู้พูดชี้ถึงตนเองอย่างถ่อมตัว

• 가 : 어떤 상태나 상황에 놓인 대상이나 동작의 주체를 나타내는 조사.
คำชี้ประธาน
คำชี้ที่ใช้แสดงสิ่งที่อยู่ในสถานการณ์หรือสภาพใด ๆ หรือผู้ที่เป็นประธานของอากัปกริยา

• **영수** (คำนาม) : ชื่อ

• 에게 : 어떤 행동이 미치는 대상임을 나타내는 조사.
แก่, ให้แก่, ให้, ถึง
คำชี้ที่แสดงว่าเป็นเป้าหมายที่การกระทำใด ๆ มีผลต่อ

• **치우다** (คำกริยา) : 물건을 다른 데로 옮기다.
เคลื่อนย้าย, เก็บ
ย้ายสิ่งของไปยังที่อื่น

• -게 하다 : 남에게 어떤 행동을 하도록 시키거나 물건이 어떤 작동을 하게 만듦을 나타내는 표현.
ทำให้...
สำนวนที่แสดงการสั่งให้ผู้อื่นกระทำการใดๆหรือทำให้สิ่งของขับเคลื่อนใดๆ

• -였- : 사건이 과거에 일어났음을 나타내는 어미.
...แล้ว(อดีตกาล)
วิภัตติปัจจัยที่แสดงว่าเหตุการณ์ได้เกิดขึ้นในอดีต

• -습니다 : (아주높임으로) 현재의 동작이나 상태, 사실을 정중하게 설명함을 나타내는 종결 어미.
วิภัตติปัจจัยลงท้ายประโยคบอกเล่าที่ใช้ในระดับภาษาที่สุภาพมาก
(ใช้ในการยกย่องอย่างมากและเป็นทางการ)วิภัตติปัจจัยลงท้ายประโยคที่แสดงการอธิบายถึงอากัปกิริยา   สภาพ   หรือข้อเท็จจริงใด
ๆ ในปัจจุบันอย่างสุภาพนอบน้อม

< 대화(สนทนา) > - 10

어머니가 아직도 여행을 못 가게 하셔?
어머니가 아직또 여행을 몯 가게 하셔?
eomeoniga ajikdo yeohaengeul mot gage hasyeo?

응. 끝까지 허락을 안 해 주실 모양이야.
응. 끋까지 허라글 안 해 주실 모양이야.
eung. kkeutkkaji heorageul an hae jusil moyangiya.

< 설명(การอธิบาย) / 번역(การแปล) >

어머니+가 아직+도 여행+을 못 가+[게 하]+시+어?
가게 하셔

• **어머니** (คำนาม) : 자기를 낳아 준 여자를 이르거나 부르는 말.
ออมอนี : แม่; มารดา
คำที่กล่าวถึงหรือเรียกผู้หญิงที่ให้กำเนิดตนเอง

• 가 : 어떤 상태나 상황에 놓인 대상이나 동작의 주체를 나타내는 조사.
คำชี้ประธาน
คำชี้ที่ใช้แสดงสิ่งที่อยู่ในสถานการณ์หรือสภาพใด ๆ หรือผู้ที่เป็นประธานของอากัปกริยา

• **아직** (คำวิเศษณ์) : 어떤 일이나 상태 또는 어떻게 되기까지 시간이 더 지나야 함을 나타내거나, 어떤 일이나 상태가 끝나지 않고 계속 이어지고 있음을 나타내는 말.
ยัง, ยัง...อยู่
คำที่แสดงถึงว่างานหรือสภาพใดๆ ต้องผ่านเวลาไปอีกต่อไปจนกว่าจะเป็นอย่างไร หรือการที่งานหรือสภาพใดๆ ยังดำเนินต่อไปอยู่โดยไม่จบสิ้น

• 도 : 놀라움, 감탄, 실망 등의 감정을 강조함을 나타내는 조사.
ก็...ด้วยแหละ, ก็...ด้วย
คำชี้ที่แสดงการเน้นย้ำความรู้สึกของการตกใจ การอุทาน ความผิดหวัง เป็นต้น

• **여행** (คำนาม) : 집을 떠나 다른 지역이나 외국을 두루 구경하며 다니는 일.
การท่องเที่ยว, การไปเที่ยว, การเดินทาง
การออกจากบ้านไปยังพื้นที่อื่น ๆ หรือต่างประเทศเพื่อเดินทางเที่ยวชมโดยทั่ว

• 을 : 그 행동의 목적이 되는 일을 나타내는 조사.
ไม่พบคำแปล
คำชี้ที่แสดงเรื่องที่เป็นวัตถุประสงค์ของการกระทำนั้น

• **못** (คำวิเศษณ์) : 동사가 나타내는 동작을 할 수 없게.
...ไม่ได้, ทำไม่ได้
กริยาไม่สามามารถแสดงการเคลื่อนไหวได้

• **가다** (คำกริยา) : 어떤 목적을 가지고 일정한 곳으로 움직이다.
ไป
มีวัตถุประสงค์ใด ๆ และเคลื่อนที่ไปตามสถานที่ที่กำหนด

• -게 하다 : 다른 사람의 어떤 행동을 허용하거나 허락함을 나타내는 표현.
ให้...
สำนวนที่แสดงการอนุญาตหรือยินยอมให้ผู้อื่นทำการกระทำการใดๆ

• -시- : 어떤 동작이나 상태의 주체를 높이는 뜻을 나타내는 어미.
วิภัตติปัจจัยที่แสดงการยกย่องประธานในประโยค
วิภัตติปัจจัยที่ใช้แสดงความหมายซึ่งยกย่องประธานของอาการกิริยาหรือสภาพใด ๆ

• -어 : (두루낮춤으로) 어떤 사실을 서술하거나 물음, 명령, 권유를 나타내는 종결 어미.
วิภัตติปัจจัยลงท้ายประโยคที่ใช้ในการลดระดับภาษาโดยทั่วไป
(ใช้ในการลดระดับอย่างไม่เป็นทางการ)วิภัตติปัจจัยลงท้ายประโยคที่แสดงการบอกเล่าข้อเท็จจริงใด ๆ หรือการถาม การสั่ง หรือการชักชวน <คำถาม>

응.

끝+까지 허락+을 안 하+[여 주]+시+[ㄹ 모양이]+야.

해 주실 모양이야

• **응** (คำอุทาน) : 상대방의 물음이나 명령 등에 긍정하여 대답할 때 쓰는 말.
เออ, อือ
คำตอบรับเมื่อฝ่ายตรงข้ามถามหรือสั่งให้ทำ

• **끝** (คำนาม) : 시간에서의 마지막 때.
สุดท้าย, ท้ายสุด, จบ, ที่สุด, ปลาย, เสร็จสิ้น
ช่วงสุดท้ายในเวลา

• 까지 : 어떤 범위의 끝임을 나타내는 조사.
จน, จนถึง, จนกระทั่งถึง
คำชี้ที่แสดงถึงการสิ้นสุดของขอบเขตใดๆ

- **허락** (คำนาม) : 요청하는 일을 하도록 들어줌.
  การอนุญาต, การยินยอม, การอนุมัติ, การตกลง, การเห็นชอบ, การเห็นด้วย
  การรับฟังให้ทำงานที่ขอร้องได้

- 을 : 동작이 직접적으로 영향을 미치는 대상을 나타내는 조사.
  ไม่พบคำแปล
  คำชี้ที่แสดงเป้าหมายที่การกระทำส่งผลกระทบโดยตรง

- **안** (คำวิเศษณ์) : 부정이나 반대의 뜻을 나타내는 말.
  ไม่
  คำที่แสดงความหมายถึงการปฏิเสธหรือการต่อต้าน

- **하다** (คำกริยา) : 어떤 행동이나 동작, 활동 등을 행하다.
  ทำ
  ทำกิจกรรม การเคลื่อนไหว หรือพฤติกรรมใด ๆ เป็นต้น

- -여 주다 : 남을 위해 앞의 말이 나타내는 행동을 함을 나타내는 표현.
  ช่วย..., ช่วย...ให้
  สำนวนที่แสดงว่าทำการกระทำที่ปรากฏในคำพูดข้างหน้าเพื่อผู้อื่น

- -시- : 어떤 동작이나 상태의 주체를 높이는 뜻을 나타내는 어미.
  วิภัตติปัจจัยที่แสดงการยกย่องประธานในประโยค
  วิภัตติปัจจัยที่ใช้แสดงความหมายซึ่งยกย่องประธานของอาการกริยาหรือสภาพใด ๆ

- -ㄹ 모양이다 : 다른 사실이나 상황으로 보아 앞으로 어떤 일이 일어나거나 어떤 상태일 것이라고 추측함을 나타내는 표현.
  ดูเหมือนว่าจะ..., ดูเหมือน..., คงจะ..
  สำนวนที่แสดงการคาดคะเนว่าน่าจะเป็นสภาพใด ๆ หรือเรื่องใด ๆ อาจจะเกิดขึ้น ซึ่งโดยดูจากข้อเท็จจริงหรือสถานการณ์อื่นๆ

- -야 : (두루낮춤으로) 어떤 사실에 대하여 서술하거나 물음을 나타내는 종결 어미.
  วิภัตติปัจจัยลงท้ายประโยคที่ใช้ในการลดระดับภาษาโดยทั่วไป
  (ใช้ในการลดระดับอย่างไม่เป็นทางการ)
  วิภัตติปัจจัยลงท้ายประโยคที่แสดงการบอกเล่าหรือการถามเกี่ยวกับข้อเท็จจริงใด ๆ <การพูดตามลำดับ>

< 대화(สนทนา) > - 11

할머니는 집에 계세요?
할머니는 지베 계세요(게세요)?
halmeonineun jibe gyeseyo(geseyo)?

응. 그런데 주무시고 계시니 깨우지 말고 좀 기다려.
응. 그런데 주무시고 계시니(게시니) 깨우지 말고 좀 기다려.
eung. geureonde jumusigo gyesini(gesini) kkaeuji malgo jom gidaryeo.

< 설명(การอธิบาย) / 번역(การแปล) >

할머니+는 집+에 계시+어요?
계세요

• **할머니** (คำนาม) : 아버지의 어머니, 또는 어머니의 어머니를 이르거나 부르는 말.
ฮัลมอนี : ย่า; ยาย
คำที่กล่าวถึงหรือเรียกแม่ของพ่อหรือแม่ของแม่'

• 는 : 문장 속에서 어떤 대상이 화제임을 나타내는 조사.
...นั้น
คำชี้ที่แสดงว่าเป้าหมายใดๆเป็นหัวเรื่องในประโยค

• **집** (คำนาม) : 사람이나 동물이 추위나 더위 등을 막고 그 속에 들어 살기 위해 지은 건물.
บ้าน, ที่อยู่อาศัย
อาคารที่สร้างขึ้นเพื่อคนหรือสัตว์ป้องกันความหนาวหรือความร้อน เป็นต้น และอยู่อาศัยได้ภายในนั้น

• 에 : 앞말이 어떤 장소나 자리임을 나타내는 조사.
ที่...
คำชี้ที่แสดงว่าคำพูดข้างหน้าเป็นตำแหน่งหรือสถานที่ใด ๆ

• **계시다** (คำกริยา) : (높임말로) 높은 분이나 어른이 어느 곳에 있다.
อยู่'
(คำยกย่อง) ผู้อาวุโสหรือผู้ที่มีตำแหน่งสูงอยู่ในสถานที่ใดๆ

• -어요 : (두루높임으로) 어떤 사실을 서술하거나 질문, 명령, 권유함을 나타내는 종결 어미.
วิภัตติปัจจัยลงท้ายประโยคที่ใช้ในการยกย่องโดยทั่วไป
(ใช้ในการยกย่องอย่างไม่เป็นทางการ)
วิภัตติปัจจัยลงท้ายประโยคที่แสดงการบอกเล่า การถาม การสั่ง หรือการชักชวนเรื่องใด ๆ <คำถาม>

응.

그런데 주무시+[고 계시]+니 깨우+[지 말]+고 좀 기다리+어.
기다려

• **응** (คำอุทาน) : 상대방의 물음이나 명령 등에 긍정하여 대답할 때 쓰는 말.
เออ, อือ
คำตอบรับเมื่อฝ่ายตรงข้ามถามหรือสั่งให้ทำ

• **그런데** (คำวิเศษณ์) : 이야기를 앞의 내용과 관련시키면서 다른 방향으로 바꿀 때 쓰는 말.
แต่, แต่ว่า
คำที่ใช้ตอนเปลี่ยนทิศทางไปยังทิศทางอื่นโดยที่ทำให้เนื้อเรื่องมีสัมพันธ์กับเนื้อหาข้างหน้า

• **주무시다** (คำกริยา) : (높임말로) 자다.
นอน, นอนหลับ
(คำยกย่อง) นอน

• -고 계시다 : (높임말로) 앞의 말이 나타내는 행동이 계속 진행됨을 나타내는 표현.
กำลัง...อยู่
(คำยกย่อง) สำนวนที่แสดงว่าการกระทำที่คำพูดข้างหน้าแสดงไว้นั้นดำเนินอย่างต่อเนื่อง

• -니 : 뒤에 오는 말에 대하여 앞에 오는 말이 원인이나 근거, 전제가 됨을 나타내는 연결 어미.
เพราะ..., เพราะว่า...
วิภัตติปัจจัยเชื่อมระหว่างประโยคที่แสดงว่าคำพูดในประโยคหน้าเป็นเหตุผล สาเหตุหรือเงื่อนไขเกี่ยวกับคำพูดในประโยคหลัง

• **깨우다** (คำกริยา) : 잠들거나 취한 상태 등에서 벗어나 온전한 정신 상태로 돌아오게 하다.
ทำให้ตื่น, ปลุก
ทำให้กลับมาสู่สภาพปกติที่สมบูรณ์หรือหลุดออกจากสภาพเมาหรือง่วงนอน เป็นต้น

• -지 말다 : 앞의 말이 나타내는 행동을 하지 못하게 함을 나타내는 표현.
อย่า...
สำนวนที่ใช้แสดงการไม่สามารถทำการกระทำที่ปรากฏในคำพูดข้างหน้าได้

• -고 : 앞의 말과 뒤의 말이 차례대로 일어남을 나타내는 연결 어미.
...แล้ว...
วิภัตติปัจจัยเชื่อมระหว่างประโยคที่แสดงการเกิดคำพูดในประโยคหน้าและประโยคหลังตามลำดับ

• **좀** (คำวิเศษณ์) : 시간이 짧게.
หน่อย, เล็กน้อย
อย่างเวลาสั้น ๆ

• **기다리다** (คำกริยา) : 사람, 때가 오거나 어떤 일이 이루어질 때까지 시간을 보내다.
  รอ, รอคอย
  รอเวลาให้คนหรือโอกาสมา หรือจนกว่างานใดงานหนึ่งจะสำเร็จลุล่วง

• **-어** : (두루낮춤으로) 어떤 사실을 서술하거나 물음, 명령, 권유를 나타내는 종결 어미.
  วิภัตติปัจจัยลงท้ายประโยคที่ใช้ในการลดระดับภาษาโดยทั่วไป
  (ใช้ในการลดระดับอย่างไม่เป็นทางการ) วิภัตติปัจจัยลงท้ายประโยคที่แสดงการบอกเล่าข้อเท็จจริงใด ๆ หรือการถาม การสั่ง
  หรือการชักชวน <คำสั่ง>

< 대화(สนทนา) > - 12

여기서 산 가방을 환불하고 싶은데 어떻게 하면 되나요?
여기서 산 가방을 환불하고 시픈데 어떠케 하면 되나요?
yeogiseo san gabangeul hwanbulhago sipeunde eotteoke hamyeon doenayo?

네, 손님. 영수증은 가지고 계신가요?
네, 손님. 영수증은 가지고 계신가요(게신가요)?
ne, sonnim. yeongsujeungeun gajigo gyesingayo(gesingayo)?

< 설명(การอธิบาย) / 번역(การแปล) >

여기+서 사+ㄴ 가방+을 환불하+[고 싶]+은데 어떻게 하+[면 되]+나요?
산

• **여기** (สรรพนาม) : 말하는 사람에게 가까운 곳을 가리키는 말.
ที่นี่, ที่นี่, ตรงนี้
คำที่ใช้เรียกสถานที่ที่อยู่ใกล้ตัวผู้พูด

• 서 : 앞말이 행동이 이루어지고 있는 장소임을 나타내는 조사.
ที่...
คำชี้ที่แสดงว่าคำพูดข้างหน้าเป็นสถานที่ที่การกระทำดำเนินอยู่

• **사다** (คำกริยา) : 돈을 주고 어떤 물건이나 권리 등을 자기 것으로 만들다.
ซื้อ
ให้เงินไปแล้วทำให้สิ่งของหรือสิทธิ์บางอย่างมาเป็นของตนเอง

• -ㄴ : 앞의 말이 관형어의 기능을 하게 만들고 사건이나 동작이 과거에 일어났음을 나타내는 어미.
ที่..., ...มา
วิภัตติปัจจัยที่แสดงการที่ทำให้คำพูดข้างหน้าทำหน้าที่เป็นคุณศัพท์ขยายนามและเหตุการณ์หรืออากัปกิริยาเกิดได้ขึ้นในอดีตแล้ว

• **가방** (คำนาม) : 물건을 넣어 손에 들거나 어깨에 멜 수 있게 만든 것.
กระเป๋า
สิ่งที่ทำขึ้นสำหรับใส่สิ่งของแล้วถือหรือสะพายได้

• 을 : 동작이 직접적으로 영향을 미치는 대상을 나타내는 조사.
ไม่พบคำแปล
คำชี้ที่แสดงเป้าหมายที่การกระทำส่งผลกระทบโดยตรง

• **환불하다** (คำกริยา) : 이미 낸 돈을 되돌려주다.
คืนเงินกลับ, จ่ายเงินคืน
คืนเงินที่จ่ายไปแล้ว

• -고 싶다 : 앞의 말이 나타내는 행동을 하기를 원함을 나타내는 표현.
อยาก..., ต้องการ...
สำนวนที่แสดงความต้องการที่จะกระทำสิ่งที่ปรากฏในคำพูดข้างหน้า

• -은데 : 뒤의 말을 하기 위하여 그 대상과 관련이 있는 상황을 미리 말함을 나타내는 연결 어미.
...แล้ว..., ...แต่...
วิภัตติปัจจัยเชื่อมระหว่างประโยคที่แสดงการพูดสถานการณ์ที่เกี่ยวกับเป้าหมายนั้น ๆ ไว้ล่วงหน้าเพื่อที่จะพูดต่อเนื่อง

• **어떻게** (คำวิเศษณ์) : 어떤 방법으로. 또는 어떤 방식으로.
อย่างไร
ด้วยวิธีการใดๆ หรือหนทางใดๆ

• **하다** (คำกริยา) : 어떤 방식으로 행위를 이루다.
ทำ, ปฏิบัติ
ปฏิบัติในรูปแบบใด ๆ

• -면 되다 : 조건이 되는 어떤 행동을 하거나 어떤 상태만 갖추어지면 문제가 없거나 충분함을 나타내는 표현.
ถ้า...ก็เพียงพอแล้วครับ(ค่ะ), ถ้า...ก็ได้แล้วครับ(ค่ะ), เพียงแค่...เท่านั้นครับ(ค่ะ)
สำนวนที่ใช้แสดงว่าหากเพียงทำการกระทำใดๆที่เป็นเงื่อนไขหรือมีสภาพใดๆพร้อมก็จะปราศจากปัญหาหรือมีความเพียงพอ

• -나요 : (두루높임으로) 앞의 내용에 대해 상대방에게 물어볼 때 쓰는 표현.
...หรือครับ(คะ), ...ไหมครับ(คะ)
(ใช้ในการยกย่องอย่างไม่เป็นทางการ) สำนวนที่ใช้เมื่อถามฝ่ายตรงข้ามเกี่ยวกับเนื้อหาข้างหน้า

네, 손님.

영수증+은 가지+[고 계시]+ㄴ가요?

가지고 계신가요

• **네** (คำอุทาน) : 윗사람의 물음이나 명령 등에 긍정하여 대답할 때 쓰는 말.
ค่ะ, ครับ
คำตอบรับเมื่อผู้ใหญ่ถามหรือสั่งให้ทำ

• **손님** (คำนาม) : (높임말로) 여관이나 음식점 등의 가게에 찾아온 사람.
แขก, ลูกค้า
(คำยกย่อง) คนที่มาเยือนยังร้านค้า เช่น ร้านอาหารหรือที่พักแรม เป็นต้น

- **영수증 (คำนาม)** : 돈이나 물건을 주고받은 사실이 적힌 종이.
  ใบเสร็จ, ใบเสร็จรับเงิน
  กระดาษที่บันทึกข้อเท็จจริงที่ให้และรับสิ่งของหรือเงิน

- **은** : 문장 속에서 어떤 대상이 화제임을 나타내는 조사.
  ตัวชี้หัวเรื่อง
  คำชี้ที่แสดงว่าเป้าหมายใด ๆ เป็นหัวข้อเรื่องในประโยค

- **가지다 (คำกริยา)** : 무엇을 손에 쥐거나 몸에 지니다.
  ถือ
  จับสิ่งใดที่มือหรือทำให้มีอยู่ที่ร่างกาย

- **-고 계시다** : (높임말로) 앞의 말이 나타내는 행동의 결과가 계속됨을 나타내는 표현.
  กำลัง...อยู่
  (คำยกย่อง) สำนวนที่แสดงว่าผลลัพท์ของการกระทำที่คำพูดข้างหน้าแสดงไว้นั้นยังเป็นอยู่อย่างต่อเนื่อง

- **-ㄴ가요** : (두루높임으로) 현재의 사실에 대한 물음을 나타내는 종결 어미.
  ...เหรอ, ...หรือ, ...หรือเปล่า
  (ใช้ในการยกย่องอย่างไม่เป็นทางการ) วิภัตติปัจจัยลงท้ายประโยคที่แสดงการถามเกี่ยวกับข้อเท็จจริงในปัจจุบัน

< 대화(สนทนา) > - 13

숙제는 다 하고 나서 놀아라.
숙쩨는 다 하고 나서 노라라.
sukjeneun da hago naseo norara.

벌써 다 했어요. 저 놀다 올게요.
벌써 다 해써요. 저 놀다 올께요.
beolsseo da haesseoyo. jeo nolda olgeyo.

< 설명(การอธิบาย) / 번역(การแปล) >

숙제+는 다 하+[고 나]+(아)서 놀+아라.
하고 나서

• **숙제** (คำนาม) : 학생들에게 복습이나 예습을 위하여 수업 후에 하도록 내 주는 과제.
การบ้าน
งานที่สั่งให้แก่นักเรียนทำหลังจากเลิกเรียน เพื่อให้เป็นการทบทวนหรือการเตรียมบทเรียน

• 는 : 문장 속에서 어떤 대상이 화제임을 나타내는 조사.
...นั้น
คำชี้ที่แสดงว่าเป้าหมายใดๆเป็นหัวเรื่องในประโยค

• **다** (คำวิเศษณ์) : 남거나 빠진 것이 없이 모두.
ทั้งหมด, ไม่เหลือ
ทั้งหมดโดยที่ไม่ขาดหายหรือไม่เหลือ

• **하다** (คำกริยา) : 어떤 행동이나 동작, 활동 등을 행하다.
ทำ
ทำกิจกรรม การเคลื่อนไหว หรือพฤติกรรมใด ๆ เป็นต้น

• -고 나다 : 앞에 오는 말이 나타내는 행동이 끝났음을 나타내는 표현.
(ประโยคหลัง)หลังจากที่(ประโยคหน้า), พอ...แล้ว ก็...
สำนวนที่แสดงการสิ้นสุดของการกระทำที่ปรากฏออกมาในคำพูดข้างหน้า

• -아서 : 앞의 말과 뒤의 말이 순차적으로 일어남을 나타내는 연결 어미.
แล้ว..., แล้วก็..., และ..
วิภัตติปัจจัยเชื่อมระหว่างประโยคที่แสดงการที่คำพูดในประโยคหน้าและประโยคหลังเกิดขึ้นตามลำดับ

• **놀다** (คำกริยา) : 놀이 등을 하면서 재미있고 즐겁게 지내다.
เล่น, เที่ยวเล่น
ทำการสันทนาการ เป็นต้น และใช้เวลาอย่างสนุกและเพลิดเพลิน

• -아라 : (아주낮춤으로) 명령을 나타내는 종결 어미.
จง..., ให้..., ...นะ, ...สิ
(ใช้ในการลดระดับอย่างมากและเป็นทางการ) วิภัตติปัจจัยลงท้ายประโยคที่แสดงการสั่ง

벌써 다 하+였+어요.
했어요

저 놀+다 오+ㄹ게요.
올게요

• **벌써** (คำวิเศษณ์) : 이미 오래전에.
ก่อน, ก่อนนานแล้ว
ก่อนนานแล้ว

• **다** (คำวิเศษณ์) : 남거나 빠진 것이 없이 모두.
ทั้งหมด, ไม่เหลือ
ทั้งหมดโดยที่ไม่ขาดหายหรือไม่เหลือ

• **하다** (คำกริยา) : 어떤 행동이나 동작, 활동 등을 행하다.
ทำ
ทำกิจกรรม การเคลื่อนไหว หรือพฤติกรรมใด ๆ เป็นต้น

• -였- : 어떤 사건이 과거에 완료되었거나 그 사건의 결과가 현재까지 지속되는 상황을 나타내는 어미.
...แล้ว(อดีตกาล), ยังคง...(อดีตกาล)
วิภัตติปัจจัยที่แสดงว่าเหตุการณ์ใดๆเสร็จสมบูรณ์ไปแล้วในอดีตหรือแสดงสถานการณ์ที่ผลลัพธ์ของเหตุการณ์ดังกล่าวต่อเนื่องจนถึงปัจจุบัน

• -어요 : (두루높임으로) 어떤 사실을 서술하거나 질문, 명령, 권유함을 나타내는 종결 어미.
วิภัตติปัจจัยลงท้ายประโยคที่ใช้ในการยกย่องโดยทั่วไป
(ใช้ในการยกย่องอย่างไม่เป็นทางการ)
วิภัตติปัจจัยลงท้ายประโยคที่แสดงการบอกเล่า การถาม การสั่ง หรือการชักชวนเรื่องใด ๆ <การพูดตามลำดับ>

• **저** (สรรพนาม) : 말하는 사람이 듣는 사람에게 자신을 낮추어 가리키는 말.
ดิฉัน, ผม, กระผม
คำที่ผู้พูดบ่งชี้ตนเองโดยลดฐานะให้ต่ำลงต่อผู้ฟัง

• **놀다** (คำกริยา) : 놀이 등을 하면서 재미있고 즐겁게 지내다.
เล่น, เที่ยวเล่น
ทำการสันทนาการ เป็นต้น และใช้เวลาอย่างสนุกและเพลิดเพลิน

• -다 : 어떤 행동이나 상태 등이 중단되고 다른 행동이나 상태로 바뀜을 나타내는 연결 어미.
แล้ว..., แล้วก็..., ...ก็...
วิภัตติปัจจัยเชื่อมระหว่างประโยคที่แสดงการกระทำหรือสภาพใด ๆ เป็นต้น ถูกหยุดชะงักและเปลี่ยนเป็นการกระทำหรือสภาพอื่น

• **오다** (คำกริยา) : 무엇이 다른 곳에서 이곳으로 움직이다.
มา
สิ่งใดเคลื่อนไหวจากที่หนึ่งไปยังอีกที่

• -ㄹ게요 : (두루높임으로) 말하는 사람이 어떤 행동을 할 것을 듣는 사람에게 약속하거나 의지를 나타내는 표현.
จะ...ครับ(ค่ะ), จะ...นะครับ(คะ), จะ...เองครับ(ค่ะ)
(ใช้ในการยกย่องอย่างไม่เป็นทางการ) วิภัตติปัจจัยลงท้ายประโยคที่แสดงการที่ผู้พูดบอกกับผู้ฟังให้ทราบหรือสัญญาว่าจะทำสิ่งใดๆ

< 대화(สนทนา) > - 14

이번 달리기 대회에서 시우가 일 등 할 줄 알았는데.
이번 달리기 대회에서 시우가 일 등 할 쭐 아란는데.
ibeon dalligi daehoeeseo siuga il deung hal jul aranneunde.

그러게, 너무 욕심을 부리다 넘어지고 만 거지.
그러게, 너무 욕씨믈 부리다 너머지고 만 거지.
geureoge, neomu yoksimeul burida neomeojigo man geoji.

< 설명(การอธิบาย) / 번역(การแปล) >

이번 달리기 대회+에서 시우+가 일 등 하+[ㄹ 줄] 알+았+는데.
할 줄

- **이번** (คำนาม) : 곧 돌아올 차례. 또는 막 지나간 차례.
  ครั้งนี้, คราวนี้, หนนี้
  ลำดับที่กำลังจะมาถึง หรือลำดับที่เพิ่งผ่านพ้นไป

- **달리기** (คำนาม) : 일정한 거리를 누가 빨리 뛰는지 겨루는 경기.
  การวิ่งแข่ง
  การแข่งขันวัดว่าผู้ใดวิ่งได้เร็วตามระยะทางที่กำหนด

- **대회** (คำนาม) : 여러 사람이 실력이나 기술을 겨루는 행사.
  การแข่งขัน, การประกวด
  งานที่คนหลาย ๆ คนแข่งขันความสามารถหรือฝีมือ

- **에서** : 앞말이 행동이 이루어지고 있는 장소임을 나타내는 조사.
  ที่...
  คำชี้ที่แสดงว่าคำพูดข้างหน้าเป็นสถานที่ที่การกระทำบรรลุผล

- **시우** (คำนาม) : ชื่อ

- **가** : 어떤 상태나 상황에 놓인 대상이나 동작의 주체를 나타내는 조사.
  คำชี้ประธาน
  คำชี้ที่ใช้แสดงสิ่งที่อยู่ในสถานการณ์หรือสภาพใด ๆ หรือผู้ที่เป็นประธานของอากัปกริยา

• **일** (คุณศัพท์) : 첫 번째의.
  ที่หนึ่ง, ลำดับที่หนึ่ง
  ที่เป็นลำดับที่หนึ่ง

• **등** (คำนาม) : 등급이나 등수를 나타내는 단위.
  ลำดับที่, ตำแหน่งที่
  หน่วยแสดงถึงระดับหรือลำดับที่

• **하다** (คำกริยา) : 어떠한 결과를 이루어 내다.
  ทำ, ประสบผล, เป็น, ได้
  ทำให้บรรลุผลใด ๆ ออกมา

• **-ㄹ 줄** : 어떤 사실이나 상태에 대해 알고 있거나 모르고 있음을 나타내는 표현.
  (รู้)ว่า..., (ไม่รู้)ว่า..., (รู้)ว่าจะ.., (ไม่รู้)ว่าจะ..
  สำนวนที่แสดงการที่รู้หรือไม่รู้เกี่ยวกับสภาพหรือข้อเท็จจริงใด ๆ อยู่แล้ว

• **알다** (คำกริยา) : 어떤 사실을 그러하다고 여기거나 생각하다.
  คิดว่า, ถือว่า, นับว่า
  คิดหรือถือว่าความจริงใดๆเป็นอย่างนั้น

• **-았-** : 사건이 과거에 일어났음을 나타내는 어미.
  ...แล้ว(อดีตกาล)
  วิภัตติปัจจัยที่แสดงว่าเหตุการณ์เกิดขึ้นในอดีต

• **-는데** : (두루낮춤으로) 듣는 사람의 반응을 기대하며 어떤 일에 대해 감탄함을 나타내는 종결 어미.
  ...นะ
  (ใช้ในการลดระดับอย่างไม่เป็นทางการ)วิภัตติปัจจัยลงท้ายประโยคที่แสดงความประหลาดใจในเรื่องใด ๆ
  โดยคาดหวังในปฏิกิริยาของผู้ฟัง

그러게, 너무 욕심+을 부리+다 넘어지+[고 말(마)]+[ㄴ 것(거)]+(이)+지.

넘어지고 만 거지

• **그러게** (คำอุทาน) : 상대방의 말에 찬성하거나 동의하는 뜻을 나타낼 때 쓰는 말.
  นั่นสิ
  คำที่ใช้เมื่อต้องการแสดงความเห็นด้วยหรือสนับสนุนคำพูดของคู่สนทนา

• **너무** (คำวิเศษณ์) : 일정한 정도나 한계를 훨씬 넘어선 상태로.
  เกินไป, มากเกินไป, เหลือเกิน
  ด้วยสภาพที่เกินระดับหรือขอบเขตที่กำหนดเป็นอย่างมาก

• **욕심** (คำนาม) : 무엇을 지나치게 탐내거나 가지고 싶어 하는 마음.
  ความโลภ, ความละโมบ, ความปรารถนา, ความต้องการ, ความอยาก
  จิตใจที่ต้องการหรืออยากได้สิ่งใด ๆ มากเกินไป

- 을 : 동작이 직접적으로 영향을 미치는 대상을 나타내는 조사.

  ไม่พบคำแปล

  คำชี้ที่แสดงเป้าหมายที่การกระทำส่งผลกระทบโดยตรง

- **부리다** (คำกริยา) : 바람직하지 못한 행동이나 성질을 계속 드러내거나 보이다.

  แสดงพฤติกรรมที่ไม่เหมาะสม

  เปิดเผยหรือแสดงให้เห็นถึงพฤติกรรมหรือนิสัยที่ไม่เหมาะสมอย่างต่อเนื่อง

- -다 : 앞에 오는 말이 뒤에 오는 말의 원인이나 근거가 됨을 나타내는 연결 어미.

  เพราะ..จึง...

  วิภัตติปัจจัยเชื่อมระหว่างประโยคที่แสดงว่าคำพูดที่อยู่ข้างหน้าจะกลายเป็นเหตุผลหรือสาเหตุของคำพูดตามมาข้างหลัง

- **넘어지다** (คำกริยา) : 서 있던 사람이나 물체가 중심을 잃고 한쪽으로 기울어지며 쓰러지다.

  ล้มลง

  คนที่ยืนอยู่หรือวัตถุที่ตั้งอยู่เสียศูนย์ เอนไปทางด้านใดด้านหนึ่งแล้วล้มลง

- -고 말다 : 앞에 오는 말이 가리키는 행동이 안타깝게도 끝내 일어났음을 나타내는 표현.

  ในที่สุดก็..., ท้ายสุดก็..., ในที่สุด

  สำนวนที่แสดงว่าในที่สุดการกระทำที่คำพูดข้างหน้าชี้ไว้นั้นได้เกิดขึ้นอย่างน่าเสียดาย

- -ㄴ 것 : 명사가 아닌 것을 문장에서 명사처럼 쓰이게 하거나 '이다' 앞에 쓰일 수 있게 할 때 쓰는 표현.

  สิ่งที่...

  สำนวนที่ใช้เมื่อทำให้คำที่ไม่ใช่คำนามใช้เหมือนคำนามในประโยคหรือทำให้ใช้วางไว้หน้า '이다' ได้

- 이다 : 주어가 지시하는 대상의 속성이나 부류를 지정하는 뜻을 나타내는 서술격 조사.

  เป็น

  คำชี้ภาคแสดงการกที่แสดงความหมายที่กำหนดประเภทหรือคุณสมบัติของเป้าหมายที่ประธานบ่งชี้

- -지 : (두루낮춤으로) 말하는 사람이 자신에 대한 이야기나 자신의 생각을 친근하게 말할 때 쓰는 종결 어미.

  ...นะ

  (ใช้ในการลดระดับอย่างไม่เป็นทางการ)

  วิภัตติปัจจัยลงท้ายประโยคที่ใช้เมื่อผู้พูดพูดความคิดของตนเองหรือเรื่องราวเกี่ยวกับตนเองอย่างสนิทสนม

< 대화(สนทนา) > - 15

감독님, 저희 모두가 마지막 경기에 거는 기대가 큽니다.
감동님, 저히 모두가 마지막 경기에 거는 기대가 큼니다.
gamdongnim, jeohi moduga majimak gyeonggie geoneun gidaega keumnida.

네. 마지막 경기는 꼭 승리하고 말겠습니다.
네. 마지막 경기는 꼭 승니하고 말겐씀니다.
ne. majimak gyeonggineun kkok seungnihago malgetseumnida.

< 설명(การอธิบาย) / 번역(การแปล) >

감독+님, 저희 모두+가 마지막 경기+에 걸(거)+는 기대+가 크+ㅂ니다.
거는 큽니다

• **감독** (คำนาม) : 공연, 영화, 운동 경기 등에서 일의 전체를 지휘하며 책임지는 사람.
ผู้กำกับ
คนที่บังคับบัญชาและรับผิดชอบงานทั้งหมดในการแสดง ภาพยนตร์หรือการแข่งขันกีฬา เป็นต้น

• 님 : '높임'의 뜻을 더하는 접미사.
คุณ..., ท่าน...
ปัจจัยที่ใช้เพิ่มความหมายของคำว่า 'การยกย่อง'

• **저희** (สรรพนาม) : 말하는 사람이 자기보다 높은 사람에게 자기를 포함한 여러 사람들을 가리키는 말.
พวกเรา, พวกกระผม, พวกดิฉัน
คำที่บ่งชี้คนหลายคนแก่คนที่อยู่เหนือกว่าตนซึ่งรวมตัวเองเข้าไปด้วย

• **모두** (คำนาม) : 남거나 빠진 것이 없는 전체.
ทั้งหมด, ทุกคน, ทุกอย่าง
ทั้งหมดไม่มีสิ่งที่ตกหล่นหรือเหลือ

• 가 : 어떤 상태나 상황에 놓인 대상이나 동작의 주체를 나타내는 조사.
คำชี้ประธาน
คำชี้ที่ใช้แสดงสิ่งที่อยู่ในสถานการณ์หรือสภาพใด ๆ หรือผู้ที่เป็นประธานของอากัปกริยา

• **마지막** (คำนาม) : 시간이나 순서의 맨 끝.
สุดท้าย, ตอนสุดท้าย, วาระสุดท้าย, ครั้งสุดท้าย, อวสาน, ท้ายที่สุด
หลังสุดของลำดับหรือช่วงเวลา

• **경기** (คำนาม) : 운동이나 기술 등의 능력을 서로 겨룸.
การแข่ง, การแข่งขัน, การชิงชัย, การประกวด
การแข่งขันความสามารถทางด้านกีฬาหรือทักษะ เป็นต้น

• 에 : 앞말이 어떤 행위나 감정 등의 대상임을 나타내는 조사.
ต่อ..., ต่อการ..., กับ...
คำชี้ที่แสดงว่าคำพูดข้างหน้าเป็นเป้าหมายของความรู้สึกหรือการกระทำใด ๆ เป็นต้น

• **걸다** (คำกริยา) : 앞으로의 일에 대한 희망 등을 품거나 기대하다.
มี
มีความหวังหรือใฝ่ฝัน เป็นต้น เกี่ยวกับเรื่องในวันข้างหน้า

• -는 : 앞의 말이 관형어의 기능을 하게 만들고 사건이나 동작이 현재 일어남을 나타내는 어미.
...ที่...
วิภัตติปัจจัยที่แสดงการที่ทำให้คำพูดข้างหน้าทำหน้าที่เป็นคุณศัพท์ขยายนามและเหตุการณ์หรืออากัปกิริยาเกิดขึ้นในปัจจุบัน

• **기대** (คำนาม) : 어떤 일이 이루어지기를 바라며 기다림.
การเฝ้าคอย, ความหวัง, ความคาดหวัง, ความคาดหมาย
การปรารถนาและเฝ้ารอให้เกิดเรื่องใดๆ ขึ้นเป็นจริง

• 가 : 어떤 상태나 상황에 놓인 대상이나 동작의 주체를 나타내는 조사.
คำชี้ประธาน
คำชี้ที่ใช้แสดงสิ่งที่อยู่ในสถานการณ์หรือสภาพใด ๆ หรือผู้ที่เป็นประธานของอากัปกริยา

• **크다** (คำคุณศัพท์) : 어떤 일의 규모, 범위, 정도, 힘 등이 보통 수준을 넘다.
แข็งแรง, เข้มแข็ง, ใหญ่, ใหญ่ยิ่ง, มีอำนาจ, มีพลัง, มาก
ขนาด ขอบเขต ระดับ กำลัง เป็นต้น ของงานใด ๆ เกินกว่าระดับปกติ

• -ㅂ니다 : (아주높임으로) 현재의 동작이나 상태, 사실을 정중하게 설명함을 나타내는 종결 어미.
...ครับ(คะ)
(ใช้ในการยกย่องอย่างมากและเป็นทางการ)วิภัตติปัจจัยลงท้ายประโยคที่แสดงการอธิบายถึงอากัปกิริยา สภาพ
หรือข้อเท็จจริงใด ๆ ในปัจจุบันอย่างสุภาพเรียบร้อย

네.

마지막 경기+는 꼭 승리하+[고 말]+겠+습니다.

• **네** (คำอุทาน) : 윗사람의 물음이나 명령 등에 긍정하여 대답할 때 쓰는 말.
ค่ะ ครับ
คำตอบรับเมื่อผู้ใหญ่ถามหรือสั่งให้ทำ

- **마지막** (คำนาม) : 시간이나 순서의 맨 끝.
  สุดท้าย, ตอนสุดท้าย, วาระสุดท้าย, ครั้งสุดท้าย, อวสาน, ท้ายที่สุด
  หลังสุดของลำดับหรือช่วงเวลา

- **경기** (คำนาม) : 운동이나 기술 등의 능력을 서로 겨룸.
  การแข่ง, การแข่งขัน, การชิงชัย, การประกวด
  การแข่งขันความสามารถทางด้านกีฬาหรือทักษะ เป็นต้น

- **는** : 문장 속에서 어떤 대상이 화제임을 나타내는 조사.
  ...นั้น
  คำชี้ที่แสดงว่าเป้าหมายใดๆเป็นหัวเรื่องในประโยค

- **꼭** (คำวิเศษณ์) : 어떤 일이 있어도 반드시.
  อย่างแน่นอน, ทีเดียว, ต้อง...ให้ได้, ด้วยวิธีใดก็ตาม
  ถึงแม้ว่าจะมีเรื่องใดก็ตามก็ต้อง

- **승리하다** (คำกริยา) : 전쟁이나 경기 등에서 이기다.
  ชนะ, มีชัย, ได้รับชัยชนะ
  ชัยชนะในสงครามหรือการแข่งขัน เป็นต้น

- **-고 말다** : 앞에 오는 말이 가리키는 일을 이루고자 하는 말하는 사람의 강한 의지를 나타내는 표현.
  ...ให้ได้
  สำนวนที่แสดงความตั้งใจที่แน่วแน่ของผู้พูด ซึ่งพูดที่จะบรรลุลุล่วงในเรื่องที่คำพูดข้างหน้าแสดงไว้

- **-겠-** : 말하는 사람의 의지를 나타내는 어미.
  จะ...
  วิภัตติปัจจัยที่แสดงความตั้งใจของผู้พูด

- **-습니다** : (아주높임으로) 현재의 동작이나 상태, 사실을 정중하게 설명함을 나타내는 종결 어미.
  วิภัตติปัจจัยลงท้ายประโยคบอกเล่าที่ใช้ในระดับภาษาที่สุภาพมาก
  (ใช้ในการยกย่องอย่างมากและเป็นทางการ)วิภัตติปัจจัยลงท้ายประโยคที่แสดงการอธิบายถึงอากัปกิริยา สภาพ
  หรือข้อเท็จจริงใด ๆ ในปัจจุบันอย่างสุภาพนอบน้อม

< 대화(สนทนา) > - 16

시간이 지나고 보니 모든 순간이 다 소중한 것 같아.
시가니 지나고 보니 모든 순가니 다 소중한 걷 가타.
sigani jinago boni modeun sungani da sojunghan geot gata.

무슨 일 있어? 갑자기 왜 그런 말을 해?
무슨 일 이써? 갑짜기 왜 그런 마를 해?
museun il isseo? gapjagi wae geureon mareul hae?

< 설명(การอธิบาย) / 번역(การแปล) >

시간+이 지나+[고 보]+니 모든 순간+이 다 소중하+[ㄴ 것 같]+아.

소중한 것 같아

- **시간** (คำนาม) : 자연히 지나가는 세월.
  เวลา
  เวลาที่ผ่านไปตามธรรมชาติ

- 이 : 어떤 상태나 상황의 대상이나 동작의 주체를 나타내는 조사.
  ตัวชี้ประธาน
  คำชี้ที่ใช้แสดงสิ่งที่อยู่ในสถานการณ์หรือสภาพใด ๆ หรือผู้ที่เป็นประธานของอาการกริยา

- **지나다** (คำกริยา) : 시간이 흘러 그 시기에서 벗어나다.
  ผ่าน, ผ่านไป
  เวลาผ่านไปแล้วพ้นจากช่วงเวลานั้น

- -고 보다 : 앞의 말이 나타내는 행동을 하고 난 후에 뒤의 말이 나타내는 사실을 새로 깨달음을 나타내는 표현.
  พอ...จึงได้รู้ว่า...
  สำนวนที่แสดงถึงการเพิ่งได้รู้สิ่งที่ปรากฏในคำพูดข้างหลัง หลังจากที่กระทำสิ่งที่ปรากฏในคำพูดข้างหน้าแล้ว

- -니 : 앞에서 이야기한 내용과 관련된 다른 사실을 이어서 설명할 때 쓰는 연결 어미.
  พอ...ก็...
  วิภัตติปัจจัยเชื่อมระหว่างประโยคที่ใช้เมื่อเชื่อมและอธิบายข้อเท็จจริงอื่นที่เกี่ยวข้องกับเนื้อหาที่ได้บอกเล่าไว้ในประโยคหน้า

- **모든** (คุณศัพท์) : 빠지거나 남는 것 없이 전부인.
  ทั้งหมด, ทั้งปวง, ทั้งสิ้น, ทุก, ทุก ๆ, ทั้ง
  ที่เป็นทั้งหมดโดยที่ไม่มีสิ่งที่เหลือหรือตกหล่น

• **순간** (คำนาม) : 아주 짧은 시간 동안.
ชั่วคราว, ชั่วขณะ, ชั่วครู่
ช่วงเวลาที่สั้นมาก

• 이 : 어떤 상태나 상황의 대상이나 동작의 주체를 나타내는 조사.
ตัวชี้ประธาน
คำชี้ที่ใช้แสดงสิ่งที่อยู่ในสถานการณ์หรือสภาพใด ๆ หรือผู้ที่เป็นประธานของอากัปกริยา

• **다** (คำวิเศษณ์) : 남거나 빠진 것이 없이 모두.
ทั้งหมด, ไม่เหลือ
ทั้งหมดโดยที่ไม่ขาดหายหรือไม่เหลือ

• **소중하다** (คำคุณศัพท์) : 매우 귀중하다.
มีคุณค่า, มีความหมาย, มีความสำคัญ
มีความสำคัญเป็นอย่างมาก

• -ㄴ 것 같다 : 추측을 나타내는 표현.
ดูเหมือนว่าจะ..., คงจะ..., อาจจะ..
สำนวนที่แสดงการคาดคะเน

• -아 : (두루낮춤으로) 어떤 사실을 서술하거나 물음, 명령, 권유를 나타내는 종결 어미.
วิภัตติปัจจัยลงท้ายประโยคที่ใช้ในการลดระดับภาษาโดยทั่วไป
(ใช้ในการลดระดับอย่างไม่เป็นทางการ)วิภัตติปัจจัยลงท้ายประโยคที่แสดงการบอกเล่าข้อเท็จจริงใด ๆ หรือการถาม การสั่ง หรือการชักชวน <การพูดตามลำดับ>

무슨 일 있+어?

갑자기 왜 그런 말+을 <u>하+여</u>?

해

• **무슨** (คุณศัพท์) : 확실하지 않거나 잘 모르는 일, 대상, 물건 등을 물을 때 쓰는 말.
อะไร
คำที่ใช้ถามเหตุการณ์ เป้าหมายหรือสิ่งของ เป็นต้น ที่ไม่แน่ใจหรือไม่รู้

• **일** (คำนาม) : 해결하거나 처리해야 할 문제나 사항.
เรื่อง
ปัญหาหรือสภาพที่จะต้องแก้ไขหรือจัดการ

• **있다** (คำคุณศัพท์) : 어떤 사람에게 무슨 일이 생긴 상태이다.
มี, เกิด
เป็นสภาพที่มีเรื่องใด ๆ เกิดขึ้นกับคนใด ๆ

• -어 : (두루낮춤으로) 어떤 사실을 서술하거나 물음, 명령, 권유를 나타내는 종결 어미.
วิภัตติปัจจัยลงท้ายประโยคที่ใช้ในการลดระดับภาษาโดยทั่วไป
(ใช้ในการลดระดับอย่างไม่เป็นทางการ)วิภัตติปัจจัยลงท้ายประโยคที่แสดงการบอกเล่าข้อเท็จจริงใด ๆ หรือการถาม การสั่ง หรือการชักชวน <คำถาม>

• **갑자기 (คำวิเศษณ์)** : 미처 생각할 틈도 없이 빨리.
อย่างไม่ทันรู้ตัว, อย่างกะทันหัน, โดยฉับพลัน, ทันทีทันใด
เร็วอย่างที่ไม่มีแม้แต่เวลาที่จะคิด

• **왜 (คำวิเศษณ์)** : 무슨 이유로. 또는 어째서.
ทำไม, ด้วยเหตุใด, เพราะอะไร
ด้วยเหตุผลอันใด หรือเพราะอะไร

• **그런 (คุณศัพท์)** : 상태, 모양, 성질 등이 그러한.
แบบนั้น, เช่นนั้น, อย่างนั้น, ประเภทนั้น
ที่เป็นเช่นนั้น เช่น สภาพ รูปร่างลักษณะ อุปนิสัย เป็นต้น

• **말 (คำนาม)** : 생각이나 느낌을 표현하고 전달하는 사람의 소리.
การพูด, คำพูด
เสียงของคนที่แสดงและถ่ายทอดความรู้สึกหรือความคิด

• 을 : 동작이 직접적으로 영향을 미치는 대상을 나타내는 조사.
ไม่พบคำแปล
คำชี้ที่แสดงเป้าหมายที่การกระทำส่งผลกระทบโดยตรง

• **하다 (คำกริยา)** : 어떤 행동이나 동작, 활동 등을 행하다.
ทำ
ทำกิจกรรม การเคลื่อนไหว หรือพฤติกรรมใด ๆ เป็นต้น

• -여 : (두루낮춤으로) 어떤 사실을 서술하거나 물음, 명령, 권유를 나타내는 종결 어미.
วิภัตติปัจจัยลงท้ายประโยคที่ใช้ในการลดระดับภาษาโดยทั่วไป
(ใช้ในการลดระดับอย่างไม่เป็นทางการ)วิภัตติปัจจัยลงท้ายประโยคที่แสดงการบอกเล่าข้อเท็จจริงบางอย่าง หรือการถาม การสั่ง หรือการชักชวน <คำถาม>

< 대화(สนทนา) > - 17

날씨가 추우니까 따뜻한 게 먹고 싶네.
날씨가 추우니까 따뜨탄 게 먹꼬 심네.
nalssiga chuunikka ttatteutan ge meokgo simne.

그럼 오늘 점심은 삼계탕을 먹으러 갈까?
그럼 오늘 점시믄 삼계탕을(삼게탕을) 머그러 갈까?
geureom oneul jeomsimeun samgyetangeul(samgetangeul) meogeureo galkka?

< 설명(การอธิบาย) / 번역(การแปล) >

날씨+가 춥(추우)+니까 따뜻하+[ㄴ 것(거)]+이 먹+[고 싶]+네.
추우니까 따뜻한 게

• **날씨** (คำนาม) : 그날그날의 기온이나 공기 중에 비, 구름, 바람, 안개 등이 나타나는 상태.
อากาศ
สภาพที่เกิดฝน เมฆ ลมหรือหมอก เป็นต้น ท่ามกลางอุณหภูมิหรืออากาศในแต่ละวันนั้น

• 가 : 어떤 상태나 상황에 놓인 대상이나 동작의 주체를 나타내는 조사.
คำชี้ประธาน
คำชี้ที่ใช้แสดงสิ่งที่อยู่ในสถานการณ์หรือสภาพใด ๆ หรือผู้ที่เป็นประธานของอากัปกริยา

• **춥다** (คำคุณศัพท์) : 대기의 온도가 낮다.
หนาว
อุณหภูมิของอากาศต่ำ

• -니까 : 뒤에 오는 말에 대하여 앞에 오는 말이 원인이나 근거, 전제가 됨을 강조하여 나타내는 연결 어미.
เพราะ..., เพราะว่า...
วิภัตติปัจจัยเชื่อมระหว่างประโยคที่แสดงโดยตอกย้ำว่าคำพูดที่อยู่ข้างหน้าจะกลายเป็นเหตุผล สาเหตุหรือเงื่อนไขเกี่ยวกับคำพูดตามมาข้างหลัง

• **따뜻하다** (คำคุณศัพท์) : 아주 덥지 않고 기분이 좋은 정도로 온도가 알맞게 높다.
อุ่น, อบอุ่น
อุณหภูมิสูงพอเหมาะจนทำให้อารมณ์ดีและไม่ร้อนมาก

• -ㄴ 것 : 명사가 아닌 것을 문장에서 명사처럼 쓰이게 하거나 '이다' 앞에 쓰일 수 있게 할 때 쓰는 표현.
สิ่งที่...
สำนวนที่ใช้เมื่อทำให้คำที่ไม่ใช่คำนามใช้เหมือนคำนามในประโยคหรือทำให้ใช้วางไว้หน้า '이다' ได้

• 이 : 어떤 상태나 상황의 대상이나 동작의 주체를 나타내는 조사.
ตัวชี้ประธาน
คำชี้ที่ใช้แสดงสิ่งที่อยู่ในสถานการณ์หรือสภาพใด ๆ หรือผู้ที่เป็นประธานของอากัปกริยา

• **먹다** (คำกริยา) : 음식 등을 입을 통하여 배 속에 들여보내다.
กิน
เอาอาหาร เป็นต้น ใส่เข้าไปในท้องโดยผ่านปาก

• -고 싶다 : 앞의 말이 나타내는 행동을 하기를 원함을 나타내는 표현.
อยาก..., ต้องการ...
สำนวนที่แสดงความต้องการที่จะกระทำสิ่งที่ปรากฏในคำพูดข้างหน้า

• -네 : (예사 낮춤으로) 단순한 서술을 나타내는 종결 어미.
...นะ
(ใช้ในการลดระดับธรรมดาและเป็นทางการ) วิภัตติปัจจัยลงท้ายประโยคที่แสดงการบอกเล่าอย่างเรียบง่าย

그럼 오늘 점심+은 삼계탕+을 먹+으러 가+ㄹ까?
갈까

• **그럼** (คำวิเศษณ์) : 앞의 내용을 받아들이거나 그 내용을 바탕으로 하여 새로운 주장을 할 때 쓰는 말.
อย่างนั้น, ถ้าเช่นนั้น, ถ้าอย่างนั้น, งั้น
คำที่ใช้เมื่อยอมรับเนื้อหาข้างหน้าหรือใช้เนื้อหานั้นๆ เป็นพื้นฐานแล้วยืนกรานเรื่องใหม่

• **오늘** (คำนาม) : 지금 지나가고 있는 이날.
วันนี้
วันนี้ที่กำลังผ่านไปตอนนี้

• **점심** (คำนาม) : 아침과 저녁 식사 중간에, 낮에 하는 식사.
อาหารกลางวัน
อาหารที่รับประทานตอนกลางวันในระหว่างอาหารมื้อเช้าและมื้อเย็น

• 은 : 문장 속에서 어떤 대상이 화제임을 나타내는 조사.
ตัวชี้หัวเรื่อง
คำชี้ที่แสดงว่าเป้าหมายใด ๆ เป็นหัวข้อเรื่องในประโยค

• **삼계탕** (คำนาม) : 어린 닭에 인삼, 찹쌀, 대추 등을 넣고 푹 삶은 음식.
ซัมเกทัง
ไก่ตุ๋นโสม : อาหารที่นำไก่อายุน้อยมาต้มกับข้าวเหนียว พุทรา และโสม เป็นต้น

• 을 : 동작이 직접적으로 영향을 미치는 대상을 나타내는 조사.
ไม่พบคำแปล
คำชี้ที่แสดงเป้าหมายที่การกระทำส่งผลกระทบโดยตรง

• **먹다** (คำกริยา) : 음식 등을 입을 통하여 배 속에 들여보내다.
กิน
เอาอาหาร เป็นต้น ใส่เข้าไปในท้องโดยผ่านปาก

• -으러 : 가거나 오거나 하는 동작의 목적을 나타내는 연결 어미.
ไป...เพื่อ..., มา...เพื่อ...
วิภัตติปัจจัยเชื่อมระหว่างประโยคที่ใช้แสดงจุดประสงค์ของการเคลื่อนไหวไปหรือมา

• **가다** (คำกริยา) : 어떤 목적을 가지고 일정한 곳으로 움직이다.
ไป
มีวัตถุประสงค์ใด ๆ และเคลื่อนที่ไปตามสถานที่ที่กำหนด

• -ㄹ까 : (두루낮춤으로) 듣는 사람의 의사를 물을 때 쓰는 종결 어미.
...ดีไหม
(ใช้ในการลดระดับอย่างไม่เป็นทางการ)
วิภัตติปัจจัยลงท้ายประโยคที่ใช้เมื่อถามความคิดของฝ่ายตรงข้ามหรือแสดงความคิดหรือการคาดเดาของผู้พูด

< 대화(สนทนา) > - 18

아들이 자꾸 컴퓨터를 새로 사 달라고 해요.
아드리 자꾸 컴퓨터를 새로 사 달라고 해요.
adeuri jakku keompyuteoreul saero sa dallago haeyo.

그렇게 갖고 싶어 하는데 하나 사 줘요.
그러케 갇꼬 시퍼 하는데 하나 사 줘요.
geureoke gatgo sipeo haneunde hana sa jwoyo.

< 설명(การอธิบาย) / 번역(การแปล) >

아들+이 자꾸 컴퓨터+를 새로 사+[(아) 달]+라고 하+여요.
사 달라고 해요

• **아들** (คำนาม) : 남자인 자식.
ลูกชาย
ลูกที่เป็นผู้ชาย

• 이 : 어떤 상태나 상황의 대상이나 동작의 주체를 나타내는 조사.
ตัวชี้ประธาน
คำชี้ที่ใช้แสดงสิ่งที่อยู่ในสถานการณ์หรือสภาพใด ๆ หรือผู้ที่เป็นประธานของอากัปกริยา

• **자꾸** (คำวิเศษณ์) : 여러 번 계속하여.
เป็นประจำ, เสมอ ๆ, บ่อย ๆ
ต่อเนื่องหลาย ๆ ครั้ง

• **컴퓨터** (คำนาม) : 전자 회로를 이용하여 문서, 사진, 영상 등의 대량의 데이터를 빠르고 정확하게 처리하는 기계.
คอมพิวเตอร์
เครื่องมือที่จัดการข้อมูลในปริมาณมาก วิดีโอ ภาพถ่าย เอกสาร เป็นต้น ได้อย่างแม่นยำและรวดเร็ว โดยใช้วงจรอิเล็กทรอนิกส์

• 를 : 동작이 직접적으로 영향을 미치는 대상을 나타내는 조사.
ไม่พบคำแปล
คำชี้ที่แสดงเป้าหมายที่การกระทำส่งผลกระทบโดยตรง

• **새로** (คำวิเศษณ์) : 전과 달리 새롭게. 또는 새것으로.
ใหม่, ใหม่ ๆ , ให้ใหม่
ใหม่และต่างไปจากเดิม หรือด้วยสิ่งใหม่ ๆ

- **사다** (คำกริยา) : 돈을 주고 어떤 물건이나 권리 등을 자기 것으로 만들다.
  ซื้อ
  ให้เงินไปแล้วทำให้สิ่งของหรือสิทธิบางอย่างมาเป็นของตนเอง

- **-아 달다** : 앞의 말이 나타내는 행동을 해 줄 것을 요구함을 나타내는 표현.
  ขอร้องว่า..., ร้องขอว่า..., อ้อนวอนว่า...
  สำนวนที่แสดงการขอร้องให้ช่วยทำการกระทำที่ปรากฏในคำพูดข้างหน้า

- **-라고** : 다른 사람에게 들은 명령이나 권유 등의 내용을 간접적으로 전할 때 쓰는 표현.
  บอกว่าให้...
  สำนวนที่ใช้เมื่อถ่ายทอดเนื้อความ เช่น คำสั่งหรือคำแนะนำ เป็นต้นซึ่งได้ยินมาจากผู้อื่นทางอ้อม

- **하다** (คำกริยา) : 무엇에 대해 말하다.
  พูดถึง, กล่าวถึง
  พูดเกี่ยวกับสิ่งหนึ่ง

- **-여요** : (두루높임으로) 어떤 사실을 서술하거나 질문, 명령, 권유함을 나타내는 종결 어미.
  วิภัตติปัจจัยลงท้ายประโยคที่ใช้ในการยกย่องโดยทั่วไป
  (ใช้ในการยกย่องอย่างไม่เป็นทางการ)
  วิภัตติปัจจัยลงท้ายประโยคที่แสดงการบอกเล่า การถาม การสั่ง หรือการชักชวนเรื่องใด ๆ <การพูดตามลำดับ>

그렇+게 갖+[고 싶어 하]+는데 하나 사+[(아) 주]+어요.
사 줘요

- **그렇다** (คำคุณศัพท์) : 상태, 모양, 성질 등이 그와 같다.
  เป็นอย่างนั้น, เป็นเช่นนั้น, เป็นแบบนั้น
  สภาพ รูปร่าง ลักษณะ เป็นต้น เหมือนดังเช่นนั้น

- **-게** : 앞의 말이 뒤에서 가리키는 일의 목적이나 결과, 방식, 정도 등이 됨을 나타내는 연결 어미.
  อย่าง..., ให้...
  วิภัตติปัจจัยเชื่อมระหว่างประโยคที่แสดงว่าคำพูดข้างหน้าชี้บอกระดับ วิธีการ ผลลัพธ์หรือวัตถุประสงค์ หรืออื่นๆ
  ของสิ่งที่อยู่ในเนื้อหาข้างหลัง

- **갖다** (คำกริยา) : 자기 것으로 하다.
  ถือ, ครอบครอง
  ทำให้เป็นของตัวเอง

- **-고 싶어 하다** : 앞의 말이 나타내는 행동을 하기를 바라거나 그렇게 되기를 원함을 나타내는 표현.
  อยาก..., ต้องการ...
  สำนวนที่แสดงความต้องการที่จะกระทำสิ่งที่ปรากฏในคำพูดข้างหน้าหรือคาดหวังให้เป็นอย่างนั้น

• -는데 : 뒤의 말을 하기 위하여 그 대상과 관련이 있는 상황을 미리 말함을 나타내는 연결 어미.
ก็...นะ ว่าแต่···
วิภัตติปัจจัยเชื่อมระหว่างประโยคที่แสดงการพูดสถานการณ์ที่เกี่ยวกับเป้าหมายนั้น ๆ ไว้ล่วงหน้าเพื่อที่จะพูดต่อเนื่อง

• **하나** (คำบอกจำนวน) : 숫자를 셀 때 맨 처음의 수.
หนึ่ง, เลขหนึ่ง, จำนวนหนึ่ง
จำนวนแรกสุดเมื่อนับตัวเลข

• **사다** (คำกริยา) : 돈을 주고 어떤 물건이나 권리 등을 자기 것으로 만들다.
ซื้อ
ให้เงินไปแล้วทำให้สิ่งของหรือสิทธิ์บางอย่างมาเป็นของตนเอง

• -아 주다 : 남을 위해 앞의 말이 나타내는 행동을 함을 나타내는 표현.
ช่วย..., ช่วย...ให้
สำนวนที่แสดงว่าทำการกระทำที่ปรากฏในคำพูดข้างหน้าเพื่อผู้อื่น

• -어요 : (두루높임으로) 어떤 사실을 서술하거나 질문, 명령, 권유함을 나타내는 종결 어미.
วิภัตติปัจจัยลงท้ายประโยคที่ใช้ในการยกย่องโดยทั่วไป
(ใช้ในการยกย่องอย่างไม่เป็นทางการ)
วิภัตติปัจจัยลงท้ายประโยคที่แสดงการบอกเล่า การถาม การสั่ง หรือการชักชวนเรื่องใด ๆ <คำสั่ง>

< 대화(สนทนา) > - 19

출발했니? 언제쯤 도착할 것 같아?
출발핸니? 언제쯤 도차칼 껃 가타?
chulbalhaenni? eonjejjeum dochakal geot gata?

지금 가고 있으니까 십 분쯤 뒤에 도착할 거야.
지금 가고 이쓰니까 십 분쯤 뒤에 도차칼 꺼야.
jigeum gago isseunikka sip bunjjeum dwie dochakal geoya.

< 설명(การอธิบาย) / 번역(การแปล) >

출발하+였+니?
출발했니

언제+쯤 도착하+[ㄹ 것 같]+아?
도착할 것 같아

• **출발하다** (คำกริยา) : 어떤 곳을 향하여 길을 떠나다.
การออกเดินทาง
การออกเดินทางไปมุ่งหน้าไปสถานที่ใด ๆ

• -였- : 어떤 사건이 과거에 완료되었거나 그 사건의 결과가 현재까지 지속되는 상황을 나타내는 어미.
...แล้ว(อดีตกาล), ยังคง...(อดีตกาล)
วิภัตติปัจจัยที่แสดงว่าเหตุการณ์ใดๆเสร็จสมบูรณ์ไปแล้วในอดีตหรือแสดงสถานการณ์ที่ผลลัพธ์ของเหตุการณ์ดังกล่าวต่อเนื่องจนถึงปัจจุบัน

• -니 : (아주낮춤으로) 물음을 나타내는 종결 어미.
...ไหม, ...หรือเปล่า, ...เหรอ
(ใช้ในการลดระดับอย่างมากและเป็นทางการ) วิภัตติปัจจัยลงท้ายประโยคที่แสดงการถาม

• **언제** (สรรพนาม) : 알지 못하는 어느 때.
เมื่อไร
เวลาใด ๆ ที่ไม่สามารถรู้ได้

• 쯤 : '정도'의 뜻을 더하는 접미사.
ประมาณ..., ราว ๆ...
ปัจจัยที่ใช้เพิ่มเข้าไปในคำเพื่อให้มีความหมายว่า 'ประมาณ'

• **도착하다** (คำกริยา) : 목적지에 다다르다.
มาถึง, เยือน
มาถึงสถานที่ที่เป็นจุดหมาย

• -ㄹ 것 같다 : 추측을 나타내는 표현.
ดูเหมือนว่าจะ..., คงจะ..
สำนวนที่แสดงการคาดคะเน

• -아 : (두루낮춤으로) 어떤 사실을 서술하거나 물음, 명령, 권유를 나타내는 종결 어미.
วิภัตติปัจจัยลงท้ายประโยคที่ใช้ในการลดระดับภาษาโดยทั่วไป
(ใช้ในการลดระดับอย่างไม่เป็นทางการ)วิภัตติปัจจัยลงท้ายประโยคที่แสดงการบอกเล่าข้อเท็จจริงใด ๆ หรือการถาม การสั่ง หรือการชักชวน <คำถาม>

지금 가+[고 있]+으니까 십 분+쯤 뒤+에 도착하+[ㄹ 것(거)]+(이)+야.
도착할 거야

• **지금** (คำวิเศษณ์) : 말을 하고 있는 바로 이때에. 또는 그 즉시에.
เดี๋ยวนี้, ตอนนี้, ประเดี๋ยวนี้
ตอนนี้ที่กำลังพูดอยู่ หรือทันทีทันใดในตอนนั้น

• **가다** (คำกริยา) : 한 곳에서 다른 곳으로 장소를 이동하다.
ไป
เคลื่อนออกจากสถานที่แห่งใดแห่งหนึ่งไปยังสถานที่อื่น

• -고 있다 : 앞의 말이 나타내는 행동이 계속 진행됨을 나타내는 표현.
กำลัง...อยู่
สำนวนที่แสดงว่าการกระทำที่ปรากฏในคำพูดข้างหน้าได้ดำเนินอย่างต่อเนื่อง

• -으니까 : 뒤에 오는 말에 대하여 앞에 오는 말이 원인이나 근거, 전제가 됨을 강조하여 나타내는 연결 어미.
เพราะ..., เพราะว่า...
วิภัตติปัจจัยเชื่อมระหว่างประโยคที่แสดงโดยตอกย้ำว่าคำพูดที่อยู่ข้างหน้าจะกลายเป็นเหตุผล สาเหตุหรือเงื่อนไขเกี่ยวกับคำพูดตามมาข้างหลัง

• **십** (คุณศัพท์) : 열의.
10, สิบ
ที่เป็นจำนวนสิบ

- **분** (คำนาม) : 한 시간의 60분의 1을 나타내는 시간의 단위.
  นาที(หน่วยวัดเวลา)
  หน่วยของเวลาที่แสดงค่าเป็น 1 ส่วน 60 ของหนึ่งชั่วโมง

- **쯤** : '정도'의 뜻을 더하는 접미사.
  ประมาณ..., ราว ๆ...
  ปัจจัยที่ใช้เพิ่มเข้าไปในคำเพื่อให้มีความหมายว่า 'ประมาณ'

- **뒤** (คำนาม) : 시간이나 순서상으로 다음이나 나중.
  หลัง, ภายหลัง, ต่อไป, ภายหน้า
  คราวหน้าหรือคราวหลังตามเวลาหรือลำดับเวลา

- **에** : 앞말이 시간이나 때임을 나타내는 조사.
  ตอน...
  คำชี้ที่แสดงว่าคำพูดข้างหน้าเป็นเวลาหรือช่วงเวลา

- **도착하다** (คำกริยา) : 목적지에 다다르다.
  มาถึง, เยือน
  มาถึงสถานที่ที่เป็นจุดหมาย

- **-ㄹ 것** : 명사가 아닌 것을 문장에서 명사처럼 쓰이게 하거나 '이다' 앞에 쓰일 수 있게 할 때 쓰는 표현.
  สิ่งที่จะ..., อะไรที่จะ..., จะ..
  สำนวนที่ทำให้คำที่ไม่ใช่คำนามใช้เหมือนคำนามในประโยคหรือทำให้ใช้วางไว้หน้า '이다' ได้

- **이다** : 주어가 지시하는 대상의 속성이나 부류를 지정하는 뜻을 나타내는 서술격 조사.
  เป็น
  คำชี้ภาคแสดงการกที่แสดงความหมายที่กำหนดประเภทหรือคุณสมบัติของเป้าหมายที่ประธานบ่งชี้

- **-야** : (두루낮춤으로) 어떤 사실에 대하여 서술하거나 물음을 나타내는 종결 어미.
  วิภัตติปัจจัยลงท้ายประโยคที่ใช้ในการลดระดับภาษาโดยทั่วไป
  (ใช้ในการลดระดับอย่างไม่เป็นทางการ)
  วิภัตติปัจจัยลงท้ายประโยคที่แสดงการบอกเล่าหรือการถามเกี่ยวกับข้อเท็จจริงใด ๆ <การพูดตามลำดับ>

< 대화(สนทนา) > - 20

넌 안경을 쓰고 있을 때 더 멋있어 보인다.
넌 안경을 쓰고 이쓸 때 더 머시써 보인다.
neon angyeongeul sseugo isseul ttae deo meosisseo boinda.

그래? 이제부터 계속 쓰고 다닐까 봐.
그래? 이제부터 계속(게속) 쓰고 다닐까 봐.
geurae? ijebuteo gyesok(gesok) sseugo danilkka bwa.

< 설명(การอธิบาย) / 번역(การแปล) >

너+는 안경+을 쓰+[고 있]+[을 때] 더 멋있+[어 보이]+ㄴ다.
넌 멋있어 보인다

• **너** (สรรพนาม) : 듣는 사람이 친구나 아랫사람일 때, 그 사람을 가리키는 말.
เธอ, แก, เอ็ง
คำที่ใช้เรียกชี้บ่งคนนั้นที่เป็นผู้ฟังในกรณีที่เป็นผู้น้อยหรือเพื่อน

• 는 : 문장 속에서 어떤 대상이 화제임을 나타내는 조사.
...นั้น
คำชี้ที่แสดงว่าเป้าหมายใดๆเป็นหัวเรื่องในประโยค

• **안경** (คำนาม) : 눈을 보호하거나 시력이 좋지 않은 사람이 잘 볼 수 있도록 눈에 쓰는 물건.
แว่นตา, แว่นสายตา
เครื่องสวมตาเพื่อให้คนที่สายตาไม่ดีสามารถมองเห็นดีขึ้นหรือช่วยถนอมสายตา

• 을 : 동작이 직접적으로 영향을 미치는 대상을 나타내는 조사.
ไม่พบคำแปล
คำชี้ที่แสดงเป้าหมายที่การกระทำส่งผลกระทบโดยตรง

• **쓰다** (คำกริยา) : 얼굴에 어떤 물건을 걸거나 덮어쓰다.
สวม(หน้ากาก)
คลุมหรือติดสิ่งใด ๆ ไว้ที่ใบหน้า

• -고 있다 : 앞의 말이 나타내는 행동의 결과가 계속됨을 나타내는 표현.
กำลัง...อยู่
สำนวนที่แสดงว่าผลลัพท์ของการกระทำที่ปรากฏในคำพูดข้างหน้าเป็นไปอย่างอย่างต่อเนื่อง

• -을 때 : 어떤 행동이나 상황이 일어나는 동안이나 그 시기 또는 그러한 일이 일어난 경우를 나타내는
        표현.
  เมื่อ..., ตอน..., ตอนที่...
  สำนวนที่ใช้แสดงระยะเวลาหรือช่วงเวลาที่เกิดการกระทำหรือสถานการณ์ใด ๆ หรือแสดงกรณีที่เรื่องดังกล่าวเกิดขึ้น

• 더 (คำวิเศษณ์) : 비교의 대상이나 어떤 기준보다 정도가 크게, 그 이상으로.
  กว่า
  ที่มีระดับมากหรือสูงกว่ามาตรฐานใด ๆ หรือสิ่งที่เปรียบเทียบ

• 멋있다 (คำคุณศัพท์) : 매우 좋거나 훌륭하다.
  ดูดี, เท่, หล่อ, ยอดเยี่ยม, มีรสนิยม
  ดีมากหรือยอดเยี่ยม

• -어 보이다 : 겉으로 볼 때 앞의 말이 나타내는 것처럼 느껴지거나 추측됨을 나타내는 표현.
  ดู...
  สำนวนที่แสดงการสันนิษฐานหรือรู้สึกเหมือนกับสิ่งที่ปรากฏในคำพูดข้างหน้าเมื่อมองจากภายนอก

• -ㄴ다 : (아주낮춤으로) 현재 사건이나 사실을 서술함을 나타내는 종결 어미.
  ไม่พบคำแปล
  (ใช้ในการลดระดับอย่างมากและเป็นทางการ) วิภัตติปัจจัยลงท้ายประโยคที่แสดงการบอกเล่าเหตุการณ์หรือข้อเท็จจริงในปัจจุบัน

그래?

이제+부터 계속 쓰+고 다니+[ㄹ까 보]+아.
다닐까 봐

• 그래 (คำอุทาน) : 상대편의 말에 대한 감탄이나 가벼운 놀라움을 나타낼 때 쓰는 말.
  อ้าวเหรอ
  คำอุทานที่ใช้พูดเมื่อรู้สึกตกใจกับคำพูดของฝ่ายตรงข้ามเล็กน้อย

• 이제 (คำนาม) : 말하고 있는 바로 이때.
  ตอนนี้, ขณะนี้, เวลานี้, บัดนี้
  ตอนนี้ที่กำลังพูดอยู่

• 부터 : 어떤 일의 시작이나 처음을 나타내는 조사.
  ตั้งแต่..., จาก...
  คำชี้ที่แสดงการเริ่มต้นหรือครั้งแรกของงานใด ๆ

• 계속 (คำวิเศษณ์) : 끊이지 않고 잇따라.
  อย่างต่อเนื่อง, อย่างไม่หยุดหย่อน, ตลอดเวลา, เรื่อย ๆ
  อย่างต่อเนื่องและไม่ขาดตอน

• **쓰다** (คำกริยา) : 얼굴에 어떤 물건을 걸거나 덮어쓰다.
สวม(หน้ากาก)
คลุมหรือติดสิ่งใด ๆ ไว้ที่ใบหน้า

• -고 : 앞의 말이 나타내는 행동이나 그 결과가 뒤에 오는 행동이 일어나는 동안에 그대로 지속됨을 나타내는 연결 어미.
ไม่พบคำแปล
วิภัตติปัจจัยเชื่อมระหว่างประโยคที่แสดงว่าการกระทำหรือผลลัพธ์ที่ปรากฏในประโยคหน้าถูกดำเนินอย่างต่อเนื่องในช่วงเวลาที่การกระทำในประโยคหลังเกิดขึ้น

• **다니다** (คำกริยา) : 이리저리 오고 가다.
ไปโน่นมานี่, ไปทุกที่, ไปทั่วทุกที่, ไปทั่วทุกหนทุกแห่ง
ไปมาที่นั่นที่นี่

• -ㄹ까 보다 : 앞에 오는 말이 나타내는 행동을 할 의도가 있음을 나타내는 표현.
ตั้งใจที่จะ..., คิดว่าจะ...
สำนวนที่แสดงว่ามีความตั้งใจที่จะทำกระทำที่คำพูดอยู่ข้างหน้าแสดงไว้

• -아 : (두루낮춤으로) 어떤 사실을 서술하거나 물음, 명령, 권유를 나타내는 종결 어미.
วิภัตติปัจจัยลงท้ายประโยคที่ใช้ในการลดระดับภาษาโดยทั่วไป
(ใช้ในการลดระดับอย่างไม่เป็นทางการ)วิภัตติปัจจัยลงท้ายประโยคที่แสดงการบอกเล่าข้อเท็จจริงใด ๆ หรือการถาม การสั่ง หรือการชักชวน <การพูดตามลำดับ>

< 대화(สนทนา) > - 21

이건 어렸을 때 찍은 제 가족 사진이에요.
이건 어려쓸 때 찌근 제 가족 사지니에요.
igeon eoryeosseul ttae jjigeun je gajok sajinieyo.

시우 씨 어렸을 때는 키가 작고 통통했군요.
시우 씨 어려쓸 때는 키가 작꼬 통통핻꾸뇨.
siu ssi eoryeosseul ttaeneun kiga jakgo tongtonghaetgunyo.

< 설명(การอธิบาย) / 번역(การแปล) >

이것(이거)+은 어리+었+[을 때] 찍+은 저+의 가족 사진+이+에요.
이건 어렸을 때 제

• **이것** (สรรพนาม) : 말하는 사람에게 가까이 있거나 말하는 사람이 생각하고 있는 것을 가리키는 말.
นี่, นี, สิ่งนี้, อันนี้
คำที่ใช้เรียกสิ่งที่อยู่ใกล้กับผู้พูดหรือเป็นสิ่งที่ผู้พูดกำลังคิดอยู่'

• 은 : 문장 속에서 어떤 대상이 화제임을 나타내는 조사.
ตัวชี้หัวเรื่อง
คำชี้ที่แสดงว่าเป้าหมายใด ๆ เป็นหัวข้อเรื่องในประโยค

• **어리다** (คำคุณศัพท์) : 나이가 적다.
อายุน้อย, ยังเด็ก
อายุน้อย

• -었- : 사건이 과거에 일어났음을 나타내는 어미.
...แล้ว(อดีตกาล)
วิภัตติปัจจัยที่แสดงว่าเหตุการณ์ได้เกิดขึ้นในอดีต

• -을 때 : 어떤 행동이나 상황이 일어나는 동안이나 그 시기 또는 그러한 일이 일어난 경우를 나타내는 표현.
เมื่อ..., ตอน..., ตอนที่...
สำนวนที่ใช้แสดงระยะเวลาหรือช่วงเวลาที่เกิดการกระทำหรือสถานการณ์ใด ๆ หรือแสดงกรณีที่เรื่องดังกล่าวเกิดขึ้น

• **찍다** (คำกริยา) : 어떤 대상을 카메라로 비추어 그 모양을 필름에 옮기다.
ถ่าย(รูป, หนัง, ละคร)
ถ่ายเป้าหมายใด ๆ ด้วยกล้องแล้วย้ายรูปร่างนั้นไปที่ฟิล์ม

• -은 : 앞의 말이 관형어의 기능을 하게 만들고 사건이나 동작이 과거에 일어났음을 나타내는 어미.
...แล้ว
วิภัตติปัจจัยที่แสดงการที่ทำให้คำพูดข้างหน้าทำหน้าที่เป็นคุณศัพท์ขยายนามและเหตุการณ์หรืออากัปกิริยาเกิดได้ขึ้นในอดีตแล้ว

• **저** (สรรพนาม) : 말하는 사람이 듣는 사람에게 자신을 낮추어 가리키는 말.
ดิฉัน, ผม, กระผม
คำที่ผู้พูดบ่งชี้ตนเองโดยลดฐานะให้ต่ำลงต่อผู้ฟัง

• 의 : 앞의 말이 뒤의 말에 대하여 소유, 소속, 소재, 관계, 기원, 주체의 관계를 가짐을 나타내는 조사.
ของ...
คำชี้ที่แสดงว่าคำพูดข้างหน้ามีความสัมพันธ์กับประธาน แหล่งกำเนิด ความสัมพันธ์ วัตถุดิบ การสังกัด การเป็นเจ้าของต่อคำพูดข้างหลัง

• **가족** (คำนาม) : 주로 한 집에 모여 살고 결혼이나 부모, 자식, 형제 등의 관계로 이루어진 사람들의 집단. 또는 그 구성원.
ครอบครัว
กลุ่มคนที่โดยทั่วไปอาศัยอยู่ร่วมบ้านหลังเดียวกันและมีความสัมพันธ์ฉันท์พี่น้อง พ่อแม่ลูก สามีภรรยา เป็นต้น หรือสมาชิกในนั้น

• **사진** (คำนาม) : 사물의 모습을 오래 보존할 수 있도록 사진기로 찍어 종이나 컴퓨터 등에 나타낸 영상.
ภาพถ่าย, รูปภาพ
ภาพถ่ายที่แสดงในกระดาษหรือคอมพิวเตอร์ เป็นต้น โดยใช้กล้องถ่ายภาพถ่ายเพื่อให้สามารถเก็บรักษาภาพสรรพสิ่งไว้ได้นาน ๆ

• 이다 : 주어가 지시하는 대상의 속성이나 부류를 지정하는 뜻을 나타내는 서술격 조사.
เป็น
คำชี้ภาคแสดงการกที่แสดงความหมายที่กำหนดประเภทหรือคุณสมบัติของเป้าหมายที่ประธานบ่งชี้

• -에요 : (두루높임으로) 어떤 사실을 서술하거나 질문함을 나타내는 종결 어미.
วิภัตติปัจจัยลงท้ายประโยคที่ใช้ในการยกย่องโดยทั่วไป
(ใช้ในการยกย่องอย่างไม่เป็นทางการ) วิภัตติปัจจัยลงท้ายประโยคที่แสดงการบอกเล่าหรือการถามถึงสิ่งใด ๆ <การพูดตามลำดับ>

시우 씨 <u>어리+었+[을 때]+는</u> 키+가 작+고 <u>통통하+였+군요</u>.

어렸을 때는 **통통했군요**

• **시우** (คำนาม) : ชื่อ

• **씨** (คำนาม) : 그 사람을 높여 부르거나 이르는 말.
คุณ
คำที่ใช้เรียกหรือคำเรียกคน ๆ นั้นอย่างยกย่อง

• **어리다** (คำคุณศัพท์) : 나이가 적다.
อายุน้อย, ยังเด็ก
อายุน้อย

• -었- : 사건이 과거에 일어났음을 나타내는 어미.
...แล้ว(อดีตกาล)
วิภัตติปัจจัยที่แสดงว่าเหตุการณ์ได้เกิดขึ้นในอดีต

• -을 때 : 어떤 행동이나 상황이 일어나는 동안이나 그 시기 또는 그러한 일이 일어난 경우를 나타내는 표현.
เมื่อ..., ตอน..., ตอนที่...
สำนวนที่ใช้แสดงระยะเวลาหรือช่วงเวลาที่เกิดการกระทำหรือสถานการณ์ใด ๆ หรือแสดงกรณีที่เรื่องดังกล่าวเกิดขึ้น

• 는 : 어떤 대상이 다른 것과 대조됨을 나타내는 조사.
สำหรับ..., ส่วน...
คำชี้ที่แสดงว่าเป้าหมายใดถูกเทียบกับสิ่งอื่น

• **키** (คำนาม) : 사람이나 동물이 바로 섰을 때의 발에서부터 머리까지의 몸의 길이.
ความสูง, รูปร่าง
ความยาวของร่างกายคนหรือสัตว์ตั้งแต่หัวจรดเท้าวัดเมื่อยืนตรง

• 가 : 어떤 상태나 상황에 놓인 대상이나 동작의 주체를 나타내는 조사.
คำชี้ประธาน
คำชี้ที่ใช้แสดงสิ่งที่อยู่ในสถานการณ์หรือสภาพใด ๆ หรือผู้ที่เป็นประธานของอาการกริยา

• **작다** (คำคุณศัพท์) : 길이, 넓이, 부피 등이 다른 것이나 보통보다 덜하다.
เล็ก, เตี้ย, ต่ำ
ความยาว ความกว้าง ปริมาตร เป็นต้น น้อยกว่าปกติหรือสิ่งอื่น

• -고 : 두 가지 이상의 대등한 사실을 나열할 때 쓰는 연결 어미.
ทั้ง...และ...
วิภัตติปัจจัยเชื่อมระหว่างประโยคที่ใช้เมื่อแจกแจงข้อเท็จจริงที่เท่าเทียมกันสองสิ่งขึ้นไปต่อกัน

• **통통하다** (คำคุณศัพท์) : 키가 작고 살이 쪄서 몸이 옆으로 퍼져 있다.
ท้วม, อวบ, อ้วน
ความสูงเตี้ยและมีเนื้อเยอะแล้วร่างกายจึงขยายกว้างออกด้านข้างอยู่

• -였- : 사건이 과거에 일어났음을 나타내는 어미.
...แล้ว(อดีตกาล)
วิภัตติปัจจัยที่แสดงว่าเหตุการณ์ได้เกิดขึ้นในอดีต

• -군요 : (두루높임으로) 새롭게 알게 된 사실에 주목하거나 감탄함을 나타내는 표현.
...จังครับ(ค่ะ), ...จังเลยครับ(ค่ะ), ...นะเนี่ยครับ(ค่ะ)
(ใช้ในการยกย่องอย่างไม่เป็นทางการ)
วิภัตติปัจจัยลงท้ายประโยคที่แสดงการที่เพิ่งได้ตระหนักหรือยืนยันในเรื่องใดๆให้แน่ใจแล้วอุทานออกมา

< 대화(สนทนา) > - 22

꼼꼼한 지우 씨도 어제 큰 실수를 했나 봐요.
꼼꼼한 지우 씨도 어제 큰 실쑤를 핸나 봐요.
kkomkkomhan jiu ssido eoje keun silsureul haenna bwayo.

아무리 꼼꼼한 사람이라도 서두르면 실수하기 쉽지요.
아무리 꼼꼼한 사라미라도 서두르면 실쑤하기 쉽찌요.
amuri kkomkkomhan saramirado seodureumyeon silsuhagi swipjiyo.

< 설명(การอธิบาย) / 번역(การแปล) >

꼼꼼하+ㄴ 지우 씨+도 어제 크+ㄴ 실수+를 하+였+[나 보]+아요.
꼼꼼한 큰 했나 봐요

• **꼼꼼하다** (คำคุณศัพท์) : 빈틈이 없이 자세하고 차분하다.
ระมัดระวัง, พิถีพิถัน, กวดขัน, ละเอียด, ละเอียดรอบคอบ
สุขุมและละเอียดโดยปราศจากช่องว่าง

• -ㄴ : 앞의 말이 관형어의 기능을 하게 만들고 현재의 상태를 나타내는 어미.
...ที่'
วิภัตติปัจจัยที่ทำให้คำพูดข้างหน้าทำหน้าที่เป็นคุณศัพท์ขยายนามและแสดงถึงสภาพที่เป็นอยู่ในปัจจุบัน

• **지우** (คำนาม) : ชื่อ

• **씨** (คำนาม) : 그 사람을 높여 부르거나 이르는 말.
คุณ
คำที่ใช้เรียกหรือคำเรียกคน ๆ นั้นอย่างยกย่อง

• 도 : 이미 있는 어떤 것에 다른 것을 더하거나 포함함을 나타내는 조사.
...ด้วย
คำชี้ที่แสดงการรวมหรือเพิ่มสิ่งอื่นลงในสิ่งใด ๆ ที่มีอยู่แล้ว

• **어제** (คำวิเศษณ์) : 오늘의 하루 전날에.
เมื่อวาน
ในวันก่อนหน้าวันนี้หนึ่งวัน

- **크다 (คำคุณศัพท์)** : 어떤 일의 규모, 범위, 정도, 힘 등이 보통 수준을 넘다.
  แข็งแรง, เข้มแข็ง, ใหญ่, ใหญ่ยิ่ง, มีอำนาจ, มีพลัง, มาก
  ขนาด ขอบเขต ระดับ กำลัง เป็นต้น ของงานใด ๆ เกินกว่าระดับปกติ

- **-ㄴ** : 앞의 말이 관형어의 기능을 하게 만들고 현재의 상태를 나타내는 어미.
  ...ที่
  วิภัตติปัจจัยที่ทำให้คำพูดข้างหน้าทำหน้าที่เป็นคุณศัพท์ขยายนามและแสดงถึงสภาพที่เป็นอยู่ในปัจจุบัน

- **실수 (คำนาม)** : 잘 알지 못하거나 조심하지 않아서 저지르는 잘못.
  การทำผิดพลาด, การทำพลาด, การทำผิด, ข้อผิดพลาด
  ความผิดพลาดที่ก่อขึ้นเนื่องจากไม่ระมัดระวังหรือไม่รู้จักดี

- **를** : 동작이 직접적으로 영향을 미치는 대상을 나타내는 조사.
  ไม่พบคำแปล
  คำชี้ที่แสดงเป้าหมายที่การกระทำส่งผลกระทบโดยตรง

- **하다 (คำกริยา)** : 어떤 행동이나 동작, 활동 등을 행하다.
  ทำ
  ทำกิจกรรม การเคลื่อนไหว หรือพฤติกรรมใด ๆ เป็นต้น

- **-였-** : 사건이 과거에 일어났음을 나타내는 어미.
  ...แล้ว(อดีตกาล)
  วิภัตติปัจจัยที่แสดงว่าเหตุการณ์ได้เกิดขึ้นในอดีต

- **-나 보다** : 앞의 말이 나타내는 사실을 추측함을 나타내는 표현.
  ดูเหมือนว่าจะ.., คงจะ..
  สำนวนที่แสดงการคาดคะเนสภาพการณ์หรือการกระทำที่ปรากฏในคำพูดข้างหน้า

- **-아요** : (두루높임으로) 어떤 사실을 서술하거나 질문, 명령, 권유함을 나타내는 종결 어미.
  วิภัตติปัจจัยลงท้ายประโยคที่ใช้ในการยกย่องโดยทั่วไป
  (ใช้ในการยกย่องอย่างไม่เป็นทางการ)
  วิภัตติปัจจัยลงท้ายประโยคที่แสดงการบอกเล่า การถาม การสั่ง หรือการชักชวนเรื่องใด ๆ <การพูดตามลำดับ>

아무리 <u>꼼꼼하+ㄴ</u> 사람+이라도 서두르+면 실수하+[기가 쉽]+지요.
꼼꼼한

- **아무리 (คำวิเศษณ์)** : 정도가 매우 심하게.
  อย่างไรก็ตาม, ถึงแม้ว่า
  ระดับที่หนักหนามาก

- **꼼꼼하다 (คำคุณศัพท์)** : 빈틈이 없이 자세하고 차분하다.
  ระมัดระวัง, พิถีพิถัน, กวดขัน, ละเอียด, ละเอียดรอบคอบ
  สุขุมและละเอียดโดยปราศจากช่องว่าง

• -ㄴ : 앞의 말이 관형어의 기능을 하게 만들고 현재의 상태를 나타내는 어미.
...ที่
วิภัตติปัจจัยที่ทำให้คำพูดข้างหน้าทำหน้าที่เป็นคุณศัพท์ขยายนามและแสดงถึงสภาพที่เป็นอยู่ในปัจจุบัน

• **사람** (คำนาม) : 생각할 수 있으며 언어와 도구를 만들어 사용하고 사회를 이루어 사는 존재.
คน, มนุษย์
สิ่งที่ดำรงอยู่ร่วมกันเป็นสังคม มีความรู้สึกนึกคิด มีการประดิษฐ์เครื่องมือและภาษาเพื่อใช้งาน

• 이라도 : 다른 경우들과 마찬가지임을 나타내는 조사.
ไม่ว่า..., ไม่ว่า...ก็
คำชี้ที่แสดงการเหมือนกับกรณีอื่น ๆ

• **서두르다** (คำกริยา) : 일을 빨리하려고 침착하지 못하고 급하게 행동하다.
รีบ, เร่ง, เร่งรีบ, เร่งด่วน, รีบร้อน, รีบเร่ง
กระทำอย่างเร่งด่วนโดยที่ไม่ใจเย็นเพื่อให้ทำงานได้อย่างรวดเร็ว

• -면 : 뒤에 오는 말에 대한 근거나 조건이 됨을 나타내는 연결 어미.
ถ้า...
วิภัตติปัจจัยเชื่อมระหว่างประโยคที่แสดงถึงการที่กลายเป็นสาเหตุหรือเงื่อนไขเกี่ยวกับคำพูดตามมาข้างหลัง

• **실수하다** (คำกริยา) : 잘 알지 못하거나 조심하지 않아서 잘못을 저지르다.
ผิดพลาด, พลาด
ทำผิดพลาดเพราะไม่ระวังหรือไม่รู้อย่างดี

• -기가 쉽다 : 앞의 말이 나타내는 행위를 하거나 그런 상태가 될 가능성이 많음을 나타내는 표현.
ง่ายที่จะ..., ง่ายต่อการ..., ...ง่าย, ...ได้ง่าย
สำนวนที่แสดงว่ามีความเป็นไปได้มากที่จะทำกริยาหรือเกิดสภาพที่ปรากฏในคำพูดข้างหน้า

• -지요 : (두루높임으로) 말하는 사람이 자신에 대한 이야기나 자신의 생각을 친근하게 말할 때 쓰는 종결 어미.
...นะคะ(ครับ)
(ใช้ในการยกย่องอย่างไม่เป็นทางการ)
วิภัตติปัจจัยลงท้ายประโยคที่ใช้เมื่อผู้พูดพูดความคิดของตนเองหรือเรื่องราวเกี่ยวกับตนเองอย่างสนิทสนม

< 대화(สนทนา) > - 23

방이 되게 좁은 줄 알았는데 이렇게 보니 괜찮네.
방이 되게 조븐 줄 아란는데 이러케 보니 괜찬네.
bangi doege jobeun jul aranneunde ireoke boni gwaenchanne.

좁은 공간도 꾸미기 나름이야.
조븐 공간도 꾸미기 나르미야.
jobeun gonggando kkumigi nareumiya.

< 설명(การอธิบาย) / 번역(การแปล) >

방+이 되게 좁+[은 줄] 알+았+는데 이렇+게 보+니 괜찮+네.

• **방** (คำนาม) : 사람이 살거나 일을 하기 위해 벽을 둘러서 막은 공간.
ห้อง
พื้นที่ที่สร้างขึ้นโดยกั้นผนังรอบ เพื่อให้คนพักอาศัยหรือทำงาน

• 이 : 어떤 상태나 상황의 대상이나 동작의 주체를 나타내는 조사.
ตัวชี้ประธาน
คำชี้ที่ใช้แสดงสิ่งที่อยู่ในสถานการณ์หรือสภาพใด ๆ หรือผู้ที่เป็นประธานของอาการกริยา

• **되게** (คำวิเศษณ์) : 아주 몹시.
มาก, มากมาย, อย่างมาก, จัด
มากมาย

• **좁다** (คำคุณศัพท์) : 면이나 바닥 등의 면적이 작다.
แคบ, คับแคบ
พื้นที่ของพื้นหรือพื้นผิว เป็นต้น เล็ก

• -은 줄 : 어떤 사실이나 상태에 대해 알고 있거나 모르고 있음을 나타내는 표현.
(รู้, ไม่รู้)ว่า...
สำนวนที่แสดงการที่รู้หรือไม่รู้เกี่ยวกับสภาพหรือข้อเท็จจริงใด ๆ อยู่แล้ว

• **알다** (คำกริยา) : 어떤 사실을 그러하다고 여기거나 생각하다.
คิดว่า, ถือว่า, นับว่า
คิดหรือถือว่าความจริงใดๆเป็นอย่างนั้น

- -았- : 사건이 과거에 일어났음을 나타내는 어미.
  …แล้ว(อดีตกาล)
  วิภัตติปัจจัยที่แสดงว่าเหตุการณ์เกิดขึ้นในอดีต

- -는데 : 뒤의 말을 하기 위하여 그 대상과 관련이 있는 상황을 미리 말함을 나타내는 연결 어미.
  ก็…นะ ว่าแต่…
  วิภัตติปัจจัยเชื่อมระหว่างประโยคที่แสดงการพูดสถานการณ์ที่เกี่ยวกับเป้าหมายนั้น ๆ ไว้ล่วงหน้าเพื่อที่จะพูดต่อเนื่อง

- 이렇다 (คำคุณศัพท์) : 상태, 모양, 성질 등이 이와 같다.
  เป็นอย่างนี้, อย่างที่บอก…
  สภาพ รูปร่าง ลักษณะ เป็นต้น เหมือนกับเป็นอย่างนี้

- -게 : 앞의 말이 뒤에서 가리키는 일의 목적이나 결과, 방식, 정도 등이 됨을 나타내는 연결 어미.
  อย่าง…, ให้…
  วิภัตติปัจจัยเชื่อมระหว่างประโยคที่แสดงว่าคำพูดข้างหน้าชี้บอกระดับ วิธีการ ผลลัพธ์หรือวัตถุประสงค์ หรืออื่นๆ
  ของสิ่งที่อยู่ในเนื้อหาข้างหลัง

- 보다 (คำกริยา) : 대상의 내용이나 상태를 알기 위하여 살피다.
  ดู, มอง, ส่อง(กระจก, กล้องจุลทรรศน์)
  พิจารณาเพื่อให้รู้เนื้อหาหรือสภาพของวัตถุ

- -니 : 뒤에 오는 말에 대하여 앞에 오는 말이 원인이나 근거, 전제가 됨을 나타내는 연결 어미.
  เพราะ…, เพราะว่า…
  วิภัตติปัจจัยเชื่อมระหว่างประโยคที่แสดงว่าคำพูดในประโยคหน้าเป็นเหตุผล สาเหตุหรือเงื่อนไขเกี่ยวกับคำพูดในประโยคหลัง

- 괜찮다 (คำคุณศัพท์) : 꽤 좋다.
  ดี, ใช้ได้, ไม่เลว, พอใช้ได้
  ดีทีเดียว

- -네 : (아주낮춤으로) 지금 깨달은 일에 대하여 말함을 나타내는 종결 어미.
  …จัง, …นะ, …เนอะ
  (ใช้ในการลดระดับอย่างมากและเป็นทางการ)
  วิภัตติปัจจัยลงท้ายประโยคที่แสดงการพูดบอกเกี่ยวกับเหตุการณ์ที่ได้เข้าใจอย่างลึกซึ้งในตอนนี้

좁+은 공간+도 꾸미+[기 나름이]+야.

- 좁다 (คำคุณศัพท์) : 면이나 바닥 등의 면적이 작다.
  แคบ, คับแคบ
  พื้นที่ของพื้นหรือพื้นผิว เป็นต้น เล็ก

- -은 : 앞의 말이 관형어의 기능을 하게 만들고 현재의 상태를 나타내는 어미.
  ที่…, ซึ่ง…
  วิภัตติปัจจัยที่ทำให้คำพูดข้างหน้าทำหน้าที่เป็นคุณศัพท์ขยายนามและแสดงถึงสภาพที่เป็นอยู่ในปัจจุบัน

• **공간** (คำนาม) : 아무것도 없는 빈 곳이나 자리.
ที่ว่าง, พื้นที่
ที่หรือตำแหน่งที่ไม่มีสิ่งใดอยู่เลย

• 도 : 이미 있는 어떤 것에 다른 것을 더하거나 포함함을 나타내는 조사.
...ด้วย
คำชี้ที่แสดงการรวมหรือเพิ่มสิ่งอื่นลงในสิ่งใด ๆ ที่มีอยู่แล้ว

• **꾸미다** (คำกริยา) : 모양이 좋아지도록 손질하다.
ตกแต่ง, เสริมแต่ง, ประดับประดา
ซ่อมแซมจนกระทั่งรูปร่างดีขึ้น

• -기 나름이다 : 어떤 일이 앞의 말이 나타내는 행동을 어떻게 하느냐에 따라 달라질 수 있음을 나타내는 표현.
ขึ้นอยู่กับ..., แล้วแต่..., ตามแต่...
สำนวนที่แสดงการที่อาจจะเปลี่ยนไปได้ โดยขึ้นอยู่กับว่าเรื่องใด ๆ จะทำอย่างไรกับการกระทำซึ่งคำพูดข้างหน้าแสดงไว้

• -야 : (두루낮춤으로) 어떤 사실에 대하여 서술하거나 물음을 나타내는 종결 어미.
วิภัตติปัจจัยลงท้ายประโยคที่ใช้ในการลดระดับภาษาโดยทั่วไป
(ใช้ในการลดระดับอย่างไม่เป็นทางการ)
วิภัตติปัจจัยลงท้ายประโยคที่แสดงการบอกเล่าหรือการถามเกี่ยวกับข้อเท็จจริงใด ๆ <การพูดตามลำดับ>

< 대화(สนทนา) > - 24

나물 반찬 말고 더 맛있는 거 없어요?
나물 반찬 말고 더 마신는 거 업써요?
namul banchan malgo deo masinneun geo eopseoyo?

반찬 투정하지 말고 빨리 먹기나 해.
반찬 투정하지 말고 빨리 먹끼나 해.
banchan tujeonghaji malgo ppalli meokgina hae.

< 설명(การอธิบาย) / 번역(การแปล) >

나물 반찬 말+고 더 맛있+[는 것(거)] 없+어요?
맛있는 거

• **나물** (คำนาม) : 먹을 수 있는 풀이나 나뭇잎, 채소 등을 삶거나 볶거나 또는 날것으로 양념하여 무친 반찬.
นามุล
ผักปรุงรส : กับข้าวชนิดหนึ่งที่นำหญ้า ใบไม้ ผัก เป็นต้น มาต้มหรือผัดแล้วคลุกเคล้าให้เข้ากับเครื่องปรุง

• **반찬** (คำนาม) : 식사를 할 때 밥에 곁들여 먹는 음식.
กับข้าว, เครื่องเคียง, อาหารคาว
อาหารที่รับประทานเป็นเครื่องเคียงคู่กับข้าวเมื่อรับประทานอาหาร

• **말다** (คำกริยา) : 앞의 것이 아니고 뒤의 것임을 나타내는 말.
ไม่ใช่...แต่...
ไม่ใช่สิ่งที่อยู่ข้างหน้าแต่เป็นสิ่งที่อยู่ข้างหลัง

• -고 : 두 가지 이상의 대등한 사실을 나열할 때 쓰는 연결 어미.
ทั้ง...และ...
วิภัตติปัจจัยเชื่อมระหว่างประโยคที่ใช้เมื่อแจกแจงข้อเท็จจริงที่เท่าเทียมกันสองสิ่งขึ้นไปต่อกัน

• **더** (คำวิเศษณ์) : 비교의 대상이나 어떤 기준보다 정도가 크게, 그 이상으로.
กว่า
ที่มีระดับมากหรือสูงกว่ามาตรฐานใด ๆ หรือสิ่งที่เปรียบเทียบ

• **맛있다** (คำคุณศัพท์) : 맛이 좋다.
อร่อย, รสชาติดี
รสชาติดี

• -는 것 : 명사가 아닌 것을 문장에서 명사처럼 쓰이게 하거나 '이다' 앞에 쓰일 수 있게 할 때 쓰는 표현.
การ..., การที่..., สิ่งที่...
สำนวนที่ทำให้คำที่ไม่ใช้คำนามใช้เหมือนคำนามในประโยคหรือทำให้ใช้วางไว้หน้า '이다' ได้

• **없다** (คำคุณศัพท์) : 사람, 사물, 현상 등이 어떤 곳에 자리나 공간을 차지하고 존재하지 않는 상태이다.
ไม่มี, ปราศจาก, ไร้ซึ่ง...
คน วัตถุหรือปรากฏการณ์ เป็นต้น อยู่ในสภาพที่ไม่ได้ครอบครองที่หรือพื้นที่ในสถานที่ใด ๆ

• -어요 : (두루높임으로) 어떤 사실을 서술하거나 질문, 명령, 권유함을 나타내는 종결 어미.
วิภัตติปัจจัยลงท้ายประโยคที่ใช้ในการยกย่องโดยทั่วไป
(ใช้ในการยกย่องอย่างไม่เป็นทางการ)
วิภัตติปัจจัยลงท้ายประโยคที่แสดงการบอกเล่า การถาม การสั่ง หรือการชักชวนเรื่องใด ๆ <คำถาม>

반찬 투정하+[지 말]+고 빨리 먹+[기나 하]+여.

먹기나 해

• **반찬** (คำนาม) : 식사를 할 때 밥에 곁들여 먹는 음식.
กับข้าว, เครื่องเคียง, อาหารคาว
อาหารที่รับประทานเป็นเครื่องเคียงคู่กับข้าวเมื่อรับประทานอาหาร

• **투정하다** (คำกริยา) : 무엇이 모자라거나 마음에 들지 않아 떼를 쓰며 조르다.
บ่น, บ่นพึมพำ
เว้าวอนด้วยการเซ้าซี้ เนื่องจากสิ่งใดขาดแคลนหรือไม่ถูกใจ

• -지 말다 : 앞의 말이 나타내는 행동을 하지 못하게 함을 나타내는 표현.
อย่า...
สำนวนที่ใช้แสดงการไม่สามารถทำการกระทำที่ปรากฏในคำพูดข้างหน้าได้

• -고 : 앞의 말과 뒤의 말이 차례대로 일어남을 나타내는 연결 어미.
...แล้ว...
วิภัตติปัจจัยเชื่อมระหว่างประโยคที่แสดงการเกิดคำพูดในประโยคหน้าและประโยคหลังตามลำดับ

• **빨리** (คำวิเศษณ์) : 걸리는 시간이 짧게.
เร็ว, รวดเร็ว, ไว ๆ , อย่างรวดเร็ว
ใช้เวลาเพียงไม่นาน

• **먹다** (คำกริยา) : 음식 등을 입을 통하여 배 속에 들여보내다.
กิน
เอาอาหาร เป็นต้น ใส่เข้าไปในท้องโดยผ่านปาก

• -기나 하다 : 마음에 차지는 않지만 듣는 사람이나 다른 사람이 앞의 말이 나타내는 행동을 하길 바랄 때 쓰는 표현.

...เสีย, ...เถอะ, ...แหละ, ...ซะ

สำนวนที่ใช้เมื่อหวังว่าผู้ฟังหรือผู้อื่นจะทำการกระทำซึ่งคำพูดข้างหน้าแสดงไว้ แม้ว่าไม่พอใจก็ตาม

• -여 : (두루낮춤으로) 어떤 사실을 서술하거나 물음, 명령, 권유를 나타내는 종결 어미.

วิภัตติปัจจัยลงท้ายประโยคที่ใช้ในการลดระดับภาษาโดยทั่วไป

(ใช้ในการลดระดับอย่างไม่เป็นทางการ)วิภัตติปัจจัยลงท้ายประโยคที่แสดงการบอกเล่าข้อเท็จจริงบางอย่าง หรือการถาม การสั่ง หรือการชักชวน <คำสั่ง>

< 대화(สนทนา) > - 25

수박 한 통에 이만 원이라고요? 좀 비싼데요.
수박 한 통에 이만 워니라고요? 좀 비싼데요.
subak han tonge iman woniragoyo? jom bissandeyo.

비싸기는요. 요즘 물가가 얼마나 올랐는데요.
비싸기느뇨. 요즘 물까가 얼마나 올란는데요.
bissagineunyo. yojeum mulgaga eolmana ollanneundeyo.

< 설명(การอธิบาย) / 번역(การแปล) >

수박 한 통+에 이만 원+이+라고요?

좀 비싸+ㄴ데요.
　　　비싼데요

• **수박** (คำนาม) : 둥글고 크며 초록 빛깔에 검푸른 줄무늬가 있으며 속이 붉고 수분이 많은 과일.
แตงโม
ผลไม้ที่มีความชุ่มชื้น ข้างในมีสีแดง และมีลายเส้นสีเขียวเข้มที่ผลซึ่งมีลักษณะกลมและใหญ่

• **한** (คุณศัพท์) : 하나의.
หนึ่ง
อันหนึ่ง

• **통** (คำนาม) : 배추나 수박, 호박 등을 세는 단위.
ทง
หัว; ต้น; ลูก(ลักษณนาม) : หน่วยที่นับผักกาดขาวหรือแตงโม ฟักทอง เป็นต้น

• **에** : 앞말이 기준이 되는 대상이나 단위임을 나타내는 조사.
ต่อ...
คำชี้ที่แสดงว่าคำพูดข้างหน้าเป็นเป้าหมายหรือหน่วยวัดที่เป็นมาตรฐาน

• **이만** : 20,000

• **원** (คำนาม) : 한국의 화폐 단위.
วอน(สกุลเงิน)
หน่วยเงินตราของประเทศเกาหลี

• 이다 : 주어가 지시하는 대상의 속성이나 부류를 지정하는 뜻을 나타내는 서술격 조사.
เป็น
คำชี้ภาคแสดงการกที่แสดงความหมายที่กำหนดประเภทหรือคุณสมบัติของเป้าหมายที่ประธานบ่งชี้

• -라고요 : (두루높임으로) 다른 사람의 말을 확인하거나 따져 물을 때 쓰는 표현.
บอกว่าเป็น...หรือค่ะ(ครับ)
(ใช้ในการยกย่องอย่างไม่เป็นทางการ) สำนวนที่ใช้เมื่อถามจับผิดหรือยืนยันคำพูดของผู้อื่นให้แน่ใจ

• **좀 (คำวิเศษณ์)** : 분량이나 정도가 적게.
นิดหน่อย, เล็กน้อย
อย่างที่ปริมาณหรือระดับน้อย

• **비싸다 (คำคุณศัพท์)** : 물건값이나 어떤 일을 하는 데 드는 비용이 보통보다 높다.
แพง, ราคาสูง
ราคาของสิ่งของหรือค่าใช้จ่ายที่ใช้ในการทำเรื่องใดสูงกว่าปกติ

• -ㄴ데요 : (두루높임으로) 의외라 느껴지는 어떤 사실을 감탄하여 말할 때 쓰는 표현.
...นะครับ(ค่ะ)
(ใช้ในการยกย่องอย่างไม่เป็นทางการ) สำนวนที่ใช้เมื่อพูดอุทานต่อสิ่งใดๆที่รู้สึกว่าเกินความคาดหมาย

비싸+기는요.

요즘 물가+가 얼마나 오르(올ㄹ)+았+는데요.

올랐는데요

• **비싸다 (คำคุณศัพท์)** : 물건값이나 어떤 일을 하는 데 드는 비용이 보통보다 높다.
แพง, ราคาสูง
ราคาของสิ่งของหรือค่าใช้จ่ายที่ใช้ในการทำเรื่องใดสูงกว่าปกติ

• -기는요 : (두루높임으로) 상대방의 말을 가볍게 부정하거나 반박함을 나타내는 표현.
...อะไรกัน, ...ไม่หรอก, ...ที่ไหนกัน
(ใช้ในการยกย่องอย่างไม่เป็นทางการ) วิภัตติปัจจัยลงท้ายประโยคที่แสดงการปฏิเสธหรือตอบโต้คำพูดของอีกฝ่ายอย่างเบาๆ

• **요즘 (คำนาม)** : 아주 가까운 과거부터 지금까지의 사이.
ปัจจุบัน, ขณะนี้, สมัยนี้, ในระยะนี้, หมู่นี้, เมื่อไม่นานมานี้, เมื่อเร็ว ๆ นี้, ทุกวันนี้, ล่าสุด
ระยะเวลาตั้งแต่อดีตเมื่อไม่นานมานี้จนถึงปัจจุบัน

• **물가 (คำนาม)** : 물건이나 서비스의 평균적인 가격.
ราคา, ค่าครองชีพ, ราคาสินค้าอุปโภคบริโภค, ราคาสินค้า
ราคาโดยเฉลี่ยของสินค้าหรือบริการ

• 가 : 어떤 상태나 상황에 놓인 대상이나 동작의 주체를 나타내는 조사.
คำชี้ประธาน
คำชี้ที่ใช้แสดงสิ่งที่อยู่ในสถานการณ์หรือสภาพใด ๆ หรือผู้ที่เป็นประธานของอากัปกริยา

• **얼마나** (คำวิเศษณ์) : 상태나 느낌 등의 정도가 매우 크고 대단하게.
สักเท่าไหร่, สักแค่ไหน, เพียงใด
ระดับของความรู้สึกหรือสภาวะ เป็นต้น ซึ่งใหญ่โตและยิ่งใหญ่มาก

• **오르다** (คำกริยา) : 값, 수치, 온도, 성적 등이 이전보다 많아지거나 높아지다.
ขึ้น, เพิ่มขึ้น, สูงขึ้น, มากขึ้น
ราคา ผลลัพธ์ อุณหภูมิ คะแนน เป็นต้น มากกว่าหรือสูงขึ้นกว่าเมื่อก่อน

• -았- : 어떤 사건이 과거에 완료되었거나 그 사건의 결과가 현재까지 지속되는 상황을 나타내는 어미.
...แล้ว
วิภัตติปัจจัยที่แสดงว่าเหตุการณ์ใดๆเสร็จสมบูรณ์ไปแล้วในอดีตหรือแสดงสถานการณ์ที่ผลลัพธ์ของเหตุการณ์ดังกล่าวต่อเนื่องจนถึงปัจจุบัน

• -는데요 : (두루높임으로) 어떤 상황을 전달하여 듣는 사람의 반응을 기대함을 나타내는 표현.
...นะครับ(คะ)
(ใช้ในการยกย่องอย่างไม่เป็นทางการ) สำนวนที่ใช้ถ่ายทอดสถานการณ์ใดไปและแสดงความคาดหวังในปฏิกิริยาของผู้ฟัง

< 대화(สนทนา) > - 26

왜 나한테 거짓말을 했어?
왜 나한테 거진마를 해써?
wae nahante geojinmareul haesseo?

그건 너와 멀어질까 봐 두려웠기 때문이야.
그건 너와 머러질까 봐 두려월끼 때무니야.
geugeon neowa meoreojilkka bwa duryeowotgi ttaemuniya.

< 설명(การอธิบาย) / 번역(การแปล) >

왜 나+한테 거짓말+을 하+였+어?
했어

• **왜** (คำวิเศษณ์) : 무슨 이유로. 또는 어째서.
ทำไม, ด้วยเหตุใด, เพราะอะไร
ด้วยเหตุผลอันใด หรือเพราะอะไร

• **나** (สรรพนาม) : 말하는 사람이 친구나 아랫사람에게 자기를 가리키는 말.
ฉัน
คำที่คนพูดใช้เรียกตนเองต่อเพื่อนหรือคนที่อายุน้อยกว่า

• 한테 : 어떤 행동이 미치는 대상임을 나타내는 조사.
แก่, ให้แก่, ให้, ถึง
คำชี้ที่แสดงว่าเป็นเป้าหมายที่การกระทำใดๆไปถึง

• **거짓말** (คำนาม) : 사실이 아닌 것을 사실인 것처럼 꾸며서 하는 말.
การโกหก, การพูดปด, การพูดเท็จ, การพูดโกหก, การพูดไม่จริง, การกล่าวเท็จ, การปดโป้, การโกหกพกลม
การพูดแต่งเรื่องที่ไม่จริงให้เหมือนเป็นเรื่องจริง

• 을 : 동작이 직접적으로 영향을 미치는 대상을 나타내는 조사.
ไม่พบคำแปล
คำชี้ที่แสดงเป้าหมายที่การกระทำส่งผลกระทบโดยตรง

• **하다** (คำกริยา) : 어떤 행동이나 동작, 활동 등을 행하다.
ทำ
ทำกิจกรรม การเคลื่อนไหว หรือพฤติกรรมใด ๆ เป็นต้น

• -였- : 사건이 과거에 일어났음을 나타내는 어미.

...แล้ว(อดีตกาล)

วิภัตติปัจจัยที่แสดงว่าเหตุการณ์ได้เกิดขึ้นในอดีต

• -어 : (두루낮춤으로) 어떤 사실을 서술하거나 물음, 명령, 권유를 나타내는 종결 어미.

วิภัตติปัจจัยลงท้ายประโยคที่ใช้ในการลดระดับภาษาโดยทั่วไป

(ใช้ในการลดระดับอย่างไม่เป็นทางการ)วิภัตติปัจจัยลงท้ายประโยคที่แสดงการบอกเล่าข้อเท็จจริงใด ๆ หรือการถาม การสั่ง

หรือการชักชวน <คำถาม>

그것(그거)+은 너+와 멀어지+[ㄹ까 보]+아 두렵(두려우)+었+[기 때문]+이+야.

그건　　　　　　멀어질까 봐　　　　두려웠기 때문이야

• 그것 (สรรพนาม) : 앞에서 이미 이야기한 대상을 가리키는 말.

เรื่องนั้น, อันนั้น, สิ่งนั้น

คำที่บ่งชี้ถึงเป้าหมายที่พูดถึงแล้วในก่อนหน้า

• 은 : 문장 속에서 어떤 대상이 화제임을 나타내는 조사.

ตัวชี้หัวเรื่อง

คำชี้ที่แสดงว่าเป้าหมายใด ๆ เป็นหัวข้อเรื่องในประโยค

• 너 (สรรพนาม) : 듣는 사람이 친구나 아랫사람일 때, 그 사람을 가리키는 말.

เธอ, แก, เอ็ง

คำที่ใช้เรียกชี้บ่งคนนั้นที่เป็นผู้ฟังในกรณีที่เป็นผู้น้อยหรือเพื่อน

• 와 : 무엇인가를 상대로 하여 어떤 일을 할 때 그 상대임을 나타내는 조사.

กับ...

คำชี้ที่แสดงว่าเป็นเป้าหมายนั้นในตอนที่ทำงานใด ๆ กับอะไรเป็นฝ่ายตรงข้าม

• 멀어지다 (คำกริยา) : 친하던 사이가 다정하지 않게 되다.

ห่างเหิน, เหินห่าง

ความสัมพันธ์ที่เคยสนิทสนมกันกลับกลายเป็นไม่สนิทสนมกัน

• -ㄹ까 보다 : 앞에 오는 말이 나타내는 상황이 될 것을 걱정하거나 두려워함을 나타내는 표현.

ว่าจะ...หรือเปล่า

สำนวนที่แสดงการที่เป็นกังวลหรือกลัวว่าจะกลายเป็นสถานการณ์ซึ่งคำพูดข้างหน้าแสดงไว้

• -아 : 앞에 오는 말이 뒤에 오는 말에 대한 원인이나 이유임을 나타내는 연결 어미.

เพราะ...จึง...

วิภัตติปัจจัยเชื่อมระหว่างประโยคที่แสดงการที่คำพูดข้างหน้าเป็นสาเหตุหรือเหตุผลของคำพูดตามมาข้างหลัง

• 두렵다 (คำคุณศัพท์) : 걱정되고 불안하다.

น่าเป็นห่วง, น่าวิตกกังวล

รู้สึกเป็นห่วงและกังวล

- -었- : 사건이 과거에 일어났음을 나타내는 어미.

  …แล้ว(อดีตกาล)

  วิภัตติปัจจัยที่แสดงว่าเหตุการณ์ได้เกิดขึ้นในอดีต

- -기 때문 : 앞의 내용이 뒤에 오는 일의 원인이나 까닭임을 나타내는 표현.

  เพราะ…, เพราะว่า…, เนื่องจาก…

  สำนวนที่แสดงว่าเนื้อหาข้างหน้าเป็นสาเหตุของเรื่องที่ตามมาข้างหลัง

- 이다 : 주어가 지시하는 대상의 속성이나 부류를 지정하는 뜻을 나타내는 서술격 조사.

  เป็น

  คำชี้ภาคแสดงการกที่แสดงความหมายที่กำหนดประเภทหรือคุณสมบัติของเป้าหมายที่ประธานบ่งชี้

- -야 : (두루낮춤으로) 어떤 사실에 대하여 서술하거나 물음을 나타내는 종결 어미.

  วิภัตติปัจจัยลงท้ายประโยคที่ใช้ในการลดระดับภาษาโดยทั่วไป

  (ใช้ในการลดระดับอย่างไม่เป็นทางการ)

  วิภัตติปัจจัยลงท้ายประโยคที่แสดงการบอกเล่าหรือการถามเกี่ยวกับข้อเท็จจริงใด ๆ <การพูดตามลำดับ>

< 대화(สนทนา) > - 27

이번 휴가 때 남자 친구에게 운전을 배우기로 했어.
이번 휴가 때 남자 친구에게 운저늘 배우기로 해써.
ibeon hyuga ttae namja chinguege unjeoneul baeugiro haesseo.

그러면 분명히 서로 싸우게 될 텐데…….
그러면 분명히 서로 싸우게 될 텐데…….
geureomyeon bunmyeonghi seoro ssauge doel tende…….

< 설명(การอธิบาย) / 번역(การแปล) >

이번 휴가 때 남자 친구+에게 운전+을 배우+[기로 하]+였+어.
배우기로 했어

• **이번** (คำนาม) : 곧 돌아올 차례. 또는 막 지나간 차례.
ครั้งนี้, คราวนี้, หนนี้
ลำดับที่กำลังจะมาถึง หรือลำดับที่เพิ่งผ่านพ้นไป

• **휴가** (คำนาม) : 직장이나 군대 등의 단체에 속한 사람이 일정한 기간 동안 일터를 벗어나서 쉬는 일. 또는 그런 기간.
การลาพัก, พักร้อน
การหยุดทำงานเพื่อพักผ่อนตามระยะเวลาที่กำหนดของผู้ที่อยู่ภายใต้สังกัดองค์กรเช่นที่ทำงานหรือกรมทหาร หรือช่วงเวลาดังกล่าว

• **때** (คำนาม) : 어떤 시기 동안.
ช่วง, ตอน, เวลา, เมื่อ
ระยะเวลาของสมัยใด ๆ

• **남자 친구** (คำนาม) : 여자가 사랑하는 감정을 가지고 사귀는 남자.
เพื่อนชาย, แฟน
ผู้ชายที่ผู้หญิงกำลังคบหาดูใจและรู้สึกชอบพอรักใคร่

• 에게 : 어떤 행동의 주체이거나 비롯되는 대상임을 나타내는 조사.
จาก
คำชี้ที่แสดงว่าเป็นเป้าหมายที่ถูกเริ่มหรือเป็นส่วนสำคัญของการกระทำใด ๆ

• **운전** (คำนาม) : 기계나 자동차를 움직이고 조종함.
การขับ, การขับขี่, การควบคุม
การควบคุมหรือทำให้รถยนต์หรือเครื่องจักรเคลื่อนที่

• 을 : 동작이 직접적으로 영향을 미치는 대상을 나타내는 조사.
ไม่พบคำแปล
คำชี้ที่แสดงเป้าหมายที่การกระทำส่งผลกระทบโดยตรง

• **배우다** (คำกริยา) : 새로운 기술을 익히다.
ฝึก, ฝึกฝน, ฝึกหัด, เรียน, เรียนรู้
ฝึกฝนทักษะใหม่

• **-기로 하다** : 앞의 말이 나타내는 행동을 할 것을 결심하거나 약속함을 나타내는 표현.
นัดว่า..., นัดหมายว่า..., สัญญาว่า..., ตัดสินใจว่า...
สำนวนที่แสดงการนัดหมายหรือตัดสินใจที่จะทำการกระทำที่คำพูดข้างหน้าแสดงไว้

• **-였-** : 어떤 사건이 과거에 완료되었거나 그 사건의 결과가 현재까지 지속되는 상황을 나타내는 어미.
...แล้ว(อดีตกาล), ยังคง...(อดีตกาล)
วิภัตติปัจจัยที่แสดงว่าเหตุการณ์ใดๆเสร็จสมบูรณ์ไปแล้วในอดีตหรือแสดงสถานการณ์ที่ผลลัพธ์ของเหตุการณ์ดังกล่าวต่อเนื่องจนถึงปัจจุบัน

• **-어** : (두루낮춤으로) 어떤 사실을 서술하거나 물음, 명령, 권유를 나타내는 종결 어미.
วิภัตติปัจจัยลงท้ายประโยคที่ใช้ในการลดระดับภาษาโดยทั่วไป
(ใช้ในการลดระดับอย่างไม่เป็นทางการ)วิภัตติปัจจัยลงท้ายประโยคที่แสดงการบอกเล่าข้อเท็จจริงใด ๆ หรือการถาม การสั่งหรือการชักชวน <การพูดตามลำดับ>

그러면 분명히 서로 싸우+[게 되]+[ㄹ 텐데]······.
싸우게 될 텐데

• **그러면** (คำวิเศษณ์) : 앞의 내용이 뒤의 내용의 조건이 될 때 쓰는 말.
ถ้าอย่างนั้น, ถ้าเช่นนั้น, ถ้าเป็นเช่นนั้น, ถ้าเป็นเช่นนั้น, อย่างนั้นก็
คำพูดที่ใช้เมื่อเนื้อหาข้างหน้าเป็นเงื่อนไขของเนื้อหาข้างหลัง

• **분명히** (คำวิเศษณ์) : 어떤 사실이 틀림이 없이 확실하게.
อย่างชัดเจน, อย่างแน่นอน, อย่างแจ่มชัด
เรื่องบางอย่างแน่นอนโดยไม่ผิดพลาด

• **서로** (คำวิเศษณ์) : 관계를 맺고 있는 둘 이상의 대상이 각기 그 상대에 대하여.
ซึ่งกันและกัน, ต่อกัน, ต่อกันและกัน
เป้าหมายที่มากกว่าสองสิ่งขึ้นไปมีความสัมพันธ์กัน เกี่ยวกับเป้าหมายดังกล่าวแต่ละฝ่าย

• **싸우다** (คำกริยา) : 말이나 힘으로 이기려고 다투다.
ทะเลาะ, วิวาท, ทะเลาะวิวาท
โต้เถียงหรือทะเลาะด้วยคำพูดหรือใช้แรงเพื่อเอาชนะ

• -게 되다 : 앞의 말이 나타내는 상태나 상황이 됨을 나타내는 표현.

  กลายเป็น..., กลายเป็นได้..., ได้...

  สำนวนที่แสดงว่าคำพูดข้างหน้าได้กลายเป็นสภาพหรือสถานการณ์ที่ปรากฏ

• -ㄹ 텐데 : 앞에 오는 말에 대하여 말하는 사람의 강한 추측을 나타내면서 그와 관련되는 내용을 이어
           말할 때 쓰는 표현.

  น่าจะ...นะ แต่...

  สำนวนที่ใช้เมื่อเวลาแสดงการคาดการณ์ที่หนักแน่นของผู้พูดเกี่ยวกับคำพูดข้างหน้า พร้อมกับพูดเนื้อความที่เกี่ยวข้องกับเรื่องนั้น ๆ

< 대화(สนทนา) > - 28

운동선수로서 뭐가 제일 힘들어?
운동선수로서 뭐가 제일 힘드러?
undongseonsuroseo mwoga jeil himdeureo?

글쎄, 체중을 조절하기 위한 끊임없는 노력이겠지.
글쎄, 체중을 조절하기 위한 끄니멈는 노려기겓찌.
geulsse, chejungeul jojeolhagi wihan kkeunimeomneun noryeogigetji.

< 설명(การอธิบาย) / 번역(การแปล) >

운동선수+로서 뭐+가 제일 힘들+어?

- **운동선수 (คำนาม)** : 운동에 뛰어난 재주가 있어 전문적으로 운동을 하는 사람.
  นักกีฬา
  คนที่มีความสามารถโดดเด่นทางด้านกีฬาและเล่นกีฬาเป็นอาชีพเฉพาะ

- **로서** : 어떤 지위나 신분, 자격을 나타내는 조사.
  ในฐานะ..
  คำชี้ที่แสดงตำแหน่ง สถานภาพ หรือคุณสมบัติใด ๆ

- **뭐 (สรรพนาม)** : 모르는 사실이나 사물을 가리키는 말.
  อะไร
  คำที่บ่งชี้ถึงสิ่งหรือข้อเท็จจริงที่ไม่รู้

- **가** : 어떤 상태나 상황에 놓인 대상이나 동작의 주체를 나타내는 조사.
  คำชี้ประธาน
  คำชี้ที่ใช้แสดงสิ่งที่อยู่ในสถานการณ์หรือสภาพใด ๆ หรือผู้ที่เป็นประธานของอากัปกริยา

- **제일 (คำวิเศษณ์)** : 여럿 중에서 가장.
  ที่สุด, ดีที่สุด, มากที่สุด
  ที่สุดในบรรดาหลาย ๆ สิ่ง

- **힘들다 (คำคุณศัพท์)** : 어떤 일을 하는 것이 어렵거나 곤란하다.
  ยาก, ลำบาก, ยุ่งยาก, เป็นทุกข์
  การทำงานบางอย่างยากหรือเป็นทุกข์

• -어 : (두루낮춤으로) 어떤 사실을 서술하거나 물음, 명령, 권유를 나타내는 종결 어미.
วิภัตติปัจจัยลงท้ายประโยคที่ใช้ในการลดระดับภาษาโดยทั่วไป
(ใช้ในการลดระดับอย่างไม่เป็นทางการ)วิภัตติปัจจัยลงท้ายประโยคที่แสดงการบอกเล่าข้อเท็จจริงใด ๆ หรือการถาม การสั่ง หรือการชักชวน <คำถาม>

글쎄, 체중+을 조절하+[기 위한] 끊임없+는 노력+이+겠+지.

• **글쎄** (คำอุทาน) : 상대방의 물음이나 요구에 대하여 분명하지 않은 태도를 나타낼 때 쓰는 말.
ไม่รู้สิ, ไม่รู้เหมือนกัน, ไม่แน่ใจเหมือนกัน, เดี๋ยวนะ, ขอคิดดูก่อน
คำที่ใช้แสดงท่าทีที่ไม่ชัดเจนเกี่ยวกับคำถามหรือคำขอร้องของฝ่ายตรงข้าม

• **체중** (คำนาม) : 몸의 무게.
น้ำหนักตัว
น้ำหนักของร่างกาย

• 을 : 동작이 직접적으로 영향을 미치는 대상을 나타내는 조사.
ไม่พบคำแปล
คำชี้ที่แสดงเป้าหมายที่การกระทำส่งผลกระทบโดยตรง

• **조절하다** (คำกริยา) : 균형에 맞게 바로잡거나 상황에 알맞게 맞추다.
ปรับ, ปรับแก้, ปรับให้เหมาะสม
ปรับให้สมดุลหรือปรับให้เหมาะสมกับสถานการณ์

• -기 위한 : 뒤에 오는 명사를 수식하면서 그 목적이나 의도를 나타내는 표현.
เพื่อ..., เพื่อที่จะ..., เพื่อจะ
สำนวนที่แสดงความตั้งใจหรือเป้าหมายดังกล่าว พร้อมทั้งขยายคำนามที่ตามมาข้างหลัง

• **끊임없다** (คำคุณศัพท์) : 계속하거나 이어져 있던 것이 끊이지 아니하다.
ไม่หยุดยั้ง, ไม่สิ้นสุด, ต่อเนื่องกัน, ติดต่อกัน, ตลอดไป
สิ่งที่เคยทำต่อเนื่องหรือเชื่อมต่อกันไม่ขาดตอนและต่อเนื่อง

• -는 : 앞의 말이 관형어의 기능을 하게 만들고 사건이나 동작이 현재 일어남을 나타내는 어미.
...ที่...
วิภัตติปัจจัยที่แสดงการที่ทำให้คำพูดข้างหน้าทำหน้าที่เป็นคุณศัพท์ขยายนามและเหตุการณ์หรืออากัปกิริยาเกิดขึ้นในปัจจุบัน

• **노력** (คำนาม) : 어떤 목적을 이루기 위하여 힘을 들이고 애를 씀.
ความพยายาม, ความพากเพียร, ความมานะ, ความอุตสาหะ
การใช้แรงและความพยายามเพื่อให้บรรลุเป้าหมายใด ๆ

• 이다 : 주어가 지시하는 대상의 속성이나 부류를 지정하는 뜻을 나타내는 서술격 조사.
เป็น
คำชี้ภาคแสดงการกที่แสดงความหมายที่กำหนดประเภทหรือคุณสมบัติของเป้าหมายที่ประธานบ่งชี้

- -겠- : 미래의 일이나 추측을 나타내는 어미.

น่าจะ..

วิภัตติปัจจัยที่แสดงเหตุการณ์หรือการคาดเดาในอนาคต

- -지 : (두루낮춤으로) 말하는 사람이 자신에 대한 이야기나 자신의 생각을 친근하게 말할 때 쓰는 종결 어미.

...นะ

(ใช้ในการลดระดับอย่างไม่เป็นทางการ)

วิภัตติปัจจัยลงท้ายประโยคที่ใช้เมื่อผู้พูดพูดความคิดของตนเองหรือเรื่องราวเกี่ยวกับตนเองอย่างสนิทสนม

< 대화(สนทนา) > - 29

요즘 부쩍 운동을 열심히 하시네요.
요즘 부쩍 운동을 열씸히 하시네요.
yojeum bujjeok undongeul yeolsimhi hasineyo.

건강을 유지하기 위해서 운동을 좀 해야겠더라고요.
건강을 유지하기 위해서 운동을 좀 해야겓떠라고요.
geongangeul yujihagi wihaeseo undongeul jom haeyagetdeoragoyo.

< 설명(การอธิบาย) / 번역(การแปล) >

요즘 부쩍 운동+을 열심히 하+시+네요.

• **요즘** (คำนาม) : 아주 가까운 과거부터 지금까지의 사이.
ปัจจุบัน, ขณะนี้, สมัยนี้, ในระยะนี้, หมู่นี้, เมื่อไม่นานมานี้, เมื่อเร็ว ๆ นี้, ทุกวันนี้, ล่าสุด
ระยะเวลาตั้งแต่อดีตเมื่อไม่นานมานี้จนถึงปัจจุบัน

• **부쩍** (คำวิเศษณ์) : 어떤 사물이나 현상이 갑자기 크게 변화하는 모양.
อย่างเห็นได้ชัด, อย่างชัดเจน, อย่างสังเกตได้
ลักษณะที่ปรากฏการณ์หรือวัตถุใดๆเปลี่ยนไปมากอย่างกะทันหัน

• **운동** (คำนาม) : 몸을 단련하거나 건강을 위하여 몸을 움직이는 일.
การออกกำลังกาย, การออกกายบริหาร
การที่เคลื่อนไหวร่างกายเพื่อสุขภาพหรือฝึกฝนร่างกาย

• 을 : 동작이 직접적으로 영향을 미치는 대상을 나타내는 조사.
ไม่พบคำแปล
คำชี้ที่แสดงเป้าหมายที่การกระทำส่งผลกระทบโดยตรง

• **열심히** (คำวิเศษณ์) : 어떤 일에 온 정성을 다하여.
อย่างตั้งใจ, อย่างกระตือรือร้น, อย่างขยันหมั่นเพียร, อย่างมุ่งมั่นพยายาม
ด้วยการเอาใจใส่ทั้งหมดในสิ่งใด

• **하다** (คำกริยา) : 어떤 행동이나 동작, 활동 등을 행하다.
ทำ
ทำกิจกรรม การเคลื่อนไหว หรือพฤติกรรมใด ๆ เป็นต้น

• -시- : 어떤 동작이나 상태의 주체를 높이는 뜻을 나타내는 어미.
วิภัตติปัจจัยที่แสดงการยกย่องประธานในประโยค
วิภัตติปัจจัยที่ใช้แสดงความหมายซึ่งยกย่องประธานของอาการกิริยาหรือสภาพใด ๆ

• -네요 : (두루높임으로) 말하는 사람이 직접 경험하여 새롭게 알게 된 사실에 대해 감탄함을 나타낼 때 쓰는 표현.
...จังค่ะ(ครับ)
(ใช้ในการยกย่องอย่างไม่เป็นทางการ) สำนวนที่ใช้เมื่อแสดงการอุทานเกี่ยวกับสิ่งที่ผู้พูดเพิ่งรู้เมื่อได้ประสบด้วยตนเอง

건강+을 유지하+[기 위해서] 운동+을 좀 하+여야겠+더라고요.
해야겠더라고요

• **건강** (คำนาม) : 몸이나 정신이 이상이 없이 튼튼한 상태.
สุขภาพ
สภาพของร่างกายหรือจิตใจที่แข็งแรงปราศจากความผิดปกติ

• 을 : 동작이 직접적으로 영향을 미치는 대상을 나타내는 조사.
ไม่พบคำแปล
คำชี้ที่แสดงเป้าหมายที่การกระทำส่งผลกระทบโดยตรง

• **유지하다** (คำกริยา) : 어떤 상태나 상황 등을 그대로 이어 나가다.
รักษาไว้
รักษาสภาพหรือสถานการณ์ เป็นต้น ให้คงไว้เช่นนั้นอย่างต่อเนื่อง

• -기 위해서 : 어떤 일을 하는 목적인 의도를 나타내는 표현.
เพื่อ..., เพื่อที่จะ..., เพื่อจะ
สำนวนที่แสดงความตั้งใจที่เป็นจุดมุ่งหมายที่จะทำสิ่งใดๆ

• **운동** (คำนาม) : 몸을 단련하거나 건강을 위하여 몸을 움직이는 일.
การออกกำลังกาย, การออกกายบริหาร
การที่เคลื่อนไหวร่างกายเพื่อสุขภาพหรือฝึกฝนร่างกาย

• 을 : 동작이 직접적으로 영향을 미치는 대상을 나타내는 조사.
ไม่พบคำแปล
คำชี้ที่แสดงเป้าหมายที่การกระทำส่งผลกระทบโดยตรง

• **좀** (คำวิเศษณ์) : 분량이나 정도가 적게.
นิดหน่อย, เล็กน้อย
อย่างที่ปริมาณหรือระดับน้อย

• **하다** (คำกริยา) : 어떤 행동이나 동작, 활동 등을 행하다.
ทำ
ทำกิจกรรม การเคลื่อนไหว หรือพฤติกรรมใด ๆ เป็นต้น

- -여야겠- : 앞의 말이 나타내는 행동에 대한 강한 의지를 나타내거나 그 행동을 할 필요가 있음을 완곡하게 말할 때 쓰는 표현.

คงจะต้อง...แล้ว, น่าจะต้อง...แล้วล่ะ

สำนวนที่ใช้เมื่อแสดงอย่างนุ่มนวลถึงความตั้งใจอันหนักแน่นเกี่ยวกับการกระทำที่คำพูดข้างหน้าแสดงไว้หรือมีความจำเป็นต้องทำการกระทำดังกล่าว

- -더라고요 : (두루높임으로) 과거에 경험하여 새로 알게 된 사실에 대해 지금 상대방에게 옮겨 전할 때 쓰는 표현.

ทราบว่า...น่ะครับ(ค่ะ), เห็นว่า...น่ะครับ(ค่ะ)

(ใช้ในการยกย่องอย่างไม่เป็นทางการ)

สำนวนที่ใช้เมื่อนำข้อเท็จจริงเกี่ยวกับสิ่งที่ประสบมาในอดีตจึงเพิ่งได้รู้มาถ่ายทอดแก่ผู้ฟังในขณะนี้

< 대화(สนทนา) > - 30

해외여행을 떠나기 전에 무엇을 준비해야 할까요?
해외여행을 떠나기 저네 무어슬 준비해야 할까요?
haeoeyeohaengeul tteonagi jeone mueoseul junbihaeya halkkayo?

먼저 여권을 준비하고 환전도 해야 해요.
먼저 여꿔늘 준비하고 환전도 해야 해요.
meonjeo yeogwoneul junbihago hwanjeondo haeya haeyo.

< 설명(การอธิบาย) / 번역(การแปล) >

해외여행+을 떠나+[기 전에] 무엇+을 준비하+[여야 하]+ㄹ까요?
준비해야 할까요

• **해외여행** (คำนาม) : 외국으로 여행을 가는 일. 또는 그런 여행.
การท่องเที่ยวต่างประเทศ, การเดินทางไปเที่ยวต่างประเทศ
การเดินทางท่องเที่ยวไปยังต่างประเทศ หรือการท่องเที่ยวดังกล่าว

• 을 : 그 행동의 목적이 되는 일을 나타내는 조사.
ไม่พบคำแปล
คำชี้ที่แสดงเรื่องที่เป็นวัตถุประสงค์ของการกระทำนั้น

• **떠나다** (คำกริยา) : 어떤 일을 하러 나서다.
ออกไป
ออกไปเพื่อทำสิ่งใด ๆ

• -기 전에 : 뒤에 오는 말이 나타내는 행동이 앞에 오는 말이 나타내는 행동보다 앞서는 것을 나타내는 표현.
(ประโยคหลัง)ก่อน(ประโยคหน้า), (ประโยคหลัง)ก่อนที่จะ(ประโยคหลัง)
สำนวนที่แสดงว่าการกระทำที่คำพูดที่ตามมาข้างหลังแสดงไว้นั้นมาก่อนการกระทำที่คำพูดข้างหน้าแสดงไว้

• **무엇** (สรรพนาม) : 모르는 사실이나 사물을 가리키는 말.
อะไร
คำที่ใช้เรียกแทนนามหรือใช้เรียกแทนสิ่งที่ไม่รู้จัก

• 을 : 동작이 직접적으로 영향을 미치는 대상을 나타내는 조사.
ไม่พบคำแปล
คำชี้ที่แสดงเป้าหมายที่การกระทำส่งผลกระทบโดยตรง

- **준비하다** (คำกริยา) : 미리 마련하여 갖추다.
  เตรียม, ตระเตรียม, เตรียมการ, เตรียมตัว
  เตรียมพร้อมไว้ล่วงหน้า

- **-여야 하다** : 앞에 오는 말이 어떤 일을 하거나 어떤 상황에 이르기 위한 의무적인 행동이거나 필수적
  인 조건임을 나타내는 표현.
  ...ต้อง
  สำนวนที่แสดงว่าคำพูดที่อยู่ข้างหน้าเป็นการกระทำตามหน้าที่หรือเงื่อนไขที่จำเป็นเพื่อที่จะทำเรื่องใดๆหรือเกิดสถานการณ์ใด ๆ

- **-ㄹ까요** : (두루높임으로) 듣는 사람에게 의견을 묻거나 제안함을 나타내는 표현.
  ...กันไหมครับ(คะ), ...ดีไหมครับ(คะ)
  (ใช้ในการยกย่องอย่างไม่เป็นทางการ) สำนวนที่แสดงการเสนอหรือถามความคิดเห็นแก่ผู้ฟัง

먼저 여권+을 준비하+고 환전+도 하+[여야 하]+여요.
해야 해요

- **먼저** (คำวิเศษณ์) : 시간이나 순서에서 앞서.
  ก่อน, ก่อนล่วงหน้า
  เวลาหรือลำดับก่อนหน้า

- **여권** (คำนาม) : 다른 나라를 여행하는 사람의 신분이나 국적을 증명하고, 여행하는 나라에 그 사람의 보
  호를 맡기는 문서.
  หนังสือเดินทาง, พาสปอร์ต
  เอกสารที่รับรองตัวตนหรือสัญชาติของคนที่เดินทางไปประเทศอื่นและให้การคุ้มครองบุคคลนั้นในประเทศที่เดินทางไป

- **을** : 동작이 직접적으로 영향을 미치는 대상을 나타내는 조사.
  ไม่พบคำแปล
  คำชี้ที่แสดงเป้าหมายที่การกระทำส่งผลกระทบโดยตรง

- **준비하다** (คำกริยา) : 미리 마련하여 갖추다.
  เตรียม, ตระเตรียม, เตรียมการ, เตรียมตัว
  เตรียมพร้อมไว้ล่วงหน้า

- **-고** : 두 가지 이상의 대등한 사실을 나열할 때 쓰는 연결 어미.
  ทั้ง...และ…
  วิภัตติปัจจัยเชื่อมระหว่างประโยคที่ใช้เมื่อแจกแจงข้อเท็จจริงที่เท่าเทียมกันสองสิ่งขึ้นไปต่อกัน

- **환전** (คำนาม) : 한 나라의 화폐를 다른 나라의 화폐와 맞바꿈.
  การแลกเปลี่ยนเงินตรา, การแลกเปลี่ยนเงิน, การแลกเงิน
  การแลกเปลี่ยนธนบัตรของประเทศหนึ่งกันกับธนบัตรของประเทศอื่น

• 도 : 이미 있는 어떤 것에 다른 것을 더하거나 포함함을 나타내는 조사.

...ด้วย

คำชี้ที่แสดงการรวมหรือเพิ่มสิ่งอื่นลงในสิ่งใด ๆ ที่มีอยู่แล้ว

• **하다 (คำกริยา)** : 어떤 행동이나 동작, 활동 등을 행하다.

ทำ

ทำกิจกรรม การเคลื่อนไหว หรือพฤติกรรมใด ๆ เป็นต้น

• -여야 하다 : 앞에 오는 말이 어떤 일을 하거나 어떤 상황에 이르기 위한 의무적인 행동이거나 필수적
인 조건임을 나타내는 표현.

...ต้อง

สำนวนที่แสดงว่าคำพูดที่อยู่ข้างหน้าเป็นการกระทำตามหน้าที่หรือเงื่อนไขที่จำเป็นเพื่อที่จะทำเรื่องใดๆหรือเกิดสถานการณ์ใด ๆ

• -여요 : (두루높임으로) 어떤 사실을 서술하거나 질문, 명령, 권유함을 나타내는 종결 어미.

วิภัตติปัจจัยลงท้ายประโยคที่ใช้ในการยกย่องโดยทั่วไป

(ใช้ในการยกย่องอย่างไม่เป็นทางการ)

วิภัตติปัจจัยลงท้ายประโยคที่แสดงการบอกเล่า การถาม การสั่ง หรือการชักชวนเรื่องใด ๆ <การพูดตามลำดับ>

< 대화(สนทนา) > - 31

저 다음 달에 한국에 갑니다.
저 다음 다레 한구게 감니다.
jeo daeum dare hanguge gamnida.

어머, 그럼 우리 서울에서 볼 수 있겠네요?
어머, 그럼 우리 서우레서 볼 쑤 읻껜네요?
eomeo, geureom uri seoureseo bol su itgenneyo?

< 설명(การอธิบาย) / 번역(การแปล) >

저 다음 달+에 한국+에 <u>가+ㅂ니다</u>.
갑니다

- **저** (สรรพนาม) : 말하는 사람이 듣는 사람에게 자신을 낮추어 가리키는 말.
  ดิฉัน, ผม, กระผม
  คำที่ผู้พูดบ่งชี้ตนเองโดยลดฐานะให้ต่ำลงต่อผู้ฟัง

- **다음** (คำนาม) : 어떤 차례에서 바로 뒤.
  ต่อไป, ถัดไป, คราวหน้า
  หลังจากลำดับใดๆทันที

- **달** (คำนาม) : 일 년을 열둘로 나누어 놓은 기간.
  เดือน
  ช่วงเวลาที่แบ่งหนึ่งปีออกเป็นสิบสอง

- **에** : 앞말이 시간이나 때임을 나타내는 조사.
  ตอน...
  คำชี้ที่แสดงว่าคำพูดข้างหน้าเป็นเวลาหรือช่วงเวลา

- **한국** (คำนาม) : 아시아 대륙의 동쪽에 있는 나라. 한반도와 그 부속 섬들로 이루어져 있으며, 대한민국이
  라고도 부른다. 1950년에 일어난 육이오 전쟁 이후 휴전선을 사이에 두고 국토가 둘로
  나뉘었다. 언어는 한국어이고, 수도는 서울이다.
  ประเทศเกาหลี, ประเทศเกาหลีใต้, สาธารณรัฐเกาหลี
  ประเทศที่อยู่ทางทิศตะวันออกของทวีปเอเชีย ประกอบด้วยคาบสมุทรเกาหลีและเกาะภายในนั้น เรียกอีกชื่อหนึ่ง คือ
  แทฮันมินกุก(สาธารณรัฐเกาหลี) ภายหลังสงคราม 6.25(สงครามเกาหลี) ที่ปะทุขึ้นในปีค.ศ.1950
  มีการแบ่งประเทศออกเป็นสองฝั่ง ภาษาที่ใช้คือภาษาเกาหลีและเมืองหลวงคือกรุงโซล

• 에 : 앞말이 목적지이거나 어떤 행위의 진행 방향임을 나타내는 조사.
ที่...
คำชี้ที่แสดงว่าคำพูดข้างหน้าเป็นทิศทางที่ดำเนินไปของการกระทำใด ๆ หรือเป็นจุดหมายปลายทาง

• **가다** (คำกริยา) : 한 곳에서 다른 곳으로 장소를 이동하다.
ไป
เคลื่อนออกจากสถานที่แห่งใดแห่งหนึ่งไปยังสถานที่อื่น

• -ㅂ니다 : (아주높임으로) 현재의 동작이나 상태, 사실을 정중하게 설명함을 나타내는 종결 어미.
...ครับ(ค่ะ)
(ใช้ในการยกย่องอย่างมากและเป็นทางการ)วิภัตติปัจจัยลงท้ายประโยคที่แสดงการอธิบายถึงอากัปกิริยา สภาพ หรือข้อเท็จจริงใด ๆ ในปัจจุบันอย่างสุภาพเรียบร้อย

어머, 그럼 우리 서울+에서 보+[ㄹ 수 있]+겠+네요?
볼 수 있겠네요

• **어머** (คำอุทาน) : 주로 여자들이 예상하지 못한 일로 갑자기 놀라거나 감탄할 때 내는 소리.
ออมอ, อุ๊ย, โอ๊ะ
เสียงที่ส่วนใหญ่ผู้หญิงเปล่งออกมาเมื่ออุทานหรือตกใจกับเรื่องที่ไม่คาดคิดว่าจะเกิดขึ้นอย่างกะทันหัน

• **그럼** (คำวิเศษณ์) : 앞의 내용을 받아들이거나 그 내용을 바탕으로 하여 새로운 주장을 할 때 쓰는 말.
อย่างนั้น, ถ้าเช่นนั้น, ถ้าอย่างนั้น, งั้น
คำที่ใช้เมื่อยอมรับเนื้อหาข้างหน้าหรือใช้เนื้อหานั้นๆ เป็นพื้นฐานแล้วยืนกรานเรื่องใหม่

• **우리** (สรรพนาม) : 말하는 사람이 자기와 듣는 사람 또는 이를 포함한 여러 사람들을 가리키는 말.
เรา, พวกเรา
คำเรียกที่ผู้พูดเรียกรวมตนเองกับผู้ฟังหรือผู้ฟังหลาย ๆ คน

• **서울** (คำนาม) : 한반도 중앙에 있는 특별시. 한국의 수도이자 정치, 경제, 산업, 사회, 문화, 교통의 중심지이다. 북한산, 관악산 등의 산에 둘러싸여 있고 가운데로는 한강이 흐른다.
ซออุล
กรุงโซล : เมืองปกครองพิเศษที่อยู่กลางคาบสมุทรเกาหลี เป็นเมืองหลวงของเกาหลีและเป็นศูนย์กลางด้านการเมือง เศรษฐกิจ อุตสาหกรรม สังคม วัฒนธรรม การคมนาคม ถูกล้อมรอบด้วยภูเขาพูคัน ภูเขาควานัก เป็นต้น และมีแม่น้ำฮันไหลผ่านกลาง

• 에서 : 앞말이 행동이 이루어지고 있는 장소임을 나타내는 조사.
ที่...
คำชี้ที่แสดงว่าคำพูดข้างหน้าเป็นสถานที่ที่การกระทำบรรลุผล

• **보다** (คำกริยา) : 사람을 만나다.
พบ, เจอ
พบคน

• -ㄹ 수 있다 : 어떤 행동이나 상태가 가능함을 나타내는 표현.
น่า(จะ), อาจ(จะ), คง(จะ), เป็นไปได้, มีสิทธิ์
สำนวนที่แสดงว่าการกระทำหรือสภาพใด ๆ อาจเกิดขึ้นได้

• -겠- : 미래의 일이나 추측을 나타내는 어미.
น่าจะ...
วิภัตติปัจจัยที่แสดงเหตุการณ์หรือการคาดเดาในอนาคต

• -네요 : (두루높임으로) 말하는 사람이 추측하거나 짐작한 내용에 대해 듣는 사람에게 동의를 구하며 물을 때 쓰는 표현.
...สินะคะ(ครับ)
(ใช้ในการยกย่องอย่างไม่เป็นทางการ)
สำนวนที่ใช้เมื่อถามพร้อมทั้งขอความเห็นด้วยจากผู้ฟังเกี่ยวกับเนื้อหาที่ผู้พูดคาดการณ์หรือคาดคะเนไว้

< 대화(สนทนา) > - 32

매일 만드는 대로 요리했는데 오늘은 평소보다 맛이 없는 것 같아요.
매일 만드는 대로 요리핸는데 오느른 평소보다 마시 엄는 걷 가타요.
maeil mandeuneun daero yorihaenneunde oneureun pyeongsoboda masi eomneun geot gatayo.

아니에요. 맛있어요. 잘 먹을게요.
아니에요. 마시써요. 잘 머글께요.
anieyo. masisseoyo. jal meogeulgeyo.

< 설명(การอธิบาย) / 번역(การแปล) >

매일 만들(만드)+[는 대로] 요리하+였+는데
만드는 대로 요리했는데

오늘+은 평소+보다 맛+이 없+[는 것 같]+아요.

- **매일** (คำวิเศษณ์) : 하루하루마다 빠짐없이.
  ทุกวัน, ทุก ๆ วัน
  ทุก ๆ วันโดยไม่เว้นสักวัน

- **만들다** (คำกริยา) : 힘과 기술을 써서 없던 것을 생기게 하다.
  ทำ, ประดิษฐ์, สร้างสรรค์
  ทำให้เกิดสิ่งที่ไม่เคยมีโดยใช้แรงและฝีมือ

- -는 대로 : 앞에 오는 말이 뜻하는 현재의 행동이나 상황과 같음을 나타내는 표현.
  เท่าที่..., ตามที่...
  สำนวนที่แสดงว่าเหมือนกับการกระทำหรือสถาณการณ์ ณ ปัจจุบัน ซึ่งคำพูดอยู่ข้างหน้าแสดงไว้

- **요리하다** (คำกริยา) : 음식을 만들다.
  ปรุงอาหาร, ทำอาหาร, ทำกับข้าว
  ประกอบอาหาร

- -였- : 어떤 사건이 과거에 완료되었거나 그 사건의 결과가 현재까지 지속되는 상황을 나타내는 어미.
  ...แล้ว(อดีตกาล), ยังคง...(อดีตกาล)
  วิภัตติปัจจัยที่แสดงว่าเหตุการณ์ใดๆเสร็จสมบูรณ์ไปแล้วในอดีตหรือแสดงสถานการณ์ที่ผลลัพธ์ของเหตุการณ์ดังกล่าวต่อเนื่องจนถึงปัจจุบัน

- -는데 : 뒤의 말을 하기 위하여 그 대상과 관련이 있는 상황을 미리 말함을 나타내는 연결 어미.

  ก็…นะ ว่าแต่…

  วิภัตติปัจจัยเชื่อมระหว่างประโยคที่แสดงการพูดสถานการณ์ที่เกี่ยวกับเป้าหมายนั้น ๆ ไว้ล่วงหน้าเพื่อที่จะพูดต่อเนื่อง

- 오늘 (คำนาม) : 지금 지나가고 있는 이날.

  วันนี้

  วันนี้ที่กำลังผ่านไปตอนนี้

- 은 : 어떤 대상이 다른 것과 대조됨을 나타내는 조사.

  …เนี่ยนะ, …นะ

  คำชี้ที่แสดงว่าเป้าหมายใด ๆ ถูกเปรียบเทียบกับสิ่งอื่น

- 평소 (คำนาม) : 특별한 일이 없는 보통 때.

  เวลาปกติ, เวลาธรรมดา

  เวลาปกติที่ไม่มีเรื่องพิเศษใด ๆ

- 보다 : 서로 차이가 있는 것을 비교할 때, 비교의 대상이 되는 것을 나타내는 조사.

  กว่า…, มากกว่า…

  คำชี้ที่แสดงสิ่งที่เป็นเป้าหมายที่เปรียบเทียบกัน ในตอนที่เปรียบเทียบสิ่งที่มีความแตกต่างกัน

- 맛 (คำนาม) : 음식 등을 혀에 댈 때 느껴지는 감각.

  รส, รสชาติ

  ความรู้สึกต่อการสัมผัสที่รู้สึกได้เมื่อลิ้นสัมผัสอาหาร เป็นต้น

- 이 : 어떤 상태나 상황의 대상이나 동작의 주체를 나타내는 조사.

  ตัวชี้ประธาน

  คำชี้ที่ใช้แสดงสิ่งที่อยู่ในสถานการณ์หรือสภาพใด ๆ หรือผู้ที่เป็นประธานของอากัปกริยา

- 없다 (คำคุณศัพท์) : 어떤 사실이나 현상이 현실로 존재하지 않는 상태이다.

  ไม่มี, ไม่…

  ข้อเท็จจริงหรือปรากฏการณ์ใด ๆ อยู่ในสภาพที่ไม่มีในความเป็นจริง

- -는 것 같다 : 추측을 나타내는 표현.

  ดูเหมือนว่าจะ…, คงจะ..

  สำนวนที่แสดงการคาดคะเน

- -아요 : (두루높임으로) 어떤 사실을 서술하거나 질문, 명령, 권유함을 나타내는 종결 어미.

  วิภัตติปัจจัยลงท้ายประโยคที่ใช้ในการยกย่องโดยทั่วไป

  (ใช้ในการยกย่องอย่างไม่เป็นทางการ)

  วิภัตติปัจจัยลงท้ายประโยคที่แสดงการบอกเล่า การถาม การสั่ง หรือการชักชวนเรื่องใด ๆ <การพูดตามลำดับ>

아니+에요.

맛있+어요.

잘 먹+을게요.

• **아니다** (คำคุณศัพท์) : 어떤 사실이나 내용을 부정하는 뜻을 나타내는 말.
ไม่, ไม่ใช่
คำที่แสดงความหมายเชิงปฏิเสธเนื้อหาหรือข้อเท็จจริงใด ๆ

• -에요 : (두루높임으로) 어떤 사실을 서술하거나 질문함을 나타내는 종결 어미.
วิภัตติปัจจัยลงท้ายประโยคที่ใช้ในการยกย่องโดยทั่วไป
(ใช้ในการยกย่องอย่างไม่เป็นทางการ) วิภัตติปัจจัยลงท้ายประโยคที่แสดงการบอกเล่าหรือการถามถึงสิ่งใด ๆ <การพูดตามลำดับ>

• **맛있다** (คำคุณศัพท์) : 맛이 좋다.
อร่อย, รสชาติดี
รสชาติดี

• -어요 : (두루높임으로) 어떤 사실을 서술하거나 질문, 명령, 권유함을 나타내는 종결 어미.
วิภัตติปัจจัยลงท้ายประโยคที่ใช้ในการยกย่องโดยทั่วไป
(ใช้ในการยกย่องอย่างไม่เป็นทางการ)
วิภัตติปัจจัยลงท้ายประโยคที่แสดงการบอกเล่า การถาม การสั่ง หรือการชักชวนเรื่องใด ๆ <การพูดตามลำดับ>

• **잘** (คำวิเศษณ์) : 충분히 만족스럽게.
อย่างดี, อย่างสนุกสนาน, อย่างเอร็ดอร่อย, อย่างปลอดภัย, อย่างเต็มที่
อย่างพอออกพอใจเป็นอย่างมาก

• **먹다** (คำกริยา) : 음식 등을 입을 통하여 배 속에 들여보내다.
กิน
เอาอาหาร เป็นต้น ใส่เข้าไปในท้องโดยผ่านปาก

• -을게요 : (두루높임으로) 말하는 사람이 어떤 행동을 할 것을 듣는 사람에게 약속하거나 의지를 나타내는 표현.
จะ..., จะ...นะ, จะ...เอง
(ใช้ในการยกย่องอย่างไม่เป็นทางการ) วิภัตติปัจจัยลงท้ายประโยคที่แสดงว่าผู้พูดสัญญาหรือแจ้งให้ทราบว่าจะทำสิ่งใด ๆ แก่ผู้ฟัง

< 대화(สนทนา) > - 33

지아야, 여행 잘 다녀와. 전화하고.
지아야, 여행 잘 다녀와. 전화하고.
jiaya, yeohaeng jal danyeowa. jeonhwahago.

네, 호텔에 도착하는 대로 전화 드릴게요.
네, 호테레 도차카는 대로 전화 드릴께요.
ne, hotere dochakaneun daero jeonhwa deurilgeyo.

< 설명(การอธิบาย) / 번역(การแปล) >

지아+야, 여행 잘 다녀오+아.

다녀와

전화하+고.

• **지아** (คำนาม) : ชื่อ

• 야 : 친구나 아랫사람, 동물 등을 부를 때 쓰는 조사.
คำชี้ใช้เรียก(เพื่อน, ผู้น้อย, สัตว์), เอ้ย
คำชี้ที่ใช้เมื่อเรียกเพื่อนหรือผู้น้อย สัตว์ เป็นต้น

• **여행** (คำนาม) : 집을 떠나 다른 지역이나 외국을 두루 구경하며 다니는 일.
การท่องเที่ยว, การไปเที่ยว, การเดินทาง
การออกจากบ้านไปยังพื้นที่อื่น ๆ หรือต่างประเทศเพื่อเดินทางเที่ยวชมโดยทั่ว

• **잘** (คำวิเศษณ์) : 아무 탈 없이 편안하게.
โดยดี, โดยปลอดภัย
อย่างสะดวกสบายโดยไม่มีการเจ็บไข้ได้ป่วยใด

• **다녀오다** (คำกริยา) : 어떤 일을 하기 위해 갔다가 오다.
ไปมา
ไปแล้วมาเพื่อทำงานใดๆ

• -아 : (두루낮춤으로) 어떤 사실을 서술하거나 물음, 명령, 권유를 나타내는 종결 어미.
วิภัตติปัจจัยลงท้ายประโยคที่ใช้ในการลดระดับภาษาโดยทั่วไป
(ใช้ในการลดระดับอย่างไม่เป็นทางการ)วิภัตติปัจจัยลงท้ายประโยคที่แสดงการบอกเล่าข้อเท็จจริงใด ๆ หรือการถาม การสั่ง หรือการชักชวน <คำสั่ง>

• **전화하다** (คำกริยา) : 전화기를 통해 사람들끼리 말을 주고받다.
โทรศัพท์
การพูดคุยสนทนาระหว่างคนโดยผ่านทางเครื่องโทรศัพท์

• -고 : (두루낮춤으로) 뒤에 올 또 다른 명령 표현을 생략한 듯한 느낌을 주면서 부드럽게 명령할 때 쓰는 종결 어미.
…นะ
(ใช้ในการลดระดับอย่างไม่เป็นทางการ)
วิภัตติปัจจัยลงท้ายประโยคที่ใช้เมื่อสั่งอย่างนุ่มนวลโดยที่ให้ความรู้สึกเหมือนกับว่าละส่วนที่แสดงการสั่งอื่นที่จะตามมาข้างหลัง

네, 호텔+에 도착하+[는 대로] 전화 드리+ㄹ게요.

드릴게요

• **네** (คำอุทาน) : 윗사람의 물음이나 명령 등에 긍정하여 대답할 때 쓰는 말.
ค่ะ, ครับ
คำตอบรับเมื่อผู้ใหญ่ถามหรือสั่งให้ทำ

• **호텔** (คำนาม) : 시설이 잘 되어 있고 규모가 큰 고급 숙박업소.
โรงแรม
สถานประกอบการด้านที่พักขนาดใหญ่และหรูหราเปิดให้เช่าห้องพัก และมีเครื่องอำนวยความสะดวกต่าง ๆ ที่เตรียมไว้เป็นอย่างดี

• 에 : 앞말이 목적지이거나 어떤 행위의 진행 방향임을 나타내는 조사.
ที่…
คำชี้ที่แสดงว่าคำพูดข้างหน้าเป็นทิศทางที่ดำเนินไปของการกระทำใด ๆ หรือเป็นจุดหมายปลายทาง

• **도착하다** (คำกริยา) : 목적지에 다다르다.
มาถึง, เยือน
มาถึงสถานที่ที่เป็นจุดหมาย

• -는 대로 : 어떤 행동이나 상황이 나타나는 그때 바로, 또는 직후에 곧의 뜻을 나타내는 표현.
ทันทีที่…
สำนวนที่แสดงความหมายว่าขณะที่การกระทำหรือสภาพใด ๆ เกิดขึ้นนั้นทันทีทันใด หรือหลังจากนั้นทันที

• **전화** (คำนาม) : 전화기를 통해 사람들끼리 말을 주고받음. 또는 그렇게 하여 전달되는 내용.
การพูดคุยโทรศัพท์, การโทรศัพท์
การพูดคุยระหว่างบุคคลโดยผ่านทางเครื่องโทรศัพท์ หรือเนื้อหาที่ถูกสื่อสารโดยทำเช่นนั้น

• **드리다** (คำกริยา) : 윗사람에게 어떤 말을 하거나 인사를 하다.
ให้, กล่าว, คำนับ
พูดคำพูดบางอย่างหรือทักทายแก่ผู้ใหญ่'

• -ㄹ게요 : (두루높임으로) 말하는 사람이 어떤 행동을 할 것을 듣는 사람에게 약속하거나 의지를 나타내는 표현.
จะ...ครับ(ค่ะ), จะ...นะครับ(คะ), จะ...เองครับ(ค่ะ)
(ใช้ในการยกย่องอย่างไม่เป็นทางการ) วิภัตติปัจจัยลงท้ายประโยคที่แสดงการที่ผู้พูดบอกกับผู้ฟังให้ทราบหรือสัญญาว่าจะทำสิ่งใดๆ

< 대화(สนทนา) > - 34

우리 이번 주말에 영화 보기로 했지?
우리 이번 주마레 영화 보기로 햳찌?
uri ibeon jumare yeonghwa bogiro haetji?

응. 그런데 날씨가 좋으니까 영화를 보는 대신에 공원에 놀러 갈까?
응. 그런데 날씨가 조으니까 영화를 보는 대시네 공원네 놀러 갈까?
eung. geureonde nalssiga joeunikka yeonghwareul boneun daesine gongwone nolleo galkka?

< 설명(การอธิบาย) / 번역(การแปล) >

우리 이번 주말+에 영화 보+[기로 하]+였+지?
보기로 했지

- **우리** (สรรพนาม) : 말하는 사람이 자기와 듣는 사람 또는 이를 포함한 여러 사람들을 가리키는 말.
  เรา, พวกเรา
  คำเรียกที่ผู้พูดเรียกรวมตนเองกับผู้ฟังหรือผู้ฟังหลาย ๆ คน

- **이번** (คำนาม) : 곧 돌아올 차례. 또는 막 지나간 차례.
  ครั้งนี้, คราวนี้, หนนี้
  ลำดับที่กำลังจะมาถึง หรือลำดับที่เพิ่งผ่านพ้นไป

- **주말** (คำนาม) : 한 주일의 끝.
  สุดสัปดาห์, วันเสาร์อาทิตย์
  ปลายของหนึ่งสัปดาห์

- 에 : 앞말이 시간이나 때임을 나타내는 조사.
  ตอน...
  คำชี้ที่แสดงว่าคำพูดข้างหน้าเป็นเวลาหรือช่วงเวลา

- **영화** (คำนาม) : 일정한 의미를 갖고 움직이는 대상을 촬영하여 영사기로 영사막에 비추어서 보게 하는 종합 예술.
  ภาพยนตร์, หนัง
  ศิลปะการผสมผสานที่ทำให้เห็นภาพซึ่งถ่ายทำเป้าหมายที่เคลื่อนไหวและมีความหมายที่กำหนดไว้โดยการใช้เครื่องฉายหนังฉายเรื่องราวไปบนจอ

• **보다** (คำกริยา) : 눈으로 대상을 즐기거나 감상하다.
ดู, ชม
เพลิดเพลินหรือชมวัตถุด้วยตา

• -기로 하다 : 앞의 말이 나타내는 행동을 할 것을 결심하거나 약속함을 나타내는 표현.
นัดว่า..., นัดหมายว่า..., สัญญาว่า..., ตัดสินใจว่า...
สำนวนที่แสดงการนัดหมายหรือตัดสินใจที่จะทำการกระทำที่คำพูดข้างหน้าแสดงไว้

• -였- : 어떤 사건이 과거에 완료되었거나 그 사건의 결과가 현재까지 지속되는 상황을 나타내는 어미.
...แล้ว(อดีตกาล), ยังคง...(อดีตกาล)
วิภัตติปัจจัยที่แสดงว่าเหตุการณ์ใดๆเสร็จสมบูรณ์ไปแล้วในอดีตหรือแสดงสถานการณ์ที่ผลลัพธ์ของเหตุการณ์ดังกล่าวต่อเนื่องจนถึงปัจจุบัน

• -지 : (두루낮춤으로) 이미 알고 있는 것을 다시 확인하듯이 물을 때 쓰는 종결 어미.
...ใช่ไหมนะ
(ใช้ในการลดระดับอย่างไม่เป็นทางการ) วิภัตติปัจจัยลงท้ายประโยคที่ใช้เมื่อถามสิ่งที่รู้อยู่แล้วอีกครั้งเชิงยืนยันให้แน่ใจ

응.

그런데 날씨+가 좋+으니까 영화+를 보+[는 대신에] 공원+에 놀+러 <u>가+ㄹ까</u>?
갈까

• **응** (คำอุทาน) : 상대방의 물음이나 명령 등에 긍정하여 대답할 때 쓰는 말.
เออ, อือ
คำตอบรับเมื่อฝ่ายตรงข้ามถามหรือสั่งให้ทำ

• **그런데** (คำวิเศษณ์) : 이야기를 앞의 내용과 관련시키면서 다른 방향으로 바꿀 때 쓰는 말.
แต่, แต่ว่า
คำที่ใช้ตอนเปลี่ยนทิศทางไปยังทิศทางอื่นโดยที่ทำให้เนื้อเรื่องมีสัมพันธ์กับเนื้อหาข้างหน้า

• **날씨** (คำนาม) : 그날그날의 기온이나 공기 중에 비, 구름, 바람, 안개 등이 나타나는 상태.
อากาศ
สภาพที่เกิดฝน เมฆ ลมหรือหมอก เป็นต้น ท่ามกลางอุณหภูมิหรืออากาศในแต่ละวันนั้น

• 가 : 어떤 상태나 상황에 놓인 대상이나 동작의 주체를 나타내는 조사.
คำชี้ประธาน
คำชี้ที่ใช้แสดงสิ่งที่อยู่ในสถานการณ์หรือสภาพใด ๆ หรือผู้ที่เป็นประธานของอากัปกริยา

• **좋다** (คำคุณศัพท์) : 날씨가 맑고 화창하다.
แจ่มใส, สดชื่น, สดใส, ปลอดโปร่ง, โปร่งใส
อากาศแจ่มใสและสดชื่น

• -으니까 : 뒤에 오는 말에 대하여 앞에 오는 말이 원인이나 근거, 전제가 됨을 강조하여 나타내는 연결 어미.
เพราะ..., เพราะว่า...
วิภัตติปัจจัยเชื่อมระหว่างประโยคที่แสดงโดยตอกย้ำว่าคำพูดที่อยู่ข้างหน้าจะกลายเป็นเหตุผล สาเหตุหรือเงื่อนไขเกี่ยวกับคำพูดตามมาข้างหลัง

• **영화** (คำนาม) : 일정한 의미를 갖고 움직이는 대상을 촬영하여 영사기로 영사막에 비추어서 보게 하는 종합 예술.
ภาพยนตร์, หนัง
ศิลปะการผสมผสานที่ทำให้เห็นภาพซึ่งถ่ายทำเป้าหมายที่เคลื่อนไหวและมีความหมายที่กำหนดไว้โดยการใช้เครื่องฉายหนังฉายเรื่องราวไปบนจอ

• 를 : 동작이 직접적으로 영향을 미치는 대상을 나타내는 조사.
ไม่พบคำแปล
คำชี้ที่แสดงเป้าหมายที่การกระทำส่งผลกระทบโดยตรง

• **보다** (คำกริยา) : 눈으로 대상을 즐기거나 감상하다.
ดู, ชม
เพลิดเพลินหรือชมวัตถุด้วยตา

• -는 대신에 : 앞에 오는 말이 나타내는 행동이나 상태를 비슷하거나 맞먹는 다른 행동이나 상태로 바꾸는 것을 나타내는 표현.
...แทน..., ...แทนที่จะ...
สำนวนที่แสดงการเปลี่ยนการกระทำหรือสภาพการณ์ที่คำพูดที่อยู่ข้างหน้าแสดงไว้นั้นมาเป็นการกระทำหรือสภาพการณ์ที่ใกล้เคียงกันหรือเท่าเทียมกัน

• **공원** (คำนาม) : 사람들이 놀고 쉴 수 있도록 풀밭, 나무, 꽃 등을 가꾸어 놓은 넓은 장소.
สวน, อุทยาน, สวนสาธารณะ
สถานที่กว้างที่ปลูกสนามหญ้า ต้นไม้ ดอกไม้ เป็นต้น เพื่อให้ผู้คนใช้พักผ่อนหย่อนใจได้

• 에 : 앞말이 목적지이거나 어떤 행위의 진행 방향임을 나타내는 조사.
ที่...
คำชี้ที่แสดงว่าคำพูดข้างหน้าเป็นทิศทางที่ดำเนินไปของการกระทำใด ๆ หรือเป็นจุดหมายปลายทาง

• **놀다** (คำกริยา) : 놀이 등을 하면서 재미있고 즐겁게 지내다.
เล่น, เที่ยวเล่น
ทำการสันทนาการ เป็นต้น และใช้เวลาอย่างสนุกและเพลิดเพลิน

• -러 : 가거나 오거나 하는 동작의 목적을 나타내는 연결 어미.
ไป...เพื่อ..., มา...เพื่อ...
วิภัตติปัจจัยเชื่อมระหว่างประโยคที่แสดงจุดประสงค์ของการเคลื่อนไหวไปหรือมา

• **가다** (คำกริยา) : 어떤 목적을 가지고 일정한 곳으로 움직이다.
ไป
มีวัตถุประสงค์ใด ๆ และเคลื่อนที่ไปตามสถานที่ที่กำหนด

• -ㄹ까 : (두루낮춤으로) 듣는 사람의 의사를 물을 때 쓰는 종결 어미.

   ...ดีไหม

   (ใช้ในการลดระดับอย่างไม่เป็นทางการ)

   วิภัตติปัจจัยลงท้ายประโยคที่ใช้เมื่อถามความคิดของฝ่ายตรงข้ามหรือแสดงความคิดหรือการคาดเดาของผู้พูด

< 대화(สนทนา) > - 35

열 시가 다 돼 가는데도 지우가 집에 안 들어오네요.
열 시가 다 돼 가는데도 지우가 지베 안 드러오네요.
yeol siga da dwae ganeundedo jiuga jibe an deureooneyo.

벌써 시간이 그렇게 됐네요. 제가 전화해 볼게요.
벌써 시가니 그러케 됀네요. 제가 전화해 볼께요.
beolsseo sigani geureoke dwaenneyo. jega jeonhwahae bolgeyo.

< 설명(การอธิบาย) / 번역(การแปล) >

열 시+가 다 되+[어 가]+는데도 지우+가 집+에 안 들어오+네요.
돼 가는데도

- **열** (คุณศัพท์) : 아홉에 하나를 더한 수의.
  10, สิบ, เลขสิบ, จำนวนสิบ
  ที่เป็นจำนวนเก้าบวกหนึ่ง

- **시** (คำนาม) : 하루를 스물넷으로 나누었을 때 그 하나를 나타내는 시간의 단위.
  โมง, นาฬิกา(หน่วยวัดเวลา)
  หน่วยของเวลาที่แสดงหนึ่งเวลาเมื่อแบ่งหนึ่งวันให้เป็นยี่สิบสี่ชั่วโมง

- **가** : 바뀌게 되는 대상이나 부정하는 대상임을 나타내는 조사.
  คำชี้ประธาน
  คำชี้ที่แสดงสิ่งที่เปลี่ยนไปหรือสิ่งที่เป็นปฏิเสธ

- **다** (คำวิเศษณ์) : 행동이나 상태의 정도가 한정된 정도에 거의 가깝게.
  เกือบจะ...แล้ว, จนเกือบ...แล้ว
  ระดับของการกระทำหรือสภาวะที่เกือบใกล้เคียงกับสภาวะหรือการกระทำเฉพาะ

- **되다** (คำกริยา) : 어떤 때나 시기, 상태에 이르다.
  เข้า, เข้าสู่(เวลา, ยุคสมัย, สภาพ)
  เข้าสู่เวลา ยุคสมัย หรือสภาพใด ๆ

- **-어 가다** : 앞의 말이 나타내는 행동이나 상태가 계속 진행됨을 나타내는 표현.
  ...อยู่, ...ไป
  สำนวนที่แสดงว่าสภาพหรือการกระทำที่คำพูดข้างหน้าแสดงไว้นั้นดำเนินอย่างต่อเนื่อง

• -는데도 : 앞에 오는 말이 나타내는 상황에 상관없이 뒤에 오는 말이 나타내는 상황이 일어남을 나타내는 표현.
แม้ว่า...ก็..., ถึงจะ...ก็..., ทั้งๆ ที่...ก็...
สำนวนที่แสดงว่าสถานการณ์ที่คำพูดที่ตามมาข้างหลังแสดงไว้ได้เกิดขึ้นโดยไม่เกี่ยวข้องกับสถานการณ์ที่คำพูดข้างหน้าแสดงไว้

• **지우** (คำนาม) : ชื่อ

• 가 : 어떤 상태나 상황에 놓인 대상이나 동작의 주체를 나타내는 조사.
คำชี้ประธาน
คำชี้ที่ใช้แสดงสิ่งที่อยู่ในสถานการณ์หรือสภาพใด ๆ หรือผู้ที่เป็นประธานของอากัปกริยา

• **집** (คำนาม) : 사람이나 동물이 추위나 더위 등을 막고 그 속에 들어 살기 위해 지은 건물.
บ้าน, ที่อยู่อาศัย
อาคารที่สร้างขึ้นเพื่อคนหรือสัตว์ป้องกันความหนาวหรือความร้อน เป็นต้น และอยู่อาศัยได้ภายในนั้น

• 에 : 앞말이 목적지이거나 어떤 행위의 진행 방향임을 나타내는 조사.
ที่...
คำชี้ที่แสดงว่าคำพูดข้างหน้าเป็นทิศทางที่ดำเนินไปของการกระทำใด ๆ หรือเป็นจุดหมายปลายทาง

• **안** (คำวิเศษณ์) : 부정이나 반대의 뜻을 나타내는 말.
ไม่
คำที่แสดงความหมายถึงการปฏิเสธหรือการต่อต้าน

• **들어오다** (คำกริยา) : 어떤 범위의 밖에서 안으로 이동하다.
เข้ามา, เดินเข้ามา
เคลื่อนที่จากด้านนอกไปทางด้านในของขอบเขตใด ๆ

• -네요 : (두루높임으로) 말하는 사람이 직접 경험하여 새롭게 알게 된 사실에 대해 감탄함을 나타낼 때 쓰는 표현.
...จังค่ะ(ครับ)
(ใช้ในการยกย่องอย่างไม่เป็นทางการ) สำนวนที่ใช้เมื่อแสดงการอุทานเกี่ยวกับสิ่งที่ผู้พูดเพิ่งรู้เมื่อได้ประสบด้วยตนเอง

벌써 시간+이 그렇+[게 되]+었+네요.

그렇게 됐네요

제+가 전화하+[여 보]+ㄹ게요.

전화해 볼게요

• **벌써** (คำวิเศษณ์) : 생각보다 빠르게.
ก่อนแล้ว, เรียบร้อยแล้ว
อย่างเร็วกว่าที่คิด

• **시간** (คำนาม) : 어떤 일을 하도록 정해진 때. 또는 하루 중의 어느 한 때.
เวลา, ช่วงเวลา, ช่วง
ช่วงที่ถูกกำหนดให้ทำงานใดๆ หรือช่วงใดช่วงหนึ่งในหนึ่งวัน

• 이 : 어떤 상태나 상황의 대상이나 동작의 주체를 나타내는 조사.
ตัวชี้ประธาน
คำชี้ที่ใช้แสดงสิ่งที่อยู่ในสถานการณ์หรือสภาพใด ๆ หรือผู้ที่เป็นประธานของอากัปกริยา

• **그렇다** (คำคุณศัพท์) : 상태, 모양, 성질 등이 그와 같다.
เป็นอย่างนั้น, เป็นเช่นนั้น, เป็นแบบนั้น
สภาพ รูปร่าง ลักษณะ เป็นต้น เหมือนดังเช่นนั้น

• -게 되다 : 앞의 말이 나타내는 상태나 상황이 됨을 나타내는 표현.
กลายเป็น..., กลายเป็นได้..., ได้...
สำนวนที่แสดงว่าคำพูดข้างหน้าได้กลายเป็นสภาพหรือสถานการณ์ที่ปรากฎ

• -었- : 어떤 사건이 과거에 완료되었거나 그 사건의 결과가 현재까지 지속되는 상황을 나타내는 어미.
...แล้ว
วิภัตติปัจจัยที่แสดงว่าเหตุการณ์ใดๆเสร็จสมบูรณ์ไปแล้วในอดีตหรือแสดงสถานการณ์ที่ผลลัพธ์ของเหตุการณ์ดังกล่าวต่อเนื่องจนถึงปัจจุบัน

• -네요 : (두루높임으로) 말하는 사람이 직접 경험하여 새롭게 알게 된 사실에 대해 감탄함을 나타낼 때 쓰는 표현.
...จังค่ะ(ครับ)
(ใช้ในการยกย่องอย่างไม่เป็นทางการ)สำนวนที่ใช้เมื่อแสดงการอุทานเกี่ยวกับสิ่งที่ผู้พูดเพิ่งรู้เมื่อได้ประสบด้วยตนเอง

• **제** (สรรพนาม) : 말하는 사람이 자신을 낮추어 가리키는 말인 '저'에 조사 '가'가 붙을 때의 형태.
ดิฉัน, ผม, กระผม
รูปที่คำชี้ "가" ตามหลังคำว่า "저" ซึ่งเป็นคำที่ผู้พูดชี้ถึงตนเองอย่างถ่อมตัว

• 가 : 어떤 상태나 상황에 놓인 대상이나 동작의 주체를 나타내는 조사.
คำชี้ประธาน
คำชี้ที่ใช้แสดงสิ่งที่อยู่ในสถานการณ์หรือสภาพใด ๆ หรือผู้ที่เป็นประธานของอากัปกริยา

• **전화하다** (คำนาม) : 전화기를 통해 사람들끼리 말을 주고받다.
โทรศัพท์
การพูดคุยสนทนาระหว่างคนโดยผ่านทางเครื่องโทรศัพท์

• -여 보다 : 앞의 말이 나타내는 행동을 시험 삼아 함을 나타내는 표현.
...ดู, ลอง..., ลอง...ดู
สำนวนที่แสดงว่าเป็นการทดลองทำการกระทำที่ปรากฏในคำพูดข้างหน้า

- -ㄹ게요 : (두루높임으로) 말하는 사람이 어떤 행동을 할 것을 듣는 사람에게 약속하거나 의지를 나타내는 표현.

จะ...ครับ(ค่ะ), จะ...นะครับ(ค่ะ), จะ...เองครับ(ค่ะ)

(ใช้ในการยกย่องอย่างไม่เป็นทางการ)วิภัตติปัจจัยลงท้ายประโยคที่แสดงการที่ผู้พูดบอกกับผู้ฟังให้ทราบหรือสัญญาว่าจะทำสิ่งใดๆ

< 대화(สนทนา) > - 36

친구들이랑 여행 갈 건데 너도 갈래?
친구드리랑 여행 갈 건데 너도 갈래?
chingudeurirang yeohaeng gal geonde neodo gallae?

저도 가도 돼요? 어디로 가는데요? 혹시 제주도로 가요?
저도 가도 돼요? 어디로 가는데요? 혹씨 제주도로 가요?
jeodo gado dwaeyo? eodiro ganeundeyo? hoksi jejudoro gayo?

< 설명(การอธิบาย) / 번역(การแปล) >

친구+들+이랑 여행 가+[ㄹ 것(거)]+(이)+ㄴ데 너+도 가+ㄹ래?

갈 건데 갈래

- **친구** (คำนาม) : 사이가 가까워 서로 친하게 지내는 사람.
  เพื่อน, มิตร, มิตรสหาย
  คนที่ใช้ชีวิตอย่างสนิทสนมกันเพราะความสัมพันธ์ใกล้ชิดกัน

- 들 : '복수'의 뜻을 더하는 접미사.
  พวก..., ...ทั้งหลาย, ที่เป็นพหูพจน์
  ปัจจัยที่เพิ่มคำไปในคำเพื่อให้มีความหมายว่า 'พหูพจน์'

- 이랑 : 어떤 일을 함께 하는 대상임을 나타내는 조사.
  กับ...
  คำชี้ที่แสดงเป้าหมายที่ทำงานใด ๆ ด้วยกัน

- **여행** (คำนาม) : 집을 떠나 다른 지역이나 외국을 두루 구경하며 다니는 일.
  การท่องเที่ยว, การไปเที่ยว, การเดินทาง
  การออกจากบ้านไปยังพื้นที่อื่น ๆ หรือต่างประเทศเพื่อเดินทางเที่ยวชมโดยทั่ว

- **가다** (คำกริยา) : 어떤 일을 하기 위해서 다른 곳으로 이동하다.
  ไป
  เคลื่อนย้ายไปยังสถานที่อื่นเพื่อทำสิ่งใด ๆ

- -ㄹ 것 : 명사가 아닌 것을 문장에서 명사처럼 쓰이게 하거나 '이다' 앞에 쓰일 수 있게 할 때 쓰는 표현.
  สิ่งที่จะ..., อะไรที่จะ..., จะ..
  สำนวนที่ทำให้คำที่ไม่ใช่คำนามใช้เหมือนคำนามในประโยคหรือทำให้ใช้วางไว้หน้า '이다' ได้

• 이다 : 주어가 지시하는 대상의 속성이나 부류를 지정하는 뜻을 나타내는 서술격 조사.
เป็น
คำชี้ภาคแสดงการกที่แสดงความหมายที่กำหนดประเภทหรือคุณสมบัติของเป้าหมายที่ประธานบ่งชี้

• -ㄴ데 : 뒤의 말을 하기 위하여 그 대상과 관련이 있는 상황을 미리 말함을 나타내는 연결 어미.
ก็...นะ ว่าแต่..., ก็...นะ แต่...
วิภัตติปัจจัยเชื่อมระหว่างประโยคที่แสดงการพูดบอกสถานการณ์ที่เกี่ยวข้องกับเรื่องที่จะพูดข้างหลังไว้ล่วงหน้าเพื่อที่จะพูดถึงเรื่องดังกล่าวข้างหลัง

• 너 (สรรพนาม) : 듣는 사람이 친구나 아랫사람일 때, 그 사람을 가리키는 말.
เธอ, แก, เอ็ง
คำที่ใช้เรียกชี้บ่งคนนั้นที่เป็นผู้ฟังในกรณีที่เป็นผู้น้อยหรือเพื่อน

• 도 : 이미 있는 어떤 것에 다른 것을 더하거나 포함함을 나타내는 조사.
...ด้วย
คำชี้ที่แสดงการรวมหรือเพิ่มสิ่งอื่นลงในสิ่งใด ๆ ที่มีอยู่แล้ว

• 가다 (คำกริยา) : 어떤 일을 하기 위해서 다른 곳으로 이동하다.
ไป
เคลื่อนย้ายไปยังสถานที่อื่นเพื่อทำสิ่งใด ๆ

• -ㄹ래 : (두루낮춤으로) 앞으로 어떤 일을 하려고 하는 자신의 의사를 나타내거나 그 일에 대하여 듣는 사람의 의사를 물어봄을 나타내는 종결 어미.
จะ.., จะ..เอง, จะ..แหละ, จะ..ไหม, ...ไหม
(ใช้ในการลดระดับอย่างไม่เป็นทางการ)
วิภัตติปัจจัยลงท้ายประโยคที่แสดงความคิดเห็นของตนเองที่ตั้งใจจะทำสิ่งใดสิ่งหนึ่งในอนาคต
หรือแสดงการถามความคิดเห็นของผู้ฟังเกี่ยวกับสิ่งดังกล่าวดู

저+도 가+[(아)도 되]+어요?
　　　　가도 돼요

어디+로 가+는데요?

혹시 제주도+로 가+(아)요?
　　　　　가요

• 저 (สรรพนาม) : 말하는 사람이 듣는 사람에게 자신을 낮추어 가리키는 말.
ดิฉัน, ผม, กระผม
คำที่ผู้พูดบ่งชี้ตนเองโดยลดฐานะให้ต่ำลงต่อผู้ฟัง

- 도 : 이미 있는 어떤 것에 다른 것을 더하거나 포함함을 나타내는 조사.
  ...ด้วย
  คำชี้ที่แสดงการรวมหรือเพิ่มสิ่งอื่นลงในสิ่งใด ๆ ที่มีอยู่แล้ว

- 가다 (คำกริยา) : 어떤 일을 하기 위해서 다른 곳으로 이동하다.
  ไป
  เคลื่อนย้ายไปยังสถานที่อื่นเพื่อทำสิ่งใด ๆ

- -아도 되다 : 어떤 행동에 대한 허락이나 허용을 나타낼 때 쓰는 표현.
  ...ได้
  สำนวนที่ใช้เมื่อแสดงการอนุญาตหรือยินยอมในการกระทำใด ๆ

- -어요 : (두루높임으로) 어떤 사실을 서술하거나 질문, 명령, 권유함을 나타내는 종결 어미.
  วิภัตติปัจจัยลงท้ายประโยคที่ใช้ในการยกย่องโดยทั่วไป
  (ใช้ในการยกย่องอย่างไม่เป็นทางการ)
  วิภัตติปัจจัยลงท้ายประโยคที่แสดงการบอกเล่า การถาม การสั่ง หรือการชักชวนเรื่องใด ๆ <คำถาม>

- 어디 (สรรพนาม) : 모르는 곳을 가리키는 말.
  ไหน, ที่ไหน
  คำที่ใช้แสดงถึงสถานที่ที่ไม่รู้

- 로 : 움직임의 방향을 나타내는 조사.
  ที่...
  คำชี้ที่แสดงทิศทางของการเคลื่อนไหว

- 가다 (คำกริยา) : 어떤 일을 하기 위해서 다른 곳으로 이동하다.
  ไป
  เคลื่อนย้ายไปยังสถานที่อื่นเพื่อทำสิ่งใด ๆ

- -는데요 : (두루높임으로) 듣는 사람에게 어떤 대답을 요구할 때 쓰는 표현.
  ...หรือครับ(คะ)
  (ใช้ในการยกย่องอย่างไม่เป็นทางการ) สำนวนที่ใช้ตอนต้องการคำตอบใดจากผู้ฟัง

- 혹시 (คำวิเศษณ์) : 그러리라 생각하지만 분명하지 않아 말하기를 망설일 때 쓰는 말.
  เออ...ไม่ทราบว่า
  คำที่ใช้เมื่อเวลาลังเลที่จะพูดเพราะไม่แน่ใจถึงแม้จะคิดว่าใช่ก็ตาม

- 제주도 (คำนาม) : 한국 서남해에 있는 화산섬. 한국에서 가장 큰 섬으로 화산 활동 지형의 특색이 잘 드러나 있어 관광 산업이 발달하였다. 해녀, 말, 귤이 유명하다.
  เชจูโด
  เกาะเชจู : เกาะภูเขาไฟที่ตั้งอยู่ทางทิศตะวันตกเฉียงใต้ของประเทศเกาหลี
  เป็นเกาะที่ใหญ่ที่สุดในประเทศเกาหลีและมีการพัฒนาทางด้านอุตสาหกรรมการท่องเที่ยวเพราะมีภูมิประเทศที่เป็นภูเขาไฟที่เป็นเอกลักษณ์ มีชื่อเสียงในเรื่องหญิงที่ออกไปหาสัตว์ทะเลในทะเล ม้า ส้ม

- 로 : 움직임의 방향을 나타내는 조사.
  ที่...
  คำชี้ที่แสดงทิศทางของการเคลื่อนไหว

- **가다** (คำกริยา) : 어떤 일을 하기 위해서 다른 곳으로 이동하다.
  ไป
  เคลื่อนย้ายไปยังสถานที่อื่นเพื่อทำสิ่งใด ๆ

- -**아요** : (두루높임으로) 어떤 사실을 서술하거나 질문, 명령, 권유함을 나타내는 종결 어미.
  วิภัตติปัจจัยลงท้ายประโยคที่ใช้ในการยกย่องโดยทั่วไป
  (ใช้ในการยกย่องอย่างไม่เป็นทางการ)
  วิภัตติปัจจัยลงท้ายประโยคที่แสดงการบอกเล่า การถาม การสั่ง หรือการชักชวนเรื่องใด ๆ <คำถาม>

< 대화(สนทนา) > - 37

요새 아르바이트하느라 힘들지 않니?
요새 아르바이트하느라 힘들지 안니?
yosae areubaiteuhaneura himdeulji anni?

네. 아르바이트를 하면 경험을 쌓는 동시에 돈도 벌 수 있어서 좋아요.
네. 아르바이트를 하면 경허믈 싼는 동시에 돈도 벌 쑤 이써서 조아요.
ne. areubaiteureul hamyeon gyeongheomeul ssanneun dongsie dondo beol su isseoseo joayo.

< 설명(การอธิบาย) / 번역(การแปล) >

요새 아르바이트하+느라 힘들+[지 않]+니?

• **요새** (คำนาม) : 얼마 전부터 이제까지의 매우 짧은 동안.
ปัจจุบัน, ขณะนี้, เวลานี้, หมู่นี้, ระยะนี้
ช่วงที่เวลาสั้นมากนับจากเมื่อครู่นี้จนถึงขณะนี้

• **아르바이트하다** (คำกริยา) : 짧은 기간 동안 돈을 벌기 위해 자신의 본업 외에 임시로 하는 일을 하다.
ทำงานพิเศษ, ทำงานนอกเวลา
ทำงานชั่วคราวนอกเหนือจากงานประจำของตนเองเพื่อหาเงินในช่วงระยะเวลาสั้น ๆ

• -느라 : 앞에 오는 말이 나타내는 행동이 뒤에 오는 말의 목적이나 원인이 됨을 나타내는 연결 어미.
เพราะว่า..., มัวแต่...ก็เลย..., เอาแต่...ทำให้...
วิภัตติปัจจัยเชื่อมระหว่างประโยคที่แสดงว่าการกระทำที่ปรากฏในประโยคหน้าเป็นจุดประสงค์หรือสาเหตุของคำพูดในประโยคหลัง

• **힘들다** (คำคุณศัพท์) : 힘이 많이 쓰이는 면이 있다.
ลำบาก, ยากลำบาก, เหนื่อยยาก, เหน็ดเหนื่อย
มีด้านที่แรงถูกใช้ไปเยอะ

• -지 않다 : 앞의 말이 나타내는 행위나 상태를 부정하는 뜻을 나타내는 표현.
ไม่...
สำนวนที่ใช้แสดงความหมายปฏิเสธการกระทำหรือสภาพที่ปรากฏในคำพูดข้างหน้า

• -니 : (아주낮춤으로) 물음을 나타내는 종결 어미.
...ไหม, ...หรือเปล่า, ...เหรอ
(ใช้ในการลดระดับอย่างมากและเป็นทางการ) วิภัตติปัจจัยลงท้ายประโยคที่แสดงการถาม

네.

아르바이트+를 하+면 경험+을 쌓+[는 동시에]

돈+도 벌(버)+[ㄹ 수 있]+어서 좋+아요.
벌 수 있어서

• **네** (คำอุทาน) : 윗사람의 물음이나 명령 등에 긍정하여 대답할 때 쓰는 말.
ค่ะ ครับ
คำตอบรับเมื่อผู้ใหญ่ถามหรือสั่งให้ทำ

• **아르바이트** (คำนาม) : 돈을 벌기 위해 자신의 본업 외에 임시로 하는 일.
งานพิเศษ, งานนอกเวลา
งานที่ทำชั่วคราวนอกเหนือจากงานประจำที่ตนเองทำอยู่เพื่อหาเงิน

• 를 : 동작이 직접적으로 영향을 미치는 대상을 나타내는 조사.
ไม่พบคำแปล
คำชี้ที่แสดงเป้าหมายที่การกระทำส่งผลกระทบโดยตรง

• **하다** (คำกริยา) : 어떤 행동이나 동작, 활동 등을 행하다.
ทำ
ทำกิจกรรม การเคลื่อนไหว หรือพฤติกรรมใด ๆ เป็นต้น

• -면 : 뒤에 오는 말에 대한 근거나 조건이 됨을 나타내는 연결 어미.
ถ้า...
วิภัตติปัจจัยเชื่อมระหว่างประโยคที่แสดงถึงการที่กลายเป็นสาเหตุหรือเงื่อนไขเกี่ยวกับคำพูดตามมาข้างหลัง

• **경험** (คำนาม) : 자신이 실제로 해 보거나 겪어 봄. 또는 거기서 얻은 지식이나 기능.
ประสบการณ์
การที่ตนเองได้ลองทำหรือประสบมาจริง หรือความรู้หรือทักษะที่ได้รับจากที่นั่น

• 을 : 동작이 직접적으로 영향을 미치는 대상을 나타내는 조사.
ไม่พบคำแปล
คำชี้ที่แสดงเป้าหมายที่การกระทำส่งผลกระทบโดยตรง

• **쌓다** (คำกริยา) : 오랫동안 기술이나 경험, 지식 등을 많이 익히다.
สะสม
เรียนรู้จากทักษะหรือประสบการณ์อันยาวนาน เป็นต้น

• -는 동시에 : 앞에 오는 말과 뒤에 오는 말이 나타내는 행동이나 상태가 함께 일어남을 나타내는 표현.
ในขณะที่...ก็..., ในระหว่างที่...ก็..., ในช่วงที่...ก็...
สำนวนที่แสดงว่าการกระทำหรือสภาพการณ์ซึ่งคำพูดข้างหน้าและคำพูดที่ตามมาข้างหลังแสดงไว้นั้นเกิดขึ้นพร้อมกัน

• **돈** (คำนาม) : 물건을 사고팔 때나 일한 값으로 주고받는 동전이나 지폐.
เงิน
ธนบัตรหรือเหรียญกษาปณ์ที่ใช้แลกเปลี่ยนเมื่อซื้อขายสินค้าหรือเป็นค่าตอบแทนแรงงาน

• 도 : 이미 있는 어떤 것에 다른 것을 더하거나 포함함을 나타내는 조사.
...ด้วย
คำชี้ที่แสดงการรวมหรือเพิ่มสิ่งอื่นลงในสิ่งใด ๆ ที่มีอยู่แล้ว

• **벌다** (คำกริยา) : 일을 하여 돈을 얻거나 모으다.
หาเงิน, ได้เงิน, ได้รับเงิน
ได้รับหรือรวมเงินได้เพราะทำงาน

• -ㄹ 수 있다 : 어떤 행동이나 상태가 가능함을 나타내는 표현.
น่า(จะ), อาจ(จะ), คง(จะ), เป็นไปได้, มีสิทธิ์
สำนวนที่แสดงว่าการกระทำหรือสภาพใด ๆ อาจเกิดขึ้นได้

• -어서 : 이유나 근거를 나타내는 연결 어미.
เพราะ...จึง...
วิภัตติปัจจัยเชื่อมระหว่างประโยคที่แสดงเหตุผลหรือสาเหตุ

• **좋다** (คำคุณศัพท์) : 어떤 일이나 대상이 마음에 들고 만족스럽다.
ถูกใจ, ชอบใจ, พอใจ
งานหรือสภาพใด ๆ ถูกใจและน่าพอใจ

• -아요 : (두루높임으로) 어떤 사실을 서술하거나 질문, 명령, 권유함을 나타내는 종결 어미.
วิภัตติปัจจัยลงท้ายประโยคที่ใช้ในการยกย่องโดยทั่วไป
(ใช้ในการยกย่องอย่างไม่เป็นทางการ)
วิภัตติปัจจัยลงท้ายประโยคที่แสดงการบอกเล่า การถาม การสั่ง หรือการชักชวนเรื่องใด ๆ <การพูดตามลำดับ>

< 대화(สนทนา) > - 38

저는 지금부터 청소를 할게요.
저는 지금부터 청소를 할께요.
jeoneun jigeumbuteo cheongsoreul halgeyo.

그럼, 시우 씨가 청소하는 동안 저는 장을 보러 다녀올게요.
그럼, 시우 씨가 청소하는 동안 저는 장을 보러 다녀올께요.
geureom, siu ssiga cheongsohaneun dongan jeoneun jangeul boreo danyeoolgeyo.

< 설명(การอธิบาย) / 번역(การแปล) >

저+는 지금+부터 청소+를 하+ㄹ게요.
할게요

• **저 (สรรพนาม)** : 말하는 사람이 듣는 사람에게 자신을 낮추어 가리키는 말.
    ดิฉัน, ผม, กระผม
    คำที่ผู้พูดบ่งชี้ตนเองโดยลดฐานะให้ต่ำลงต่อผู้ฟัง

• **는** : 문장 속에서 어떤 대상이 화제임을 나타내는 조사.
    ...นั้น
    คำชี้ที่แสดงว่าเป้าหมายใดๆเป็นหัวเรื่องในประโยค

• **지금 (คำนาม)** : 말을 하고 있는 바로 이때.
    เดี๋ยวนี้, ตอนนี้, ประเดี๋ยวนี้
    ตอนนี้ที่กำลังพูดอยู่

• **부터** : 어떤 일의 시작이나 처음을 나타내는 조사.
    ตั้งแต่..., จาก...
    คำชี้ที่แสดงการเริ่มต้นหรือครั้งแรกของงานใด ๆ

• **청소 (คำนาม)** : 더럽고 지저분한 것을 깨끗하게 치움.
    การทำความสะอาด, การปัดกวาดเช็ดถู
    การเก็บกวาดสิ่งที่สกปรกหรือเลอะเทอะให้สะอาด

• **를** : 동작이 직접적으로 영향을 미치는 대상을 나타내는 조사.
    ไม่พบคำแปล
    คำชี้ที่แสดงเป้าหมายที่การกระทำส่งผลกระทบโดยตรง

• **하다** (คำกริยา) : 어떤 행동이나 동작, 활동 등을 행하다.
ทำ
ทำกิจกรรม การเคลื่อนไหว หรือพฤติกรรมใด ๆ เป็นต้น

• -ㄹ게요 : (두루높임으로) 말하는 사람이 어떤 행동을 할 것을 듣는 사람에게 약속하거나 의지를 나타내는 표현.
จะ...ครับ(ค่ะ), จะ...นะครับ(คะ), จะ...เองครับ(ค่ะ)
(ใช้ในการยกย่องอย่างไม่เป็นทางการ) วิภัตติปัจจัยลงท้ายประโยคที่แสดงการที่ผู้พูดบอกกับผู้ฟังให้ทราบหรือสัญญาว่าจะทำสิ่งใดๆ

그럼, 시우 씨+가 청소하+[는 동안] 저+는 장+을 보+러 다녀오+ㄹ게요.
다녀올게요

• **그럼** (คำวิเศษณ์) : 앞의 내용을 받아들이거나 그 내용을 바탕으로 하여 새로운 주장을 할 때 쓰는 말.
อย่างนั้น, ถ้าเช่นนั้น, ถ้าอย่างนั้น, งั้น
คำที่ใช้เมื่อยอมรับเนื้อหาข้างหน้าหรือใช้เนื้อหานั้นๆ เป็นพื้นฐานแล้วยื่นกรานเรื่องใหม่

• **시우** (คำนาม) : ชื่อ

• **씨** (คำนาม) : 그 사람을 높여 부르거나 이르는 말.
คุณ
คำที่ใช้เรียกหรือคำเรียกคน ๆ นั้นอย่างยกย่อง

• 가 : 어떤 상태나 상황에 놓인 대상이나 동작의 주체를 나타내는 조사.
คำชี้ประธาน
คำชี้ที่ใช้แสดงสิ่งที่อยู่ในสถานการณ์หรือสภาพใด ๆ หรือผู้ที่เป็นประธานของอากัปกริยา

• **청소하다** (คำกริยา) : 더럽고 지저분한 것을 깨끗하게 치우다.
ทำความสะอาด, ปัดกวาดเช็ดถู
เก็บกวาดสิ่งที่สกปรกหรือเลอะเทอะให้สะอาด

• -는 동안 : 앞에 오는 말이 나타내는 행동이나 상태가 계속되는 시간 만큼을 나타내는 표현.
ในขณะที่..., ในตอนที่..., ในช่วงที่...
สำนวนที่แสดงว่าเท่ากับช่วงเวลาที่การกระทำหรือสภาพใดๆที่อยู่ข้างหน้าดำเนินไป

• **저** (สรรพนาม) : 말하는 사람이 듣는 사람에게 자신을 낮추어 가리키는 말.
ดิฉัน, ผม, กระผม
คำที่ผู้พูดบ่งชี้ตนเองโดยลดฐานะให้ต่ำลงต่อผู้ฟัง

• 는 : 문장 속에서 어떤 대상이 화제임을 나타내는 조사.
...นั้น
คำชี้ที่แสดงว่าเป้าหมายใดๆเป็นหัวเรื่องในประโยค

• **장** (คำนาม) : 여러 가지 상품을 사고파는 곳.
ตลาด
สถานที่ที่ซื้อขายสินค้าหลากหลายชนิด

• 을 : 동작이 직접적으로 영향을 미치는 대상을 나타내는 조사.
ไม่พบคำแปล
คำชี้ที่แสดงเป้าหมายที่การกระทำส่งผลกระทบโดยตรง

• **보다** (คำกริยา) : 시장에 가서 물건을 사다.
จ่าย(ตลาด), ไป(ตลาด)ซื้อของ
ไปตลาดแล้วซื้อของ

• -러 : 가거나 오거나 하는 동작의 목적을 나타내는 연결 어미.
ไป...เพื่อ..., มา...เพื่อ...
วิภัตติปัจจัยเชื่อมระหว่างประโยคที่แสดงจุดประสงค์ของการเคลื่อนไหวไปหรือมา

• **다녀오다** (คำกริยา) : 어떤 일을 하기 위해 갔다가 오다.
ไปมา
ไปแล้วมาเพื่อทำงานใดๆ

• -ㄹ게요 : (두루높임으로) 말하는 사람이 어떤 행동을 할 것을 듣는 사람에게 약속하거나 의지를 나타내는 표현.
จะ...ครับ(ค่ะ), จะ...นะครับ(คะ), จะ...เองครับ(ค่ะ)
(ใช้ในการยกย่องอย่างไม่เป็นทางการ) วิภัตติปัจจัยลงท้ายประโยคที่แสดงการที่ผู้พูดบอกกับผู้ฟังให้ทราบหรือสัญญาว่าจะทำสิ่งใดๆ

< 대화(สนทนา) > - 39

지우는 어디 갔어? 아까부터 안 보이네.
지우는 어디 가써? 아까부터 안 보이네.
jiuneun eodi gasseo? akkabuteo an boine.

글쎄, 급한 일이 있는 듯 뛰어가더라.
글쎄, 그판 이리 인는 듣 뛰어가더라.
geulsse, geupan iri inneun deut ttwieogadeora.

< 설명(การอธิบาย) / 번역(การแปล) >

지우+는 어디 가+았+어?
갔어

아까+부터 안 보이+네.

- **지우** (คำนาม) : ชื่อ

- 는 : 문장 속에서 어떤 대상이 화제임을 나타내는 조사.
  ...นั้น
  คำชี้ที่แสดงว่าเป้าหมายใดๆเป็นหัวเรื่องในประโยค

- **어디** (สรรพนาม) : 모르는 곳을 가리키는 말.
  ไหน, ที่ไหน
  คำที่ใช้แสดงถึงสถานที่ที่ไม่รู้

- **가다** (คำกริยา) : 한 곳에서 다른 곳으로 장소를 이동하다.
  ไป
  เคลื่อนออกจากสถานที่แห่งใดแห่งหนึ่งไปยังสถานที่อื่น

- -았- : 어떤 사건이 과거에 완료되었거나 그 사건의 결과가 현재까지 지속되는 상황을 나타내는 어미.
  ...แล้ว
  วิภัตติปัจจัยที่แสดงว่าเหตุการณ์ใดๆเสร็จสมบูรณ์ไปแล้วในอดีตหรือแสดงสถานการณ์ที่ผลลัพธ์ของเหตุการณ์ดังกล่าวต่อเนื่องจนถึงปัจจุบัน

• -어 : (두루낮춤으로) 어떤 사실을 서술하거나 물음, 명령, 권유를 나타내는 종결 어미.
วิภัตติปัจจัยลงท้ายประโยคที่ใช้ในการลดระดับภาษาโดยทั่วไป
(ใช้ในการลดระดับอย่างไม่เป็นทางการ)วิภัตติปัจจัยลงท้ายประโยคที่แสดงการบอกเล่าข้อเท็จจริงใด ๆ หรือการถาม การสั่ง หรือการชักชวน <คำถาม>

• **아까** (คำนาม) : 조금 전.
เมื่อกี้, เมื่อตะกี้, เมื่อครู่, เมื่อสักครู่
ก่อนหน้านี้เล็กน้อย

• 부터 : 어떤 일의 시작이나 처음을 나타내는 조사.
ตั้งแต่..., จาก...
คำชี้ที่แสดงการเริ่มต้นหรือครั้งแรกของงานใด ๆ

• **안** (คำวิเศษณ์) : 부정이나 반대의 뜻을 나타내는 말.
ไม่
คำที่แสดงความหมายถึงการปฏิเสธหรือการต่อต้าน

• **보이다** (คำกริยา) : 눈으로 대상의 존재나 겉모습을 알게 되다.
เห็น, มองเห็น
รู้รูปร่างหรือการมีอยู่ของวัตถุได้ด้วยตา

• -네 : (아주낮춤으로) 지금 깨달은 일에 대하여 말함을 나타내는 종결 어미.
...จัง, ...นะ, ...เนอะ
(ใช้ในการลดระดับอย่างมากและเป็นทางการ)
วิภัตติปัจจัยลงท้ายประโยคที่แสดงการพูดบอกเกี่ยวกับเหตุการณ์ที่ได้เข้าใจอย่างลึกซึ้งในตอนนี้

글쎄, 급하+ㄴ 일+이 있+[는 듯] 뛰어가+더라.
급한

• **글쎄** (คำอุทาน) : 상대방의 물음이나 요구에 대하여 분명하지 않은 태도를 나타낼 때 쓰는 말.
ไม่รู้สิ, ไม่รู้เหมือนกัน, ไม่แน่ใจเหมือนกัน, เดี๋ยวนะ, ขอคิดดูก่อน
คำที่ใช้แสดงท่าทีที่ไม่ชัดเจนเกี่ยวกับคำถามหรือคำขอร้องของฝ่ายตรงข้าม

• **급하다** (คำคุณศัพท์) : 사정이나 형편이 빨리 처리해야 할 상태에 있다.
เร่งรีบ, เร่งด่วน, รีบเร่ง, ฉุกละหุก, ฉุกเฉิน
อยู่ในสภาพที่จะต้องจัดการสถานการณ์หรือเรื่องราวอย่างรวดเร็ว

• -ㄴ : 앞의 말이 관형어의 기능을 하게 만들고 현재의 상태를 나타내는 어미.
...ที่
วิภัตติปัจจัยที่ทำให้คำพูดข้างหน้าทำหน้าที่เป็นคุณศัพท์ขยายนามและแสดงถึงสภาพที่เป็นอยู่ในปัจจุบัน

- **일** (คำนาม) : 어떤 내용을 가진 상황이나 사실.
เรื่อง
สถานการณ์หรือความจริงที่มีเนื้อหาใด ๆ

- 이 : 어떤 상태나 상황의 대상이나 동작의 주체를 나타내는 조사.
ตัวชี้ประธาน
คำชี้ที่ใช้แสดงสิ่งที่อยู่ในสถานการณ์หรือสภาพใด ๆ หรือผู้ที่เป็นประธานของอากัปกริยา

- **있다** (คำคุณศัพท์) : 어떤 일이 이루어지거나 벌어질 계획이다.
มี
เรื่องบางเรื่องบรรลุผลหรือมีแผนการที่จะเริ่ม

- -는 듯 : 뒤에 오는 말의 내용과 관련하여 짐작할 수 있거나 비슷하다고 여겨지는 상태나 상황을 나타낼 때 쓰는 표현.
ราวกับ, คล้ายกับ, ประหนึ่งว่า, ดูเหมือน
สำนวนที่ใช้เมื่อแสดงถึงสถานกาณ์หรือสภาพการณ์ซึ่งสามารถการคาดคะเนได้หรือที่ถือว่าใกล้เคียงกันโดยให้เกี่ยวข้องกันกับเนื้อหาของคำพูดที่ตามมาข้างหลัง

- **뛰어가다** (คำกริยา) : 어떤 곳으로 빨리 뛰어서 가다.
วิ่งไป
วิ่งไปสู่สถานที่ใด ๆ อย่างรวดเร็ว

- -더라 : (아주낮춤으로) 말하는 이가 직접 경험하여 새롭게 알게 된 사실을 지금 전달함을 나타내는 종결 어미.
ทราบมาว่า..., รู้มาว่า..., ...เลยทีเดียว
(ใช้ในการลดระดับอย่างมากและเป็นทางการ)
วิภัตติปัจจัยลงท้ายประโยคที่แสดงการถ่ายทอดสิ่งที่ผู้พูดประสบมาโดยตรงจึงเพิ่งได้รู้ในขณะนี้

< 대화(สนทนา) > - 40

지아 씨, 어디서 타는 듯한 냄새가 나요.
지아 씨, 어디서 타는 드탄 냄새가 나요.
jia ssi, eodiseo taneun deutan naemsaega nayo.

어머, 냄비를 불에 올려놓고 깜빡 잊어버렸네요.
어머, 냄비를 부레 올려노코 깜빡 이저버련네요.
eomeo, naembireul bure ollyeonoko kkamppak ijeobeoryeonneyo.

< 설명(การอธิบาย) / 번역(การแปล) >

지아 씨, 어디+서 <u>타+[는 듯하]+ㄴ</u> 냄새+가 <u>나+(아)요</u>.
타는 듯한   나요

- **지아** (คำนาม) : ชื่อ

- **씨** (คำนาม) : 그 사람을 높여 부르거나 이르는 말.
  คุณ
  คำที่ใช้เรียกหรือคำเรียกคน ๆ นั้นอย่างยกย่อง

- **어디** (สรรพนาม) : 정해져 있지 않거나 정확하게 말할 수 없는 어느 곳을 가리키는 말.
  ที่ใด, ที่ไหน
  คำที่ใช้แสดงสถานที่ใดที่ไม่สามารถพูดให้ชัดเจนได้หรือที่ไม่ได้กำหนดไว้

- **서** : 앞말이 출발점의 뜻을 나타내는 조사.
  จาก...
  คำชี้ที่แสดงความหมายว่าคำพูดข้างหน้าเป็นจุดเริ่มต้น

- **타다** (คำกริยา) : 뜨거운 열을 받아 검은색으로 변할 정도로 지나치게 익다.
  ไหม้, เกรียม, ไหม้เกรียม
  สุกมากเกินไปจนเปลี่ยนเป็นสีดำเพราะได้รับความร้อนที่ร้อน

- **-는 듯하다** : 앞에 오는 말의 내용을 추측함을 나타내는 표현.
  ดูเหมือนว่าจะ.., คงจะ..
  สำนวนที่แสดงการคาดคะเนเนื้อหาของคำพูดข้างหน้า

• -ㄴ : 앞의 말이 관형어의 기능을 하게 만들고 현재의 상태를 나타내는 어미.
...ที่
วิภัตติปัจจัยที่ทำให้คำพูดข้างหน้าทำหน้าที่เป็นคุณศัพท์ขยายนามและแสดงถึงสภาพที่เป็นอยู่ในปัจจุบัน

• **냄새** (คำนาม) : 코로 맡을 수 있는 기운.
กลิ่น
ความรู้สึกที่สามารถใช้จมูกดมได้

• 가 : 어떤 상태나 상황에 놓인 대상이나 동작의 주체를 나타내는 조사.
คำชี้ประธาน
คำชี้ที่ใช้แสดงสิ่งที่อยู่ในสถานการณ์หรือสภาพใด ๆ หรือผู้ที่เป็นประธานของอากัปกริยา

• **나다** (คำกริยา) : 알아차릴 정도로 소리나 냄새 등이 드러나다.
มี
เสียงหรือกลิ่น เป็นต้นได้ปรากฏออกมา จนถึงเป็นระดับที่รู้สึกได้

• -아요 : (두루높임으로) 어떤 사실을 서술하거나 질문, 명령, 권유함을 나타내는 종결 어미.
วิภัตติปัจจัยลงท้ายประโยคที่ใช้ในการยกย่องโดยทั่วไป
(ใช้ในการยกย่องอย่างไม่เป็นทางการ)
วิภัตติปัจจัยลงท้ายประโยคที่แสดงการบอกเล่า การถาม การสั่ง หรือการชักชวนเรื่องใด ๆ <การพูดตามลำดับ>

어머, 냄비+를 불+에 올려놓+고 깜빡 잊어버리+었+네요.

잊어버렸네요

• **어머** (คำอุทาน) : 주로 여자들이 예상하지 못한 일로 갑자기 놀라거나 감탄할 때 내는 소리.
ออมอ, อุ๊ย, โอ๊ะ
เสียงที่ส่วนใหญ่ผู้หญิงเปล่งออกมาเมื่ออุทานหรือตกใจกับเรื่องที่ไม่คาดคิดว่าจะเกิดขึ้นอย่างกะทันหัน

• **냄비** (คำนาม) : 음식을 끓이는 데 쓰는, 솥보다 작고 뚜껑과 손잡이가 있는 그릇.
หม้อ
ภาชนะที่มีฝาปิดและมีหูจับแต่เล็กกว่าหม้อและใช้เมื่อต้องการต้มอาหาร

• 를 : 동작이 직접적으로 영향을 미치는 대상을 나타내는 조사.
ไม่พบคำแปล
คำชี้ที่แสดงเป้าหมายที่การกระทำส่งผลกระทบโดยตรง

• **불** (คำนาม) : 물질이 빛과 열을 내며 타는 것.
ไฟ
สิ่งที่วัตถุเผาไหม้โดยให้แสงและความร้อน

• 에 : 앞말이 어떤 행위나 작용이 미치는 대상임을 나타내는 조사.
แก่..., ที่..., ที่ใน(บน)...
คำชี้ที่แสดงว่าคำพูดข้างหน้าเป็นเป้าหมายที่การทำงานหรือการกระทำใด ๆ มีผลต่อ

• **올려놓다** (**คำกริยา**) : 어떤 물건을 무엇의 위쪽에 옮겨다 두다.
วางบน
ย้ายสิ่งของใดๆ ขึ้นไปบางด้านบนของบางอย่าง

• -고 : 앞의 말이 나타내는 행동이나 그 결과가 뒤에 오는 행동이 일어나는 동안에 그대로 지속됨을 나타내는 연결 어미.
ไม่พบคำแปล
วิภัตติปัจจัยเชื่อมระหว่างประโยคที่แสดงว่าการกระทำหรือผลลัพธ์ที่ปรากฎในประโยคหน้าถูกดำเนินอย่างต่อเนื่องในช่วงเวลาที่การกระทำในประโยคหลังเกิดขึ้น

• **깜빡** (**คำวิเศษณ์**) : 기억이나 의식 등이 잠깐 흐려지는 모양.
แวบ, วูบ
ลักษณะของความทรงจำหรือสติที่วูบลงชั่วครู่

• **잊어버리다** (**คำกริยา**) : 기억해야 할 것을 한순간 전혀 생각해 내지 못하다.
ลืม, ลืมเสียแล้ว, จำไม่ได้, นึกไม่ออก
ไม่สามารถนึกสิ่งที่ต้องจำได้เลยในชั่วขณะหนึ่ง

• -었- : 어떤 사건이 과거에 완료되었거나 그 사건의 결과가 현재까지 지속되는 상황을 나타내는 어미.
...แล้ว
วิภัตติปัจจัยที่แสดงว่าเหตุการณ์ใดๆเสร็จสมบูรณ์ไปแล้วในอดีตหรือแสดงสถานการณ์ที่ผลลัพธ์ของเหตุการณ์ดังกล่าวต่อเนื่องจนถึงปัจจุบัน

• -네요 : (두루높임으로) 말하는 사람이 직접 경험하여 새롭게 알게 된 사실에 대해 감탄함을 나타낼 때 쓰는 표현.
...จังค่ะ(ครับ)
(ใช้ในการยกย่องอย่างไม่เป็นทางการ) สำนวนที่ใช้เมื่อแสดงการอุทานเกี่ยวกับสิ่งที่ผู้พูดเพิ่งรู้เมื่อได้ประสบด้วยตนเอง

< 대화(สนทนา) > - 41

너 왜 저녁을 다 안 먹고 남겼니?
너 왜 저녀글 다 안 먹꼬 남견니?
neo wae jeonyeogeul da an meokgo namgyeonni?

저는 먹는 만큼 살이 쪄서 식사량을 줄여야겠어요.
저는 멍는 만큼 사리 쩌서 식싸량을 주려야게써요.
jeoneun meongneun mankeum sari jjeoseo siksaryangeul juryeoyagesseoyo.

< 설명(การอธิบาย) / 번역(การแปล) >

너 왜 저녁+을 다 안 먹+고 남기+었+니?
남겼니

• **너** (สรรพนาม) : 듣는 사람이 친구나 아랫사람일 때, 그 사람을 가리키는 말.
เธอ, แก, เอ็ง
คำที่ใช้เรียกชี้บ่งคนนั้นที่เป็นผู้ฟังในกรณีที่เป็นผู้น้อยหรือเพื่อน

• **왜** (คำวิเศษณ์) : 무슨 이유로. 또는 어째서.
ทำไม, ด้วยเหตุใด, เพราะอะไร
ด้วยเหตุผลอันใด หรือเพราะอะไร

• **저녁** (คำนาม) : 저녁에 먹는 밥.
อาหารเย็น, อาหารค่ำ
ข้าวที่กินตอนเย็น

• 을 : 동작이 직접적으로 영향을 미치는 대상을 나타내는 조사.
ไม่พบคำแปล
คำชี้ที่แสดงเป้าหมายที่การกระทำส่งผลกระทบโดยตรง

• **다** (คำวิเศษณ์) : 남거나 빠진 것이 없이 모두.
ทั้งหมด, ไม่เหลือ
ทั้งหมดโดยที่ไม่ขาดหายหรือไม่เหลือ

• **안** (คำวิเศษณ์) : 부정이나 반대의 뜻을 나타내는 말.
ไม่
คำที่แสดงความหมายถึงการปฏิเสธหรือการต่อต้าน

• **먹다 (동사)** : 음식 등을 입을 통하여 배 속에 들여보내다.
กิน
เอาอาหาร เป็นต้น ใส่เข้าไปในท้องโดยผ่านปาก

• -고 : 앞의 말과 뒤의 말이 차례대로 일어남을 나타내는 연결 어미.
...แล้ว...
วิภัตติปัจจัยเชื่อมระหว่างประโยคที่แสดงการเกิดคำพูดในประโยคหน้าและประโยคหลังตามลำดับ

• **남기다** (คำกริยา) : 다 쓰지 않고 나머지가 있게 하다.
เหลือ, ทำให้เหลือ
ทำให้มีส่วนที่เหลือโดยไม่ให้หมดไปทั้งหมด

• -었- : 어떤 사건이 과거에 완료되었거나 그 사건의 결과가 현재까지 지속되는 상황을 나타내는 어미.
...แล้ว
วิภัตติปัจจัยที่แสดงว่าเหตุการณ์ใดๆเสร็จสมบูรณ์ไปแล้วในอดีตหรือแสดงสถานการณ์ที่ผลลัพธ์ของเหตุการณ์ดังกล่าวต่อเนื่องจนถึงปัจจุบัน

• -니 : (아주낮춤으로) 물음을 나타내는 종결 어미.
...ไหม, ...หรือเปล่า, ...เหรอ
(ใช้ในการลดระดับอย่างมากและเป็นทางการ) วิภัตติปัจจัยลงท้ายประโยคที่แสดงการถาม

저+는 먹+[는 만큼] 살+이 찌+어서 식사량+을 줄이+어야겠+어요.

쪄서 줄여야겠어요

• **저** (สรรพนาม) : 말하는 사람이 듣는 사람에게 자신을 낮추어 가리키는 말.
ดิฉัน, ผม, กระผม
คำที่ผู้พูดบ่งชี้ตนเองโดยลดฐานะให้ต่ำลงต่อผู้ฟัง

• 는 : 문장 속에서 어떤 대상이 화제임을 나타내는 조사.
...นั้น
คำชี้ที่แสดงว่าเป้าหมายใดๆเป็นหัวเรื่องในประโยค

• **먹다** (คำกริยา) : 음식 등을 입을 통하여 배 속에 들여보내다.
กิน
เอาอาหาร เป็นต้น ใส่เข้าไปในท้องโดยผ่านปาก

• -는 만큼 : 뒤에 오는 말이 앞에 오는 말과 비례하거나 비슷한 정도 혹은 수량임을 나타내는 표현.
เท่า..., เท่าที่
สำนวนที่แสดงว่าคำพูดที่ตามมาข้างหลังเป็นระดับหรือจำนวนที่ใกล้เคียงกันหรือตามสัดส่วนกับคำพูดอยู่ข้างหน้า

• **살** (คำนาม) : 사람이나 동물의 몸에서 뼈를 둘러싸고 있는 부드러운 부분.
เนื้อหนัง, เนื้อ, หนัง
ส่วนที่นุ่มและห่อหุ้มกระดูกภายในร่างกายของคนหรือสัตว์

- 이 : 어떤 상태나 상황의 대상이나 동작의 주체를 나타내는 조사.
  ตัวชี้ประธาน
  คำชี้ที่ใช้แสดงสิ่งที่อยู่ในสถานการณ์หรือสภาพใด ๆ หรือผู้ที่เป็นประธานของอากัปกริยา

- **찌다** (คำกริยา) : 몸에 살이 붙어 뚱뚱해지다.
  อ้วนขึ้น, มีเนื้อมีหนังขึ้น
  อ้วนมากขึ้นเพราะมีเนื้อมีหนังตามร่างกาย

- -어서 : 이유나 근거를 나타내는 연결 어미.
  เพราะ..จึง...
  วิภัตติปัจจัยเชื่อมระหว่างประโยคที่แสดงเหตุผลหรือสาเหตุ

- **식사량** (คำนาม) : 음식을 먹는 양.
  ปริมาณอาหาร, ปริมาณอาหารที่รับประทาน
  ปริมาณที่รับประทานอาหาร

- 을 : 동작이 직접적으로 영향을 미치는 대상을 나타내는 조사.
  ไม่พบคำแปล
  คำชี้ที่แสดงเป้าหมายที่การกระทำส่งผลกระทบโดยตรง

- **줄이다** (คำกริยา) : 수나 양을 원래보다 적게 하다.
  ลด, ทอน, ลดทอน, ทำให้น้อยลง
  ทำให้สภาพใด ๆ ไม่ให้ถึงระดับเดิม

- -어야겠- : 앞의 말이 나타내는 행동에 대한 강한 의지를 나타내거나 그 행동을 할 필요가 있음을 완곡
  하게 말할 때 쓰는 표현.
  คงจะต้อง...แล้ว, น่าจะต้อง...แล้วล่ะ
  สำนวนที่ใช้เมื่อแสดงอย่างนุ่มนวลถึงความตั้งใจอันหนักแน่นเกี่ยวกับการกระทำที่คำพูดข้างหน้าแสดงไว้หรือมีความจำเป็นต้องทำการกระทำดังกล่าว

- -어요 : (두루높임으로) 어떤 사실을 서술하거나 질문, 명령, 권유함을 나타내는 종결 어미.
  วิภัตติปัจจัยลงท้ายประโยคที่ใช้ในการยกย่องโดยทั่วไป
  (ใช้ในการยกย่องอย่างไม่เป็นทางการ)
  วิภัตติปัจจัยลงท้ายประโยคที่แสดงการบอกเล่า การถาม การสั่ง หรือการชักชวนเรื่องใด ๆ <การพูดตามลำดับ>

< 대화(สนทนา) > - 42

이 늦은 시간에 라면을 먹어?
이 느즌 시가네 라며늘 머거?
i neujeun sigane ramyeoneul meogeo?

야근하느라 저녁도 못 먹는 바람에 배고파 죽겠어.
야근하느라 저녁또 몯 멍는 바라메 배고파 죽께써.
yageunhaneura jeonyeokdo mot meongneun barame baegopa jukgesseo.

< 설명(การอธิบาย) / 번역(การแปล) >

이 늦+은 시간+에 라면+을 먹+어?

• **이** (คุณศัพท์) : 말하는 사람에게 가까이 있거나 말하는 사람이 생각하고 있는 대상을 가리킬 때 쓰는 말.
นี้
คำที่ใช้ตอนที่บ่งชี้สิ่งที่ผู้พูดกำลังคิดอยู่หรือสิ่งที่อยู่ใกล้กับผู้พูด

• **늦다** (คำคุณศัพท์) : 적당한 때를 지나 있다. 또는 시기가 한창인 때를 지나 있다.
ช้า, สาย
ผ่านช่วงเวลาที่เหมาะสม หรือผ่านช่วงเวลาที่เป็นระดับสูงสุด

• -은 : 앞의 말이 관형어의 기능을 하게 만들고 현재의 상태를 나타내는 어미.
ที่..., ซึ่ง...
วิภัตติปัจจัยที่ทำให้คำพูดข้างหน้าทำหน้าที่เป็นคุณศัพท์ขยายนามและแสดงถึงสภาพที่เป็นอยู่ในปัจจุบัน

• **시간** (คำนาม) : 어떤 일을 하도록 정해진 때. 또는 하루 중의 어느 한 때.
เวลา, ช่วงเวลา, ช่วง
ช่วงที่ถูกกำหนดให้ทำงานใดๆ หรือช่วงใดช่วงหนึ่งในหนึ่งวัน

• 에 : 앞말이 시간이나 때임을 나타내는 조사.
ตอน...
คำชี้ที่แสดงว่าคำพูดข้างหน้าเป็นเวลาหรือช่วงเวลา

• **라면** (คำนาม) : 기름에 튀겨 말린 국수와 가루 스프가 들어 있어서 물에 끓이기만 하면 간편하게 먹을 수 있는 음식.
รามย็อน, บะหมี่กึ่งสำเร็จรูป
อาหารที่สามารถรับประทานได้อย่างง่าย ๆ มีเส้นก๋วยเตี๋ยวที่ทอดในน้ำมันจนแห้งและผงน้ำซุป
เพียงต้มในน้ำก็สามารถรับประทานได้

• 을 : 동작이 직접적으로 영향을 미치는 대상을 나타내는 조사.
ไม่พบคำแปล
คำชี้ที่แสดงเป้าหมายที่การกระทำส่งผลกระทบโดยตรง

• 먹다 (คำกริยา) : 음식 등을 입을 통하여 배 속에 들여보내다.
กิน
เอาอาหาร เป็นต้น ใส่เข้าไปในท้องโดยผ่านปาก

• -어 : (두루낮춤으로) 어떤 사실을 서술하거나 물음, 명령, 권유를 나타내는 종결 어미.
วิภัตติปัจจัยลงท้ายประโยคที่ใช้ในการลดระดับภาษาโดยทั่วไป
(ใช้ในการลดระดับอย่างไม่เป็นทางการ) วิภัตติปัจจัยลงท้ายประโยคที่แสดงการบอกเล่าข้อเท็จจริงใด ๆ หรือการถาม การสั่ง
หรือการชักชวน <คำถาม>

야근하+느라고 저녁+도 못 먹+[는 바람에] 배고프(배고ㅍ)+[아 죽]+겠+어.
배고파 죽겠어

• 야근하다 (คำกริยา) : 퇴근 시간이 지나 밤늦게까지 일하다.
ทำงานตอนกลางคืน, ทำงานยามดึกดื่น
ทำงานจนกระทั่งถึงยามดึกดื่น โดยเลยเวลาเลิกงานไป

• -느라고 : 앞에 오는 말이 나타내는 행동이 뒤에 오는 말의 목적이나 원인이 됨을 나타내는 연결 어미.
เพราะว่า..., มัวแต่...ก็เลย..., เอาแต่...ทำให้...
วิภัตติปัจจัยเชื่อมระหว่างประโยคที่แสดงว่าการกระทำที่ปรากฏในประโยคหน้าเป็นจุดประสงค์หรือสาเหตุของคำพูดในประโยคหลัง

• 저녁 (คำนาม) : 저녁에 먹는 밥.
อาหารเย็น, อาหารค่ำ
ข้าวที่กินตอนเย็น

• 도 : 극단적인 경우를 들어 다른 경우는 말할 것도 없음을 나타내는 조사.
แม้แต่..., แม้แต่จะ...
คำชี้ที่แสดงว่าไม่ต้องพูดถึงกรณีอื่นโดยยกกรณีที่สุดขีด

• 못 (คำวิเศษณ์) : 동사가 나타내는 동작을 할 수 없게.
...ไม่ได้, ทำไม่ได้
กริยาไม่สามามารถแสดงการเคลื่อนไหวได้

• 먹다 (คำกริยา) : 음식 등을 입을 통하여 배 속에 들여보내다.
กิน
เอาอาหาร เป็นต้น ใส่เข้าไปในท้องโดยผ่านปาก

- -는 바람에 : 앞의 말이 나타내는 행동이나 상태가 뒤에 오는 말의 원인이나 이유가 됨을 나타내는 표현.

  เพราะ..., เนื่องมาจาก..., มีสาเหตุมาจาก...

  สำนวนที่แสดงว่าการกระทำหรือสถานการณ์ที่คำพูดข้างหน้าแสดงไว้จะกลายเป็นเหตุผลหรือสาเหตุของคำพูดที่ตามมาข้างหลัง

- **배고프다** (คำคุณศัพท์) : 배 속이 빈 것을 느껴 음식이 먹고 싶다.

  หิวข้าว, หิวอาหาร, หิว

  อยากกินอาหารเพราะท้องว่าง

- -아 죽다 : 앞의 말이 나타내는 상태의 정도가 매우 심함을 나타내는 표현.

  ...มากจน..., ...จนจะตายแล้ว

  สำนวนที่แสดงมีความรุนแรงมากของระดับสภาพที่ปรากฏในคำพูดข้างหน้า

- -겠- : 미래의 일이나 추측을 나타내는 어미.

  น่าจะ...

  วิภัตติปัจจัยที่แสดงเหตุการณ์หรือการคาดเดาในอนาคต

- -어 : (두루낮춤으로) 어떤 사실을 서술하거나 물음, 명령, 권유를 나타내는 종결 어미.

  วิภัตติปัจจัยลงท้ายประโยคที่ใช้ในการลดระดับภาษาโดยทั่วไป

  (ใช้ในการลดระดับอย่างไม่เป็นทางการ) วิภัตติปัจจัยลงท้ายประโยคที่แสดงการบอกเล่าข้อเท็จจริงใด ๆ หรือการถาม การสั่ง หรือการชักชวน <การพูดตามลำดับ>

< 대화(สนทนา) > - 43

겨울이 가면 봄이 오는 법이야. 힘들다고 포기하면 안 돼.
겨우리 가면 보미 오는 버비야. 힘들다고 포기하면 안 돼.
gyeouri gamyeon bomi oneun beobiya. himdeuldago pogihamyeon an dwae.

고마워. 네 말에 다시 힘이 나는 것 같아.
고마워. 네 마레 다시 히미 나는 걷 가타.
gomawo. ne mare dasi himi naneun geot gata.

< 설명(การอธิบาย) / 번역(การแปล) >

겨울+이 가+면 봄+이 오+[는 법이]+야.

힘들+다고 포기하+[면 안 되]+어.
포기하면 안 돼

- **겨울 (คำนาม)** : 네 계절 중의 하나로 가을과 봄 사이의 추운 계절.
  ฤดูหนาว, หน้าหนาว
  ฤดูที่หนาวซึ่งอยู่ระหว่างฤดูใบไม้ร่วงกับฤดูใบไม้ผลิ เป็นหนึ่งในสี่ฤดู

- **이** : 어떤 상태나 상황의 대상이나 동작의 주체를 나타내는 조사.
  ตัวชี้ประธาน
  คำชี้ที่ใช้แสดงสิ่งที่อยู่ในสถานการณ์หรือสภาพใด ๆ หรือผู้ที่เป็นประธานของอากัปกริยา

- **가다 (คำกริยา)** : 시간이 지나거나 흐르다.
  ผ่านไป
  เวลาผ่านไปหรือเลยไป

- **-면** : 뒤에 오는 말에 대한 근거나 조건이 됨을 나타내는 연결 어미.
  ถ้า...
  วิภัตติปัจจัยเชื่อมระหว่างประโยคที่แสดงถึงการที่กลายเป็นสาเหตุหรือเงื่อนไขเกี่ยวกับคำพูดตามมาข้างหลัง

- **봄 (คำนาม)** : 네 계절 중의 하나로 겨울과 여름 사이의 계절.
  ฤดูใบไม้ผลิ
  หนึ่งในฤดูทั้งสี่ฤดู ซึ่งอยู่ระหว่างฤดูหนาวและฤดูร้อน

• 이 : 어떤 상태나 상황의 대상이나 동작의 주체를 나타내는 조사.
ตัวชี้ประธาน
คำชี้ที่ใช้แสดงสิ่งที่อยู่ในสถานการณ์หรือสภาพใด ๆ หรือผู้ที่เป็นประธานของอากัปกริยา

• 오다 (คำกริยา) : 어떤 때나 계절 등이 닥치다.
มา, ถึง
ช่วงเวลาหรือฤดูกาลใด เป็นต้น ได้เข้ามา

• -는 법이다 : 앞의 말이 나타내는 동작이나 상태가 이미 그렇게 정해져 있거나 그런 것이 당연하다는
　　　　　　 뜻을 나타내는 표현.
แน่นอนว่า..., แน่นอนอยู่แล้วว่า...,.....อยู่แล้ว
สำนวนที่แสดงความหมายว่าสภาพหรือการกระทำที่คำพูดข้างหน้าแสดงไว้นั้นย่อมจะเป็นเช่นนั้นอย่างแน่นอนหรือถูกกำหนดไว้อย่าง
นั้นก่อนแล้ว

• -야 : (두루낮춤으로) 어떤 사실에 대하여 서술하거나 물음을 나타내는 종결 어미.
วิภัตติปัจจัยลงท้ายประโยคที่ใช้ในการลดระดับภาษาโดยทั่วไป
(ใช้ในการลดระดับอย่างไม่เป็นทางการ)
วิภัตติปัจจัยลงท้ายประโยคที่แสดงการบอกเล่าหรือการถามเกี่ยวกับข้อเท็จจริงใด ๆ <การพูดตามลำดับ>

• 힘들다 (คำคุณศัพท์) : 마음이 쓰이거나 수고가 되는 면이 있다.
เหนื่อยยาก, เหน็ดเหนื่อย, ยากลำบาก, เป็นทุกข์
มีด้านที่ใจถูกใช้ไปหรือเกิดเป็นความเหน็ดเหนื่อย

• -다고 : 어떤 행위의 목적, 의도를 나타내거나 어떤 상황의 이유, 원인을 나타내는 연결 어미.
เพราะว่าเป็น..., เพราะเป็น..., บอกว่าเป็น...
วิภัตติปัจจัยเชื่อมระหว่างประโยคที่แสดงจุดประสงค์หรือความตั้งใจของการกระทำใด ๆ หรือแสดงสาเหตุ
เหตุผลของสถานการณ์ใด ๆ

• 포기하다 (คำกริยา) : 하려던 일이나 생각을 중간에 그만두다.
ล้มเลิก, ยกเลิก, สละทิ้ง
ล้มเลิกความคิดหรือสิ่งที่ตั้งใจจะทำกลางคัน

• -면 안 되다 : 어떤 행동이나 상태를 금지하거나 제한함을 나타내는 표현.
...ไม่ได้, ห้าม...
สำนวนที่ใช้แสดงการห้ามหรือการจำกัดสภาพหรือการกระทำใด ๆ

• -어 : (두루낮춤으로) 어떤 사실을 서술하거나 물음, 명령, 권유를 나타내는 종결 어미.
วิภัตติปัจจัยลงท้ายประโยคที่ใช้ในการลดระดับภาษาโดยทั่วไป
(ใช้ในการลดระดับอย่างไม่เป็นทางการ)วิภัตติปัจจัยลงท้ายประโยคที่แสดงการบอกเล่าข้อเท็จจริงใด ๆ หรือการถาม การสั่ง
หรือการชักชวน <คำสั่ง>

고맙(고마우)+어.

고마워

너+의 말+에 다시 힘+이 나+[는 것 같]+아.

네

• **고맙다** (คำคุณศัพท์) : 남이 자신을 위해 무엇을 해주어서 마음이 흐뭇하고 보답하고 싶다.
ขอบคุณ, รู้สึกขอบคุณ
รู้สึกซาบซึ้งใจและอยากตอบแทนที่ผู้อื่นทำอะไรเพื่อตนเอง

• -어 : (두루낮춤으로) 어떤 사실을 서술하거나 물음, 명령, 권유를 나타내는 종결 어미.
วิภัตติปัจจัยลงท้ายประโยคที่ใช้ในการลดระดับภาษาโดยทั่วไป
(ใช้ในการลดระดับอย่างไม่เป็นทางการ)วิภัตติปัจจัยลงท้ายประโยคที่แสดงการบอกเล่าข้อเท็จจริงใด ๆ หรือการถาม การสั่ง หรือการชักชวน <การพูดตามลำดับ>

• **너** (สรรพนาม) : 듣는 사람이 친구나 아랫사람일 때, 그 사람을 가리키는 말.
เธอ, แก, เอ็ง
คำที่ใช้เรียกชี้บ่งคนนั้นที่เป็นผู้ฟังในกรณีที่เป็นผู้น้อยหรือเพื่อน

• 의 : 앞의 말이 뒤의 말에 대하여 소유, 소속, 소재, 관계, 기원, 주체의 관계를 가짐을 나타내는 조사.
ของ...
คำชี้ที่แสดงว่าคำพูดข้างหน้ามีความสัมพันธ์กับประธาน แหล่งกำเนิด ความสัมพันธ์ วัตถุดิบ การสังกัด การเป็นเจ้าของต่อคำพูดข้างหลัง

• **말** (คำนาม) : 생각이나 느낌을 표현하고 전달하는 사람의 소리.
การพูด, คำพูด
เสียงของคนที่แสดงและถ่ายทอดความรู้สึกหรือความคิด

• 에 : 앞말이 어떤 일의 원인임을 나타내는 조사.
เพราะ..., เนื่องจาก..., จาก...
คำชี้ที่แสดงว่าคำพูดข้างหน้าเป็นเหตุผลของเรื่องใด ๆ

• **다시** (คำวิเศษณ์) : 방법이나 목표 등을 바꿔서 새로이.
ใหม่, อีกครั้ง, ใหม่อีกครั้ง
ใหม่โดยเปลี่ยนวิธีหรือเป้าหมาย เป็นต้น

• **힘** (คำนาม) : 용기나 자신감.
แรง, พลัง
ความกล้าหรือความมั่นใจ

- 이 : 어떤 상태나 상황의 대상이나 동작의 주체를 나타내는 조사.
  ตัวชี้ประธาน
  คำชี้ที่ใช้แสดงสิ่งที่อยู่ในสถานการณ์หรือสภาพใด ๆ หรือผู้ที่เป็นประธานของอากัปกริยา

- **나다** (คำกริยา) : 어떤 감정이나 느낌이 생기다.
  เกิด, มี, ออก
  อารมณ์หรือความรู้สึกใดได้เกิดขึ้น

- -는 것 같다 : 추측을 나타내는 표현.
  ดูเหมือนว่าจะ.., คงจะ..
  สำนวนที่แสดงการคาดคะเน

- -아 : (두루낮춤으로) 어떤 사실을 서술하거나 물음, 명령, 권유를 나타내는 종결 어미.
  วิภัตติปัจจัยลงท้ายประโยคที่ใช้ในการลดระดับภาษาโดยทั่วไป
  (ใช้ในการลดระดับอย่างไม่เป็นทางการ)วิภัตติปัจจัยลงท้ายประโยคที่แสดงการบอกเล่าข้อเท็จจริงใด ๆ หรือการถาม การสั่ง
  หรือการชักชวน <การพูดตามลำดับ>

< 대화(สนทนา) > - 44

쟤는 도대체 여기 언제 온 거야?
쟤는 도대체 여기 언제 온 거야?
jyaeneun dodaeche yeogi eonje on geoya?

아까 네가 잠깐 조는 사이에 왔을걸.
아까 네가 잠깐 조는 사이에 와쓸껄.
akka nega jamkkan joneun saie wasseulgeol.

< 설명(การอธิบาย) / 번역(การแปล) >

쟤+는 도대체 여기 언제 오+[ㄴ 것(거)]+(이)+야?
온 거야

• **쟤** (คำย่อ) : '저 아이'가 줄어든 말.
เด็กคนโน้น, เด็กโน่น
คำย่อของคำว่า '저(โน่น) 아이(บุคคลที่ 3)'

• 는 : 문장 속에서 어떤 대상이 화제임을 나타내는 조사.
...นั้น
คำชี้ที่แสดงว่าเป้าหมายใดๆเป็นหัวเรื่องในประโยค

• **도대체** (คำวิเศษณ์) : 아주 궁금해서 묻는 말인데.
แท้จริงแล้ว, อยากรู้จริง ๆ ว่า
ที่ถามก็เพราะสงสัยมาก ๆ

• **여기** (สรรพนาม) : 말하는 사람에게 가까운 곳을 가리키는 말.
ที่นี่, ที่นี้, ตรงนี้
คำที่ใช้เรียกสถานที่ที่อยู่ใกล้ตัวผู้พูด

• **언제** (คำวิเศษณ์) : 알지 못하는 어느 때에.
เมื่อไร
ตอนที่ไม่ทราบชัดว่าเป็นเวลาใด

• **오다** (คำกริยา) : 무엇이 다른 곳에서 이곳으로 움직이다.
มา
สิ่งใดเคลื่อนไหวจากที่หนึ่งไปยังอีกที่

• -ㄴ 것 : 명사가 아닌 것을 문장에서 명사처럼 쓰이게 하거나 '이다' 앞에 쓰일 수 있게 할 때 쓰는 표현.

สิ่งที่...

สำนวนที่ใช้เมื่อทำให้คำที่ไม่ใช่คำนามใช้เหมือนคำนามในประโยคหรือทำให้ใช้วางไว้หน้า '이다' ได้

• 이다 : 주어가 지시하는 대상의 속성이나 부류를 지정하는 뜻을 나타내는 서술격 조사.

เป็น

คำชี้ภาคแสดงการกที่แสดงความหมายที่กำหนดประเภทหรือคุณสมบัติของเป้าหมายที่ประธานบ่งชี้

• -야 : (두루낮춤으로) 어떤 사실에 대하여 서술하거나 물음을 나타내는 종결 어미.

วิภัตติปัจจัยลงท้ายประโยคที่ใช้ในการลดระดับภาษาโดยทั่วไป

(ใช้ในการลดระดับอย่างไม่เป็นทางการ)

วิภัตติปัจจัยลงท้ายประโยคที่แสดงการบอกเล่าหรือการถามเกี่ยวกับข้อเท็จจริงใด ๆ <คำถาม>

아까 네+가 잠깐 졸(조)+[는 사이]+에 오+았+을걸.
조는 사이에   왔을걸

• 아까 (คำวิเศษณ์) : 조금 전에.

เมื่อกี้, เมื่อตะกี้, เมื่อครู่, เมื่อสักครู่

ก่อนหน้านี้เล็กน้อย

• 네 (สรรพนาม) : '너'에 조사 '가'가 붙을 때의 형태.

เธอ

รูปแบบของคำว่า '너' ที่ตามด้วยคำชี้ '가'

• 가 : 어떤 상태나 상황에 놓인 대상이나 동작의 주체를 나타내는 조사.

คำชี้ประธาน

คำชี้ที่ใช้แสดงสิ่งที่อยู่ในสถานการณ์หรือสภาพใด ๆ หรือผู้ที่เป็นประธานของอากัปกริยา

• 잠깐 (คำวิเศษณ์) : 아주 짧은 시간 동안에.

สักครู่, ประเดี๋ยว, ชั่วครู่, ชั่วประเดี๋ยว, สักประเดี๋ยว

ในช่วงระยะเวลาอันสั้น

• 졸다 (คำกริยา) : 완전히 잠이 들지는 않으면서 자꾸 잠이 들려는 상태가 되다.

ง่วง, สัปหงก

อยู่ในสภาพที่ง่วงนอนอยู่เรื่อย ๆ โดยที่ไม่ได้นอนเสียทีเดียว

• -는 사이 : 어떤 행동이나 상황이 일어나는 중간의 어느 짧은 시간을 나타내는 표현.

ในช่วง..., ในระหว่าง...

สำนวนที่ใช้แสดงว่าสถานการณ์หรือการกระทำใดได้ปรากฏขึ้นในช่วงเวลาสั้น ๆ ในช่วงใดช่วงหนึ่งในระหว่างที่เรื่องได้เกิดขึ้น

- 에 : 앞말이 시간이나 때임을 나타내는 조사.
ตอน...
คำชี้ที่แสดงว่าคำพูดข้างหน้าเป็นเวลาหรือช่วงเวลา

- **오다** (คำกริยา) : 무엇이 다른 곳에서 이곳으로 움직이다.
มา
สิ่งใดเคลื่อนไหวจากที่หนึ่งไปยังอีกที่

- -았- : 어떤 사건이 과거에 완료되었거나 그 사건의 결과가 현재까지 지속되는 상황을 나타내는 어미.
...แล้ว
วิภัตติปัจจัยที่แสดงว่าเหตุการณ์ใดๆเสร็จสมบูรณ์ไปแล้วในอดีตหรือแสดงสถานการณ์ที่ผลลัพธ์ของเหตุการณ์ดังกล่าวต่อเนื่องจนถึงปัจจุบัน

- -을걸 : (두루낮춤으로) 미루어 짐작하거나 추측함을 나타내는 종결 어미.
คงจะ..., น่าจะ..., ...กระมัง
(ใช้ในการลดระดับอย่างไม่เป็นทางการ) วิภัตติปัจจัยลงท้ายประโยคที่แสดงการสันนิษฐานหรือสันนิษฐาน

< 대화(สนทนา) > - 45

오빠, 저 내일 친구들이랑 스키 타러 갈 거예요.
오빠, 저 내일 친구드리랑 스키 타러 갈 꺼예요.
oppa, jeo naeil chingudeurirang seuki tareo gal geoyeyo.

그래? 자칫하면 다칠 수 있으니까 조심해라.
그래? 자치타면 다칠 쑤 이쓰니까 조심해라.
geurae? jachitamyeon dachil su isseunikka josimhaera.

< 설명(การอธิบาย) / 번역(การแปล) >

오빠, 저 내일 친구+들+이랑 스키 타+러 가+[ㄹ 것(거)]+이+에요.
갈 거예요

• **오빠** (คำนาม) : 여자가 자기보다 나이 많은 남자를 다정하게 이르거나 부르는 말.
โอปา : พี่; พี่ชาย
คำที่ผู้หญิงกล่าวถึงหรือเรียกผู้ชายที่มีอายุมากกว่าตนเองอย่างสนิทสนม

• **저** (สรรพนาม) : 말하는 사람이 듣는 사람에게 자신을 낮추어 가리키는 말.
ดิฉัน, ผม, กระผม
คำที่ผู้พูดบ่งชี้ตนเองโดยลดฐานะให้ต่ำลงต่อผู้ฟัง

• **내일** (คำวิเศษณ์) : 오늘의 다음 날에.
พรุ่งนี้, วันพรุ่งนี้, ในวันพรุ่งนี้
วันถัดไปของวันนี้

• **친구** (คำนาม) : 사이가 가까워 서로 친하게 지내는 사람.
เพื่อน, มิตร, มิตรสหาย
คนที่ใช้ชีวิตอย่างสนิทสนมกันเพราะความสัมพันธ์ใกล้ชิดกัน

• 들 : '복수'의 뜻을 더하는 접미사.
พวก..., ...ทั้งหลาย, ที่เป็นพหูพจน์
ปัจจัยที่เพิ่มคำไปในคำเพื่อให้มีความหมายว่า 'พหูพจน์'

• 이랑 : 어떤 일을 함께 하는 대상임을 나타내는 조사.
กับ...
คำชี้ที่แสดงเป้าหมายที่ทำงานใด ๆ ด้วยกัน

• **스키** (คำนาม) : 눈 위로 미끄러져 가도록 나무나 플라스틱으로 만든 좁고 긴 기구.
สกี
อุปกรณ์ที่แคบและยาวซึ่งทำโดยไม้หรือพลาสติกเพื่อให้ลื่นไถลไปได้บนหิมะ

• **타다** (คำกริยา) : 바닥이 미끄러운 곳에서 기구를 이용해 미끄러지다.
ขี่, ขึ้น, เล่น(เครื่องเล่น)
เคลื่อนไหวบนพื้นที่ที่มีความลื่นโดยใช้เครื่องมือช่วย

• -러 : 가거나 오거나 하는 동작의 목적을 나타내는 연결 어미.
ไป...เพื่อ..., มา...เพื่อ...
วิภัตติปัจจัยเชื่อมระหว่างประโยคที่แสดงจุดประสงค์ของการเคลื่อนไหวไปหรือมา

• **가다** (คำกริยา) : 어떤 목적을 가지고 일정한 곳으로 움직이다.
ไป
มีวัตถุประสงค์ใด ๆ และเคลื่อนที่ไปตามสถานที่ที่กำหนด

• -ㄹ 것 : 명사가 아닌 것을 문장에서 명사처럼 쓰이게 하거나 '이다' 앞에 쓰일 수 있게 할 때 쓰는 표현.
สิ่งที่จะ..., อะไรที่จะ..., จะ...
สำนวนที่ทำให้คำที่ไม่ใช่คำนามใช้เหมือนคำนามในประโยคหรือทำให้ใช้วางไว้หน้า '이다' ได้

• 이다 : 주어가 지시하는 대상의 속성이나 부류를 지정하는 뜻을 나타내는 서술격 조사.
เป็น
คำชี้ภาคแสดงการกที่แสดงความหมายที่กำหนดประเภทหรือคุณสมบัติของเป้าหมายที่ประธานบ่งชี้

• -에요 : (두루높임으로) 어떤 사실을 서술하거나 질문함을 나타내는 종결 어미.
วิภัตติปัจจัยลงท้ายประโยคที่ใช้ในการยกย่องโดยทั่วไป
(ใช้ในการยกย่องอย่างไม่เป็นทางการ) วิภัตติปัจจัยลงท้ายประโยคที่แสดงการบอกเล่าหรือการถามถึงสิ่งใด ๆ <การพูดตามลำดับ>

그래?

자칫하+면 다치+[ㄹ 수 있]+으니까 조심하+여라.

다칠 수 있으니까 조심해라

• **그래** (คำอุทาน) : 상대편의 말에 대한 감탄이나 가벼운 놀라움을 나타낼 때 쓰는 말.
อ้าวเหรอ
คำอุทานที่ใช้พูดเมื่อรู้สึกตกใจกับคำพูดของฝ่ายตรงข้ามเล็กน้อย

• **자칫하다** (คำกริยา) : 어쩌다가 조금 어긋나거나 잘못되다.
เผลอ ๆ ทำไปก็..., พลาดทำไปก็...
บังเอิญทำขัดแย้งหรือผิดพลาดไปนิดหน่อย

- -면 : 뒤에 오는 말에 대한 근거나 조건이 됨을 나타내는 연결 어미.

  ถ้า...

  วิภัตติปัจจัยเชื่อมระหว่างประโยคที่แสดงถึงการที่กลายเป็นสาเหตุหรือเงื่อนไขเกี่ยวกับคำพูดตามมาข้างหลัง

- **다치다** (คำกริยา) : 부딪치거나 맞거나 하여 몸이나 몸의 일부에 상처가 생기다. 또는 상처가 생기게 하다.

  บาดเจ็บ, เป็นแผล

  โดนหรือชนแล้วเกิดรอยแผลบนตัวหรือบนส่วนหนึ่งของร่างกาย หรือทำให้เกิดรอยแผลขึ้น

- -ㄹ 수 있다 : 어떤 행동이나 상태가 가능함을 나타내는 표현.

  น่า(จะ), อาจ(จะ), คง(จะ), เป็นไปได้, มีสิทธิ์

  สำนวนที่แสดงว่าการกระทำหรือสภาพใด ๆ อาจเกิดขึ้นได้

- -으니까 : 뒤에 오는 말에 대하여 앞에 오는 말이 원인이나 근거, 전제가 됨을 강조하여 나타내는 연결 어미.

  เพราะ.., เพราะว่า...

  วิภัตติปัจจัยเชื่อมระหว่างประโยคที่แสดงโดยตอกย้ำว่าคำพูดที่อยู่ข้างหน้าจะกลายเป็นเหตุผล สาเหตุหรือเงื่อนไขเกี่ยวกับคำพูดตามมาข้างหลัง

- **조심하다** (คำกริยา) : 좋지 않은 일을 겪지 않도록 말이나 행동 등에 주의를 하다.

  ระวัง, ระมัดระวัง

  ระมัดระวังคำพูดหรือการกระทำ เป็นต้น เพื่อไม่ให้ประสบกับเรื่องที่ไม่ดี

- -여라 : (아주낮춤으로) 명령을 나타내는 종결 어미.

  ...เถอะ, ...เถิด, ...สิ, ...นะ

  (ใช้ในการลดระดับอย่างมากและเป็นทางการ) วิภัตติปัจจัยลงท้ายประโยคที่แสดงการสั่ง

< 대화(สนทนา) > - 46

우산이 없는데 어떻게 하지?
우사니 엄는데 어떠케 하지?
usani eomneunde eotteoke haji?

그냥 비를 맞는 수밖에 없지, 뭐. 뛰어.
그냥 비를 만는 수바께 업찌, 뭐. 뛰어.
geunyang bireul manneun subakke eopji, mwo. ttwieo.

< 설명(การอธิบาย) / 번역(การแปล) >

우산+이 없+는데 어떻게 하+지?

• **우산** (คำนาม) : 긴 막대 위에 지붕 같은 막을 펼쳐서 비가 올 때 손에 들고 머리 위를 가리는 도구.
ร่ม
อุปกรณ์ที่ใช้มือถือแล้วบังบนศีรษะตอนฝนตก โดยกางฉากคล้ายหลังคาที่ข้างบนด้ามยาว

• 이 : 어떤 상태나 상황의 대상이나 동작의 주체를 나타내는 조사.
ตัวชี้ประธาน
คำชี้ที่ใช้แสดงสิ่งที่อยู่ในสถานการณ์หรือสภาพใด ๆ หรือผู้ที่เป็นประธานของอากัปกริยา

• **없다** (คำคุณศัพท์) : 어떤 물건을 가지고 있지 않거나 자격이나 능력 등을 갖추지 않은 상태이다.
ไม่มี, ปราศจาก, ไร้ซึ่ง...
อยู่ในสภาพที่ไม่มีสิ่งของใด ๆ อยู่' ไม่มีคุณสมบัติหรือความสามารถ เป็นต้น

• -는데 : 뒤의 말을 하기 위하여 그 대상과 관련이 있는 상황을 미리 말함을 나타내는 연결 어미.
ก็...นะ ว่าแต่···
วิภัตติปัจจัยเชื่อมระหว่างประโยคที่แสดงการพูดสถานการณ์ที่เกี่ยวกับเป้าหมายนั้น ๆ ไว้ล่วงหน้าเพื่อที่จะพูดต่อเนื่อง

• **어떻게** (คำวิเศษณ์) : 어떤 방법으로. 또는 어떤 방식으로.
อย่างไร
ด้วยวิธีการใดๆ หรือหนทางใดๆ

• **하다** (คำกริยา) : 어떤 방식으로 행위를 이루다.
ทำ, ปฏิบัติ
ปฏิบัติในรูปแบบใด ๆ

• -지 : (두루낮춤으로) 말하는 사람이 듣는 사람에게 친근함을 나타내며 물을 때 쓰는 종결 어미.
…ใช่ไหมล่ะ…, สิ
(ใช้ในการลดระดับอย่างไม่เป็นทางการ)
วิภัตติปัจจัยลงท้ายประโยคที่ใช้เมื่อผู้พูดถามไปพร้อมกับการแสดงความสนิทสนมกับผู้ฟัง

그냥 비+를 맞+[는 수밖에 없]+지, 뭐.

뛰+어.

• **그냥** (คำวิเศษณ์) : 그런 모양으로 그대로 계속하여.
อย่างนั้น, แบบนั้น
อยู่ในสภาพนั้น ๆ ตลอด

• **비** (คำนาม) : 높은 곳에서 구름을 이루고 있던 수증기가 식어서 뭉쳐 떨어지는 물방울.
ฝน
หยดน้ำที่เกาะเป็นก้อนแล้วตกลงมาเนื่องจากไอน้ำที่เคยประกอบอยู่เป็นเมฆในที่ที่สูงเย็นลง

• 를 : 동작이 직접적으로 영향을 미치는 대상을 나타내는 조사.
ไม่พบคำแปล
คำชี้ที่แสดงเป้าหมายที่การกระทำส่งผลกระทบโดยตรง

• **맞다** (คำกริยา) : 내리는 눈이나 비 등이 닿는 것을 그대로 받다.
ถูก, โดน(ฝน, หิมะ)
รับและสัมผัสหิมะหรือฝน เป็นต้น ที่ตกลงมา

• -는 수밖에 없다 : 그것 말고는 다른 방법이나 가능성이 없음을 나타내는 표현.
ต้อง…อย่างแน่นอน, แน่นอนว่าต้อง…, ไม่มีสิ่งใดนอกไปจาก…
สำนวนที่แสดงว่าไม่มีวิธีอื่นหรือความเป็นไปได้อื่นนอกเหนือจากสิ่งนั้น

• -지 : (두루낮춤으로) 말하는 사람이 자신에 대한 이야기나 자신의 생각을 친근하게 말할 때 쓰는 종결 어미.
…นะ
(ใช้ในการลดระดับอย่างไม่เป็นทางการ)
วิภัตติปัจจัยลงท้ายประโยคที่ใช้เมื่อผู้พูดพูดความคิดของตนเองหรือเรื่องราวเกี่ยวกับตนเองอย่างสนิทสนม

• **뭐** (คำอุทาน) : 더 이상 여러 말 할 것 없다는 뜻으로 어떤 사실을 체념하여 받아들이며 하는 말.
…นั่นแหละ
คำพูดที่ใช้ล้มเลิกความตั้งใจและยอมรับข้อเท็จจริงใด ๆ ในความหมายที่ว่าไม่มีคำพูดใด ๆ ที่จะพูดอีกต่อไป

• **뛰다** (คำกริยา) : 발을 재빠르게 움직여 빨리 나아가다.
วิ่ง
เคลื่อนไหวเท้าอย่างว่องไวและไปข้างหน้าอย่างรวดเร็ว

• -어 : (두루낮춤으로) 어떤 사실을 서술하거나 물음, 명령, 권유를 나타내는 종결 어미.
วิภัตติปัจจัยลงท้ายประโยคที่ใช้ในการลดระดับภาษาโดยทั่วไป
(ใช้ในการลดระดับอย่างไม่เป็นทางการ)วิภัตติปัจจัยลงท้ายประโยคที่แสดงการบอกเล่าข้อเท็จจริงใด ๆ หรือการถาม การสั่ง
หรือการชักชวน <คำสั่ง>

< 대화(สนทนา) > - 47

지우는 성격이 참 좋은 것 같아요.
지우는 성껴기 참 조은 걷 가타요.
jiuneun seonggyeogi cham joeun geot gatayo.

맞아요. 걔는 아무리 일이 바빠도 인상 한 번 찌푸리는 적이 없어요.
마자요. 걔는 아무리 이리 바빠도 인상 한 번 찌푸리는 저기 업써요.
majayo. gyaeneun amuri iri bappado insang han beon jjipurineun jeogi eopseoyo.

< 설명(การอธิบาย) / 번역(การแปล) >

지우+는 성격+이 참 좋+[은 것 같]+아요.

- 지우 (คำนาม) : ชื่อ

- 는 : 문장 속에서 어떤 대상이 화제임을 나타내는 조사.
  ...นั้น
  คำชี้ที่แสดงว่าเป้าหมายใดๆเป็นหัวเรื่องในประโยค

- 성격 (คำนาม) : 개인이 가지고 있는 고유한 성질이나 품성.
  อุปนิสัย, ลักษณะนิสัย, บุคลิกลักษณะ
  บุคลิกลักษณะหรือนิสัยของแต่ละบุคคล

- 이 : 어떤 상태나 상황의 대상이나 동작의 주체를 나타내는 조사.
  ตัวชี้ประธาน
  คำชี้ที่ใช้แสดงสิ่งที่อยู่ในสถานการณ์หรือสภาพใด ๆ หรือผู้ที่เป็นประธานของอากัปกริยา

- 참 (คำวิเศษณ์) : 사실이나 이치에 조금도 어긋남이 없이 정말로.
  จริง ๆ, ทีเดียว, อย่างแท้จริง
  อย่างแท้จริง โดยไม่มีสิ่งที่ผิดไปจากความเป็นจริงหรือหลักการแม้แต่น้อย

- 좋다 (คำคุณศัพท์) : 성격 등이 원만하고 착하다.
  ใจดี, ดี, สุภาพเรียบร้อย
  นิสัย เป็นต้น เรียบร้อยและใจดี

- -은 것 같다 : 추측을 나타내는 표현.
  ดูเหมือนว่าจะ.., คงจะ..
  สำนวนที่ใช้แสดงการสันนิษฐาน

• -아요 : (두루높임으로) 어떤 사실을 서술하거나 질문, 명령, 권유함을 나타내는 종결 어미.
วิภัตติปัจจัยลงท้ายประโยคที่ใช้ในการยกย่องโดยทั่วไป
(ใช้ในการยกย่องอย่างไม่เป็นทางการ)
วิภัตติปัจจัยลงท้ายประโยคที่แสดงการบอกเล่า การถาม การสั่ง หรือการชักชวนเรื่องใด ๆ <การพูดตามลำดับ>

맞+아요.

개+는 아무리 일+이 바쁘(바ㅃ)+아도 인상 한 번 찌푸리+[는 적이 없]+어요.
바빠도

• **맞다** (คำกริยา) : 그렇거나 옳다.
ถูก, ถูกต้อง
เป็นเช่นนั้นหรือถูกต้อง

• -아요 : (두루높임으로) 어떤 사실을 서술하거나 질문, 명령, 권유함을 나타내는 종결 어미.
วิภัตติปัจจัยลงท้ายประโยคที่ใช้ในการยกย่องโดยทั่วไป
(ใช้ในการยกย่องอย่างไม่เป็นทางการ)
วิภัตติปัจจัยลงท้ายประโยคที่แสดงการบอกเล่า การถาม การสั่ง หรือการชักชวนเรื่องใด ๆ <การพูดตามลำดับ>

• **걔** (คำย่อ) : '그 아이'가 줄어든 말
เด็กคนนั้น, คนนั้น
คำย่อของคำว่า '그(นั้น) 아이(บุคคลที่ 3)'

• 는 : 문장 속에서 어떤 대상이 화제임을 나타내는 조사.
...นั้น
คำชี้ที่แสดงว่าเป้าหมายใดๆเป็นหัวเรื่องในประโยค

• **아무리** (คำวิเศษณ์) : 정도가 매우 심하게.
อย่างไรก็ตาม, ถึงแม้ว่า
ระดับที่หนักหนามาก

• **일** (คำนาม) : 무엇을 이루려고 몸이나 정신을 사용하는 활동. 또는 그 활동의 대상.
งาน, เรื่อง
กิจกรรมที่ใช้สติหรือร่างกายเพื่อให้บรรลุผลบางอย่าง หรือเป้าหมายของกิจกรรมดังกล่าว

• 이 : 어떤 상태나 상황의 대상이나 동작의 주체를 나타내는 조사.
ตัวชี้ประธาน
คำชี้ที่ใช้แสดงสิ่งที่อยู่ในสถานการณ์หรือสภาพใด ๆ หรือผู้ที่เป็นประธานของอาการกริยา

• **바쁘다** (คำคุณศัพท์) : 할 일이 많거나 시간이 없어서 다른 것을 할 여유가 없다.
ยุ่ง, ไม่ว่าง
ไม่มีเวลาว่างทำสิ่งอื่นเพราะมีสิ่งที่จะต้องทำมากหรือไม่มีเวลา

• -아도 : 앞에 오는 말을 가정하거나 인정하지만 뒤에 오는 말에는 관계가 없거나 영향을 끼치지 않음을
　　　　나타내는 연결 어미.
　　แม้ว่า..., ถึงแม้ว่า...
　　วิภัตติปัจจัยเชื่อมระหว่างประโยคที่แสดงการสมมุติหรือยอมรับคำพูดข้างหน้าแต่ไม่เกี่ยวข้องหรือไม่มีผลกระทบต่อคำพูดตามมาข้าง
　　หลัง

• 인상 (คำนาม) : 사람 얼굴의 생김새.
　　ลักษณะหน้าตา
　　ลักษณะหน้าตาของคน

• 한 (คุณศัพท์) : 하나의.
　　หนึ่ง
　　อันหนึ่ง

• 번 (คำนาม) : 일의 횟수를 세는 단위.
　　ครั้ง(ลักษณนาม)
　　หน่วยนับจำนวนของเหตุการณ์

• 찌푸리다 (คำกริยา) : 얼굴의 근육이나 눈살 등을 몹시 찡그리다.
　　หงิกงอ, บูดเบี้ยว, ขมวด
　　ทำหน้ายู่นอย่างรุนแรงตรงช่วงระหว่างหน้าผากหรือกล้ามเนื้อบนใบหน้า

• -는 적이 없다 : 앞의 말이 나타내는 동작이 진행되거나 그 상태가 나타나는 때가 없음을 나타내는 표
　　　　　　　　　현.
　　ไม่เคย...
　　สำนวนที่แสดงว่าการกระทำหรือสภาพที่ปรากฏในคำพูดข้างหน้าไม่เคยปรากฏหรือได้ดำเนินขึ้น

• -어요 : (두루높임으로) 어떤 사실을 서술하거나 질문, 명령, 권유함을 나타내는 종결 어미.
　　วิภัตติปัจจัยลงท้ายประโยคที่ใช้ในการยกย่องโดยทั่วไป
　　(ใช้ในการยกย่องอย่างไม่เป็นทางการ)
　　วิภัตติปัจจัยลงท้ายประโยคที่แสดงการบอกเล่า การถาม การสั่ง หรือการชักชวนเรื่องใด ๆ <การพูดตามลำดับ>

< 대화(สนทนา) > - 48

명절에 한복 입어 본 적 있어요?
명저레 한복 이버 본 적 이써요?
myeongjeore hanbok ibeo bon jeok isseoyo?

그럼요. 어렸을 때 부모님하고 고향에 내려가면서 입었었죠.
그러묘. 어려쓸 때 부모님하고 고향에 내려가면서 이버썯쬬.
geureomyo. eoryeosseul ttae bumonimhago gohyange naeryeogamyeonseo ibeosseotjyo.

< 설명(การอธิบาย) / 번역(การแปล) >

명절+에 한복 입+[어 보]+[ㄴ 적 있]+어요?

입어 본 적 있어요

• **명절** (คำนาม) : 설이나 추석 등 해마다 일정하게 돌아와 전통적으로 즐기거나 기념하는 날.
เทศกาล
วันรำลึกหรือวันรื่นเริงตามประเพณีที่หมุนเวียนกลับมาเป็นประจำทุก ๆ ปี เช่น วันตรุษเกาหลี หรือวันชูซ็อก เป็นต้น

• 에 : 앞말이 시간이나 때임을 나타내는 조사.
ตอน...
คำชี้ที่แสดงว่าคำพูดข้างหน้าเป็นเวลาหรือช่วงเวลา

• **한복** (คำนาม) : 한국의 전통 의복.
ฮันบก
ชุดประจำชาติเกาหลี : เครื่องนุ่งห่มดั้งเดิมของเกาหลี

• **입다** (คำกริยา) : 옷을 몸에 걸치거나 두르다.
สวม, ใส่
นำเสื้อผ้ามาห่อหุ้มร่างกายด้วยวิธีการสวมหรือใส่

• -어 보다 : 앞의 말이 나타내는 행동을 이전에 경험했음을 나타내는 표현.
เคย...
สำนวนที่ใช้แสดงว่ามีประสบการณ์ทำการกระทำที่ปรากฏในคำพูดข้างหน้ามาก่อนหน้านี้แล้ว

• -ㄴ 적 있다 : 앞의 말이 나타내는 동작이 일어나거나 그 상태가 나타난 때가 있음을 나타내는 표현.
เคย...
สำนวนที่แสดงว่ามีช่วยเวลาซึ่งการกระทำที่คำพูดข้างหน้าแสดงไว้เคยเกิดขึ้นหรือสภาพนั้น ๆ เคยปรากฏขึ้น

• -어요 : (두루높임으로) 어떤 사실을 서술하거나 질문, 명령, 권유함을 나타내는 종결 어미.
วิภัตติปัจจัยลงท้ายประโยคที่ใช้ในการยกย่องโดยทั่วไป
(ใช้ในการยกย่องอย่างไม่เป็นทางการ)
วิภัตติปัจจัยลงท้ายประโยคที่แสดงการบอกเล่า การถาม การสั่ง หรือการชักชวนเรื่องใด ๆ <คำถาม>

그럼+요.

어리+었+[을 때] 부모님+하고 고향+에 내려가+면서 입+었었+죠.
어렸을 때

• **그럼** (คำอุทาน) : 말할 것도 없이 당연하다는 뜻으로 대답할 때 쓰는 말.
แน่นอน, ถูกต้อง, ใช่แล้ว
คำที่ใช้เมื่อตอบคำถาม มีความหมายว่าเป็นเช่นนั้นอย่างแน่นอนโดยไม่ต้องพูดอีก

• 요 : 높임의 대상인 상대방에게 존대의 뜻을 나타내는 조사.
ค่ะ/ครับ, คะ/ครับ
คำชี้ที่แสดงความหมายของการยกย่องแก่ฝ่ายตรงข้ามที่เป็นสถานะสูง

• **어리다** (คำคุณศัพท์) : 나이가 적다.
อายุน้อย, ยังเด็ก
อายุน้อย

• -었- : 사건이 과거에 일어났음을 나타내는 어미.
...แล้ว(อดีตกาล)
วิภัตติปัจจัยที่แสดงว่าเหตุการณ์ได้เกิดขึ้นในอดีต

• -을 때 : 어떤 행동이나 상황이 일어나는 동안이나 그 시기 또는 그러한 일이 일어난 경우를 나타내는 표현.
เมื่อ..., ตอน..., ตอนที่...
สำนวนที่ใช้แสดงระยะเวลาหรือช่วงเวลาที่เกิดการกระทำหรือสถานการณ์ใด ๆ หรือแสดงกรณีที่เรื่องดังกล่าวเกิดขึ้น

• **부모님** (คำนาม) : (높이는 말로) 부모.
คุณพ่อคุณแม่, บิดามารดา
(คำสุภาพ) '부모' (พ่อแม่)

• 하고 : 어떤 일을 함께 하는 대상임을 나타내는 조사.
กับ...
คำชี้ที่แสดงว่าเป็นเป้าหมายที่ทำเรื่องใดๆด้วยกัน

• **고향** (คำนาม) : 태어나서 자란 곳.
บ้านเกิด, ถิ่นกำเนิด, ภูมิลำเนา, บ้านเกิดเมืองนอน
สถานที่เกิดและเติบโตมา

• 에 : 앞말이 목적지이거나 어떤 행위의 진행 방향임을 나타내는 조사.
ที่...
คำชี้ที่แสดงว่าคำพูดข้างหน้าเป็นทิศทางที่ดำเนินไปของการกระทำใด ๆ หรือเป็นจุดหมายปลายทาง

• **내려가다** (คำกริยา) : 도심이나 중심지에서 지방으로 가다.
ลง, ลงไป
ไปต่างจังหวัดจากใจกลางเมืองหรือศูนย์กลาง

• -면서 : 두 가지 이상의 동작이나 상태가 함께 일어남을 나타내는 연결 어미.
ในขณะที่..., พร้อมกันกับ..., พลาง...พลาง..., ...พร้อมทั้ง...
วิภัตติปัจจัยเชื่อมระหว่างประโยคที่ใช้แสดงว่าเกิดอากัปกิริยาหรือสภาพตั้งแต่สองอย่างขึ้นไปพร้อมกัน

• **입다** (คำกริยา) : 옷을 몸에 걸치거나 두르다.
สวม, ใส่
นำเสื้อผ้ามาห่อหุ้มร่างกายด้วยวิธีการสวมหรือใส่

• -었었- : 현재와 비교하여 다르거나 현재로 이어지지 않는 과거의 사건을 나타내는 어미.
...แล้ว(อดีตกาล)
วิภัตติปัจจัยที่แสดงเหตุการณ์ในอดีตที่ไม่ต่อเนื่องมาถึงปัจจุบันหรือแตกต่างจากในปัจจุบัน

• -죠 : (두루높임으로) 말하는 사람이 자신에 대한 이야기나 자신의 생각을 친근하게 말할 때 쓰는 종결 어미.
...นะคะ(ครับ), ...ล่ะค่ะ(ครับ)
(ใช้ในการยกย่องอย่างไม่เป็นทางการ)
วิภัตติปัจจัยลงท้ายประโยคที่ใช้เมื่อผู้พูดพูดความคิดของตนเองหรือเรื่องราวเกี่ยวกับตนเองอย่างสนิทสนม

< 대화(สนทนา) > - 49

왜 이렇게 늦었어? 한참 기다렸잖아.
왜 이러케 느저써? 한참 기다렫짜나.
wae ireoke neujeosseo? hancham gidaryeotjana.

미안해, 오후에도 이렇게 차가 막히는 줄 몰랐어.
미안해, 오후에도 이러케 차가 마키는 줄 몰라써.
mianhae, ohuedo ireoke chaga makineun jul mollasseo.

< 설명(การอธิบาย) / 번역(การแปล) >

왜 이렇+게 늦+었+어?

한참 <u>기다리+었+잖아</u>.
　　　기다렸잖아

- **왜** (คำวิเศษณ์) : 무슨 이유로. 또는 어째서.
  ทำไม, ด้วยเหตุใด, เพราะอะไร
  ด้วยเหตุผลอันใด หรือเพราะอะไร

- **이렇다** (คำคุณศัพท์) : 상태, 모양, 성질 등이 이와 같다.
  เป็นอย่างนี้, อย่างที่บอก...
  สภาพ รูปร่าง ลักษณะ เป็นต้น เหมือนกับเป็นอย่างนี้

- **-게** : 앞의 말이 뒤에서 가리키는 일의 목적이나 결과, 방식, 정도 등이 됨을 나타내는 연결 어미.
  อย่าง..., ให้...
  วิภัตติปัจจัยเชื่อมระหว่างประโยคที่แสดงว่าคำพูดข้างหน้าชี้บอกระดับ วิธีการ ผลลัพธ์หรือวัตถุประสงค์ หรืออื่นๆ
  ของสิ่งที่อยู่ในเนื้อหาข้างหลัง

- **늦다** (คำกริยา) : 정해진 때보다 지나다.
  สาย, ไม่ทัน, ช้า
  เกินกว่าเวลาที่กำหนดไว้

- **-었-** : 어떤 사건이 과거에 완료되었거나 그 사건의 결과가 현재까지 지속되는 상황을 나타내는 어미.
  ...แล้ว
  วิภัตติปัจจัยที่แสดงว่าเหตุการณ์ใดๆเสร็จสมบูรณ์ไปแล้วในอดีตหรือแสดงสถานการณ์ที่ผลลัพธ์ของเหตุการณ์ดังกล่าวต่อเนื่องจนถึง
  ปัจจุบัน

• -어 : (두루낮춤으로) 어떤 사실을 서술하거나 물음, 명령, 권유를 나타내는 종결 어미.
วิภัตติปัจจัยลงท้ายประโยคที่ใช้ในการลดระดับภาษาโดยทั่วไป
(ใช้ในการลดระดับอย่างไม่เป็นทางการ)วิภัตติปัจจัยลงท้ายประโยคที่แสดงการบอกเล่าข้อเท็จจริงใด ๆ หรือการถาม การสั่ง หรือการชักชวน <คำถาม>

• **한참 (คำนาม)** : 시간이 꽤 지나는 동안.
ช่วงเวลาหนึ่ง, ระยะเวลาหนึ่ง
ช่วงที่เวลาผ่านไปนาน

• **기다리다 (คำกริยา)** : 사람, 때가 오거나 어떤 일이 이루어질 때까지 시간을 보내다.
รอ, รอคอย
รอเวลาให้คนหรือโอกาสมา หรือจนกว่างานใดงานหนึ่งจะสำเร็จลุล่วง

• -었- : 어떤 사건이 과거에 완료되었거나 그 사건의 결과가 현재까지 지속되는 상황을 나타내는 어미.
...แล้ว
วิภัตติปัจจัยที่แสดงว่าเหตุการณ์ใดๆเสร็จสมบูรณ์ไปแล้วในอดีตหรือแสดงสถานการณ์ที่ผลลัพธ์ของเหตุการณ์ดังกล่าวต่อเนื่องจนถึงปัจจุบัน

• -잖아 : (두루낮춤으로) 어떤 상황에 대해 말하는 사람이 상대방에게 확인하거나 정정해 주듯이 말함을 나타내는 표현.
...ต่างหาก, ...แล้ว, ก็...แล้วไง
(ใช้ในการลดระดับอย่างไม่เป็นทางการ)
สำนวนที่ใช้แสดงการที่ผู้พูดพูดกับอีกฝ่ายเกี่ยวกับสถานการณ์ใดๆเชิงยืนยันให้แน่ใจหรือแก้ไขให้

미안하+여.
미안해

오후+에+도 이렇+게 차+가 막히+[는 줄] 모르(몰ㄹ)+았+어.
몰랐어

• **미안하다 (คำคุณศัพท์)** : 남에게 잘못을 하여 마음이 편치 못하고 부끄럽다.
ขอโทษ, รู้สึกผิด
ทำผิดต่อผู้อื่นทำให้ไม่สบายใจและละอาย

• -여 : (두루낮춤으로) 어떤 사실을 서술하거나 물음, 명령, 권유를 나타내는 종결 어미.
วิภัตติปัจจัยลงท้ายประโยคที่ใช้ในการลดระดับภาษาโดยทั่วไป
(ใช้ในการลดระดับอย่างไม่เป็นทางการ)วิภัตติปัจจัยลงท้ายประโยคที่แสดงการบอกเล่าข้อเท็จจริงบางอย่าง หรือการถาม การสั่ง หรือการชักชวน <การพูดตามลำดับ>

- **오후 (คำนาม)** : 정오부터 해가 질 때까지의 동안.
  บ่าย, หลังเที่ยง
  ช่วงตั้งแต่เที่ยงจนถึงพระอาทิตย์ตก

- **에** : 앞말이 시간이나 때임을 나타내는 조사.
  ตอน...
  คำชี้ที่แสดงว่าคำพูดข้างหน้าเป็นเวลาหรือช่วงเวลา

- **도** : 일반적이지 않은 경우나 의외의 경우를 강조함을 나타내는 조사.
  แม้แต่..., แม้แต่...ด้วย ก็..., ...ด้วย ก็...
  คำชี้ที่แสดงการเน้นย้ำเหตุการณ์ที่ไม่ปกติทั่วไปหรือคาดไม่ถึง

- **이렇다 (คำคุณศัพท์)** : 상태, 모양, 성질 등이 이와 같다.
  เป็นอย่างนี้, อย่างที่บอก...
  สภาพ รูปร่าง ลักษณะ เป็นต้น เหมือนกับเป็นอย่างนี้

- **-게** : 앞의 말이 뒤에서 가리키는 일의 목적이나 결과, 방식, 정도 등이 됨을 나타내는 연결 어미.
  อย่าง..., ให้...
  วิภัตติปัจจัยเชื่อมระหว่างประโยคที่แสดงว่าคำพูดข้างหน้าชี้บอกระดับ วิธีการ ผลลัพธ์หรือวัตถุประสงค์ หรืออื่นๆ
  ของสิ่งที่อยู่ในเนื้อหาข้างหลัง

- **차 (คำนาม)** : 바퀴가 달려 있어 사람이나 짐을 실어 나르는 기관.
  รถ, รถยนต์
  เครื่องยนต์ที่มีล้อติดอยู่แล้วขนบรรทุกคนหรือสิ่งของ

- **가** : 어떤 상태나 상황에 놓인 대상이나 동작의 주체를 나타내는 조사.
  คำชี้ประธาน
  คำชี้ที่ใช้แสดงสิ่งที่อยู่ในสถานการณ์หรือสภาพใด ๆ หรือผู้ที่เป็นประธานของอากัปกริยา

- **막히다 (คำกริยา)** : 길에 차가 많아 차가 제대로 가지 못하게 되다.
  ติด, ติดขัด
  มีรถที่ถนนมากทำให้รถไม่สามารถไปได้อย่างสะดวก

- **-는 줄** : 어떤 사실이나 상태에 대해 알고 있거나 모르고 있음을 나타내는 표현.
  รู้ว่า..., ไม่รู้ว่า..., คิดว่า..., ไม่คิดว่า...
  สำนวนที่แสดงการที่รู้หรือไม่รู้เกี่ยวกับสภาพหรือข้อเท็จจริงใดๆ อยู่แล้ว

- **모르다 (คำกริยา)** : 사람이나 사물, 사실 등을 알지 못하거나 이해하지 못하다.
  ไม่รู้จัก, ไม่รู้, ไม่ทราบ, ไม่เข้าใจ
  ไม่รู้จักหรือไม่สามารถเข้าใจคน วัตถุ หรือข้อเท็จจริง เป็นต้น

- **-았-** : 어떤 사건이 과거에 완료되었거나 그 사건의 결과가 현재까지 지속되는 상황을 나타내는 어미.
  ...แล้ว
  วิภัตติปัจจัยที่แสดงว่าเหตุการณ์ใดๆเสร็จสมบูรณ์ไปแล้วในอดีตหรือแสดงสถานการณ์ที่ผลลัพธ์ของเหตุการณ์ดังกล่าวต่อเนื่องจนถึง
  ปัจจุบัน

- -어 : (두루낮춤으로) 어떤 사실을 서술하거나 물음, 명령, 권유를 나타내는 종결 어미.

  วิภัตติปัจจัยลงท้ายประโยคที่ใช้ในการลดระดับภาษาโดยทั่วไป

  (ใช้ในการลดระดับอย่างไม่เป็นทางการ)วิภัตติปัจจัยลงท้ายประโยคที่แสดงการบอกเล่าข้อเท็จจริงใด ๆ หรือการถาม การสั่ง หรือการชักชวน <การพูดตามลำดับ>

< 대화(สนทนา) > - 50

지아 씨, 하던 일은 다 됐어요?
지아 씨, 하던 이른 다 돼써요?
jia ssi, hadeon ireun da dwaesseoyo?

네, 잠깐만요. 지금 마무리하는 중이에요.
네, 잠깐마뇨. 지금 마무리하는 중이에요.
ne, jamkkanmanyo. jigeum mamurihaneun jungieyo.

< 설명(การอธิบาย) / 번역(การแปล) >

지아 씨, 하+던 일+은 다 <u>되+었+어요</u>?
됐어요

- **지아** (คำนาม) : ชื่อ

- **씨** (คำนาม) : 그 사람을 높여 부르거나 이르는 말.
  คุณ
  คำที่ใช้เรียกหรือคำเรียกคน ๆ นั้นอย่างยกย่อง

- **하다** (คำกริยา) : 어떤 행동이나 동작, 활동 등을 행하다.
  ทำ
  ทำกิจกรรม การเคลื่อนไหว หรือพฤติกรรมใด ๆ เป็นต้น

- **-던** : 앞의 말이 관형어의 기능을 하게 만들고 사건이나 동작이 과거에 완료되지 않고 중단되었음을 나
  타내는 어미.
  ที่เคย...
  วิภัตติปัจจัยที่แสดงการที่ทำให้คำพูดข้างหน้าทำหน้าที่เป็นคุณศัพท์ขยายนามและหมายความถึงเหตุการณ์หรืออากัปกิริยาไม่เสร็จสม
  บูรณ์และหยุดชะงักไปในอดีต

- **일** (คำนาม) : 무엇을 이루려고 몸이나 정신을 사용하는 활동. 또는 그 활동의 대상.
  งาน, เรื่อง
  กิจกรรมที่ใช้สติหรือร่างกายเพื่อให้บรรลุผลบางอย่าง หรือเป้าหมายของกิจกรรมดังกล่าว

- **은** : 문장 속에서 어떤 대상이 화제임을 나타내는 조사.
  ตัวชี้หัวเรื่อง
  คำชี้ที่แสดงว่าเป้าหมายใด ๆ เป็นหัวข้อเรื่องในประโยค

- **다 (คำวิเศษณ์)** : 남거나 빠진 것이 없이 모두.
  ทั้งหมด, ไม่เหลือ
  ทั้งหมดโดยที่ไม่ขาดหายหรือไม่เหลือ

- **되다 (คำกริยา)** : 어떤 사물이나 현상이 생겨나거나 만들어지다.
  กลายเป็น, ได้
  วัตถุหรือปรากฏการณ์ใด ๆ เกิดขึ้นหรือถูกทำขึ้น

- **-었-** : 어떤 사건이 과거에 완료되었거나 그 사건의 결과가 현재까지 지속되는 상황을 나타내는 어미.
  ...แล้ว
  วิภัตติปัจจัยที่แสดงว่าเหตุการณ์ใดๆเสร็จสมบูรณ์ไปแล้วในอดีตหรือแสดงสถานการณ์ที่ผลลัพธ์ของเหตุการณ์ดังกล่าวต่อเนื่องจนถึงปัจจุบัน

- **-어요** : (두루높임으로) 어떤 사실을 서술하거나 질문, 명령, 권유함을 나타내는 종결 어미.
  วิภัตติปัจจัยลงท้ายประโยคที่ใช้ในการยกย่องโดยทั่วไป
  (ใช้ในการยกย่องอย่างไม่เป็นทางการ)
  วิภัตติปัจจัยลงท้ายประโยคที่แสดงการบอกเล่า การถาม การสั่ง หรือการชักชวนเรื่องใด ๆ <คำถาม>

네, 잠깐+만+요.

지금 마무리하+[는 중이]+에요.

- **네 (คำอุทาน)** : 윗사람의 물음이나 명령 등에 긍정하여 대답할 때 쓰는 말.
  ค่ะ, ครับ
  คำตอบรับเมื่อผู้ใหญ่ถามหรือสั่งให้ทำ

- **잠깐 (คำนาม)** : 아주 짧은 시간 동안.
  สักครู่, ประเดี๋ยว, ชั่วครู่, ชั่วประเดี๋ยว, สักประเดี๋ยว
  ในช่วงระยะเวลาสั้นมาก

- **만** : 무엇을 강조하는 뜻을 나타내는 조사.
  แค่..., แค่...เท่านั้น
  คำชี้ที่แสดงความหมายเน้นย้ำสิ่งใด ๆ

- **요** : 높임의 대상인 상대방에게 존대의 뜻을 나타내는 조사.
  ค่ะ/ครับ, คะ/ครับ
  คำชี้ที่แสดงความหมายของการยกย่องแก่ฝ่ายตรงข้ามที่เป็นสถานะสูง

- **지금 (คำวิเศษณ์)** : 말을 하고 있는 바로 이때에. 또는 그 즉시에.
  เดี๋ยวนี้, ตอนนี้, ประเดี๋ยวนี้
  ตอนนี้ที่กำลังพูดอยู่ หรือทันทีทันใดในตอนนั้น

• **마무리하다** (คำกริยา) : 일을 끝내다.
  จบ, เสร็จ, เสร็จสิ้น, แล้วเสร็จ
  ทำให้งานเสร็จสิ้นลง

• -는 중이다 : 어떤 일이 진행되고 있음을 나타내는 표현.
  กำลัง..., อยู่ในระหว่าง...
  สำนวนที่แสดงว่าเรื่องใดๆกำลังดำเนินอยู่

• -에요 : (두루높임으로) 어떤 사실을 서술하거나 질문함을 나타내는 종결 어미.
  วิภัตติปัจจัยลงท้ายประโยคที่ใช้ในการยกย่องโดยทั่วไป
  (ใช้ในการยกย่องอย่างไม่เป็นทางการ) วิภัตติปัจจัยลงท้ายประโยคที่แสดงการบอกเล่าหรือการถามถึงสิ่งใด ๆ <การพูดตามลำดับ>

< 대화(สนทนา) > - 51

추워? 내 옷 벗어 줄까?
추워? 내 옫 버서 줄까?
chuwo? nae ot beoseo julkka?

괜찮아. 너도 추위를 많이 타는데 괜히 멋있는 척하지 않아도 돼.
괜차나. 너도 추위를 마니 타는데 괜히 머신는 처카지 아나도 돼.
gwaenchana. neodo chuwireul mani taneunde gwaenhi meosinneun cheokaji anado dwae.

< 설명(การอธิบาย) / 번역(การแปล) >

춥(추우)+어?
　　추워

나+의 옷 벗+[어 주]+ㄹ까?
내　　　벗어 줄까

• 춥다 (คำคุณศัพท์) : 몸으로 느끼기에 기온이 낮다.
　หนาว, เย็น
　อุณหภูมิต่ำที่รู้สึกด้วยร่างกาย

• -어 : (두루낮춤으로) 어떤 사실을 서술하거나 물음, 명령, 권유를 나타내는 종결 어미.
　วิภัตติปัจจัยลงท้ายประโยคที่ใช้ในการลดระดับภาษาโดยทั่วไป
　(ใช้ในการลดระดับอย่างไม่เป็นทางการ)วิภัตติปัจจัยลงท้ายประโยคที่แสดงการบอกเล่าข้อเท็จจริงใด ๆ หรือการถาม การสั่ง
　หรือการชักชวน <คำถาม>

• 나 (สรรพนาม) : 말하는 사람이 친구나 아랫사람에게 자기를 가리키는 말.
　ฉัน
　คำที่คนพูดใช้เรียกตนเองต่อเพื่อนหรือคนที่อายุน้อยกว่า

• 의 : 앞의 말이 뒤의 말에 대하여 소유, 소속, 소재, 관계, 기원, 주체의 관계를 가짐을 나타내는 조사.
　ของ...
　คำชี้ที่แสดงว่าคำพูดข้างหน้ามีความสัมพันธ์กับประธาน แหล่งกำเนิด ความสัมพันธ์ วัตถุดิบ การสังกัด การเป็นเจ้าของ
　ต่อคำพูดข้างหลัง

• **옷** (คำนาม) : 사람의 몸을 가리고 더위나 추위 등으로부터 보호하며 멋을 내기 위하여 입는 것.
เสื้อ, เสื้อผ้า
สิ่งที่สวมใส่เพื่อปิดบังและป้องกันร่างกายของมนุษย์จากความหนาวหรือความร้อน และเพื่อความสวยงาม

• **벗다** (คำกริยา) : 사람이 몸에 지닌 물건이나 옷 등을 몸에서 떼어 내다.
ถอด
ถอดสิ่งของหรือเสื้อผ้า เป็นต้น ที่ติดอยู่ที่ร่างกายคนออกมา

• -어 주다 : 남을 위해 앞의 말이 나타내는 행동을 함을 나타내는 표현.
ช่วย..., ช่วย...ให้
สำนวนที่แสดงว่าทำการกระทำที่ปรากฏในคำพูดข้างหน้าเพื่อผู้อื่น

• -ㄹ까 : (두루낮춤으로) 듣는 사람의 의사를 물을 때 쓰는 종결 어미.
...ดีไหม
(ใช้ในการลดระดับอย่างไม่เป็นทางการ)
วิภัตติปัจจัยลงท้ายประโยคที่ใช้เมื่อถามความคิดของฝ่ายตรงข้ามหรือแสดงความคิดหรือการคาดเดาของผู้พูด

괜찮+아.

너+도 추위+를 많이 타+는데 괜히 멋있+[는 척하]+[지 않]+[아도 되]+어.

멋있는 척하지 않아도 돼

• **괜찮다** (คำคุณศัพท์) : 별 문제가 없다.
ไม่เป็นไร, ดี
ไม่มีปัญหาอะไร

• -아 : (두루낮춤으로) 어떤 사실을 서술하거나 물음, 명령, 권유를 나타내는 종결 어미.
วิภัตติปัจจัยลงท้ายประโยคที่ใช้ในการลดระดับภาษาโดยทั่วไป
(ใช้ในการลดระดับอย่างไม่เป็นทางการ)วิภัตติปัจจัยลงท้ายประโยคที่แสดงการบอกเล่าข้อเท็จจริงใด ๆ หรือการถาม การสั่ง หรือการชักชวน <การพูดตามลำดับ>

• **너** (สรรพนาม) : 듣는 사람이 친구나 아랫사람일 때, 그 사람을 가리키는 말.
เธอ, แก, เอ็ง
คำที่ใช้เรียกชี้บ่งคนนั้นที่เป็นผู้ฟังในกรณีที่เป็นผู้น้อยหรือเพื่อน

• 도 : 이미 있는 어떤 것에 다른 것을 더하거나 포함함을 나타내는 조사.
...ด้วย
คำชี้ที่แสดงการรวมหรือเพิ่มสิ่งอื่นลงในสิ่งใด ๆ ที่มีอยู่แล้ว

• **추위** (คำนาม) : 주로 겨울철의 추운 기운이나 추운 날씨.
ความหนาว, ความหนาวเหน็บ, ความหนาวเย็น, ความเย็น
อากาศที่หนาวหรืออุณหภูมิที่หนาวในฤดูหนาวเป็นส่วนใหญ่

• 를 : 동작이 직접적으로 영향을 미치는 대상을 나타내는 조사.
ไม่พบคำแปล
คำชี้ที่แสดงเป้าหมายที่การกระทำส่งผลกระทบโดยตรง

• **많이** (คำวิเศษณ์) : 수나 양, 정도 등이 일정한 기준보다 넘게.
อย่างมาก, มาก
จำนวน ปริมาณหรือระดับ เป็นต้น เกินกว่ามาตรฐานที่ได้กำหนดไว้

• **타다** (คำกริยา) : 날씨나 계절의 영향을 쉽게 받다.
ไวต่อสัมผัส, ไวต่อความรู้สึก, รู้สึก...ได้ง่าย, ขี้...
ได้รับอิทธิพลของอากาศหรือฤดูกาลง่าย

• -는데 : 뒤의 말을 하기 위하여 그 대상과 관련이 있는 상황을 미리 말함을 나타내는 연결 어미.
ก็...นะ ว่าแต่...
วิภัตติปัจจัยเชื่อมระหว่างประโยคที่แสดงการพูดสถานการณ์ที่เกี่ยวกับเป้าหมายนั้น ๆ ไว้ล่วงหน้าเพื่อที่จะพูดต่อเนื่อง

• **괜히** (คำวิเศษณ์) : 특별한 이유나 실속이 없게.
โดยไม่จำเป็น, โดยไม่มีประโยชน์, โดยเปล่าประโยชน์, โดยไร้ประโยชน์
โดยปราศจากเหตุผลพิเศษหรือประโยชน์

• **멋있다** (คำคุณศัพท์) : 매우 좋거나 훌륭하다.
ดูดี, เท่, หล่อ, ยอดเยี่ยม, มีรสนิยม
ดีมากหรือยอดเยี่ยม

• -는 척하다 : 실제로 그렇지 않은데도 어떤 행동이나 상태를 거짓으로 꾸밈을 나타내는 표현.
แกล้ง..., แกล้งทำ..., แสร้ง..., แสร้งทำ..., ทำเป็น...
สำนวนที่แสดงการโกหกสภาพหรือการกระทำบางอย่าง แม้จะไม่ได้เป็นอย่างนั้นจริง ๆ

• -지 않다 : 앞의 말이 나타내는 행위나 상태를 부정하는 뜻을 나타내는 표현.
ไม่...
สำนวนที่ใช้แสดงความหมายปฏิเสธการกระทำหรือสภาพที่ปรากฏในคำพูดข้างหน้า

• -아도 되다 : 어떤 행동에 대한 허락이나 허용을 나타낼 때 쓰는 표현.
...ได้
สำนวนที่ใช้เมื่อแสดงการอนุญาตหรือยินยอมในการกระทำใด ๆ

• -어 : (두루낮춤으로) 어떤 사실을 서술하거나 물음, 명령, 권유를 나타내는 종결 어미.
วิภัตติปัจจัยลงท้ายประโยคที่ใช้ในการลดระดับภาษาโดยทั่วไป
(ใช้ในการลดระดับอย่างไม่เป็นทางการ)วิภัตติปัจจัยลงท้ายประโยคที่แสดงการบอกเล่าข้อเท็จจริงใด ๆ หรือการถาม การสั่ง หรือการชักชวน <การพูดตามลำดับ>

< 대화(สนทนา) > - 52

어제 친구들이 너 몰래 생일 파티를 준비해서 깜짝 놀랐다면서?
어제 친구드리 너 몰래 생일 파티를 준비해서 깜짝 놀랃따면서?
eoje chingudeuri neo mollae saengil patireul junbihaeseo kkamjjak nollatdamyeonseo?

사실은 미리 눈치를 챘었는데 그래도 놀라는 체했지.
사시른 미리 눈치를 채썬는데 그래도 놀라는 체핻찌.
sasireun miri nunchireul chaesseonneunde geuraedo nollaneun chehaetji.

< 설명(การอธิบาย) / 번역(การแปล) >

어제 친구+들+이 너 몰래 생일 파티+를 준비하+여서 깜짝 놀라+았+다면서?

준비해서 **놀랐다면서**

- **어제** (คำวิเศษณ์) : 오늘의 하루 전날에.
  เมื่อวาน
  ในวันก่อนหน้าวันนี้หนึ่งวัน

- **친구** (คำนาม) : 사이가 가까워 서로 친하게 지내는 사람.
  เพื่อน, มิตร, มิตรสหาย
  คนที่ใช้ชีวิตอย่างสนิทสนมกันเพราะความสัมพันธ์ใกล้ชิดกัน

- 들 : '복수'의 뜻을 더하는 접미사.
  พวก..., ...ทั้งหลาย, ที่เป็นพหูพจน์
  ปัจจัยที่เพิ่มคำไปในคำเพื่อให้มีความหมายว่า 'พหูพจน์'

- 이 : 어떤 상태나 상황의 대상이나 동작의 주체를 나타내는 조사.
  ตัวชี้ประธาน
  คำชี้ที่ใช้แสดงสิ่งที่อยู่ในสถานการณ์หรือสภาพใด ๆ หรือผู้ที่เป็นประธานของอากัปกริยา

- **너** (สรรพนาม) : 듣는 사람이 친구나 아랫사람일 때, 그 사람을 가리키는 말.
  เธอ, แก, เอ็ง
  คำที่ใช้เรียกชี้บ่งคนนั้นที่เป็นผู้ฟังในกรณีที่เป็นผู้น้อยหรือเพื่อน

- **몰래** (คำวิเศษณ์) : 남이 알지 못하게.
  อย่างแอบ ๆ, อย่างลับ ๆ, แอบๆ, แอบๆซ่อนๆ
  อย่างไม่ให้คนอื่นรู้

• **생일** (คำนาม) : 사람이 세상에 태어난 날.
วันเกิด
วันที่คนเกิดมาบนโลก

• **파티** (คำนาม) : 친목을 도모하거나 무엇을 기념하기 위한 잔치나 모임.
งานสังสรรค์, งานเลี้ยง, ปาร์ตี้
การรวมกลุ่มกันในบรรดาเพื่อนสนิทหรือคนรู้จัก เพื่อสังสรรค์หรือระลึกถึงสิ่งใด ๆ

• 를 : 동작이 직접적으로 영향을 미치는 대상을 나타내는 조사.
ไม่พบคำแปล
คำชี้ที่แสดงเป้าหมายที่การกระทำส่งผลกระทบโดยตรง

• **준비하다** (คำกริยา) : 미리 마련하여 갖추다.
เตรียม, ตระเตรียม, เตรียมการ, เตรียมตัว
เตรียมพร้อมไว้ล่วงหน้า

• -여서 : 이유나 근거를 나타내는 연결 어미.
เพราะ...จึง...
วิภัตติปัจจัยเชื่อมระหว่างประโยคที่แสดงเหตุผลหรือสาเหตุ

• **깜짝** (คำวิเศษณ์) : 갑자기 놀라는 모양.
อย่างตกใจ, อย่างสะดุ้ง
ลักษณะตกใจอย่างกะทันหัน

• **놀라다** (คำกริยา) : 뜻밖의 일을 당하거나 무서워서 순간적으로 긴장하거나 가슴이 뛰다.
ตกใจ, ตกตื่น, สะดุ้งตกใจ, ผวา
หัวใจเต้นหรือตึงเครียดชั่วครู่เพราะประสบกับสิ่งที่ไม่คาดคิดหรือหวาดกลัว

• -았- : 사건이 과거에 일어났음을 나타내는 어미.
...แล้ว(อดีตกาล)
วิภัตติปัจจัยที่แสดงว่าเหตุการณ์เกิดขึ้นในอดีต

• -다면서 : (두루낮춤으로) 말하는 사람이 들어서 아는 사실을 확인하여 물음을 나타내는 종결 어미.
ได้ยินว่า...หรือ
(ใช้ในการลดระดับอย่างไม่เป็นทางการ) วิภัตติปัจจัยลงท้ายประโยคที่แสดงการถามยืนยันสิ่งที่ได้ยินมาให้แน่ใจ

사실+은 미리 눈치+를 채+었었+는데 그러+어도 놀라+[는 체하]+였+지.
챘었는데 그래도 놀라는 체했지

• **사실** (คำนาม) : 겉으로 드러나지 않은 일을 솔직하게 말할 때 쓰는 말.
จริง ๆ, ความจริง
คำที่ใช้ตอนพูดด้วยความสัตย์จริงในสิ่งที่ไม่ได้เปิดเผยออกมาภายนอก

- 은 : 문장 속에서 어떤 대상이 화제임을 나타내는 조사.
  ตัวชี้หัวเรื่อง
  คำชี้ที่แสดงว่าเป้าหมายใด ๆ เป็นหัวข้อเรื่องในประโยค

- **미리** (คำวิเศษณ์) : 어떤 일이 있기 전에 먼저.
  ล่วงหน้า, ก่อน, แต่เนิ่น ๆ
  ก่อนหน้าเรื่องใด ๆ

- **눈치** (คำนาม) : 상대가 말하지 않아도 그 사람의 마음이나 일의 상황을 이해하고 아는 능력.
  ความรู้สึก, การรับรู้
  ความสามารถที่รู้และเข้าใจสถานการณ์ของเรื่องหรือจิตใจของคน โดยที่ฝ่ายตรงข้ามไม่ต้องพูด

- 를 : 동작이 직접적으로 영향을 미치는 대상을 나타내는 조사.
  ไม่พบคำแปล
  คำชี้ที่แสดงเป้าหมายที่การกระทำส่งผลกระทบโดยตรง

- **채다** (คำกริยา) : 사정이나 형편을 재빨리 미루어 헤아리거나 깨닫다.
  รู้สึกได้ด้วยไหวพริบ, รู้สึกได้โดยสัญชาตญาณ, หยั่งรู้ได้ในทันทีทันใด
  เดาและคาดคะเนหรือหยั่งรู้สถานการณ์หรือเหตุการณ์ได้อย่างรวดเร็ว

- -었었- : 현재와 비교하여 다르거나 현재로 이어지지 않는 과거의 사건을 나타내는 어미.
  ...แล้ว(อดีตกาล)
  วิภัตติปัจจัยที่แสดงเหตุการณ์ในอดีตที่ไม่ต่อเนื่องมาถึงปัจจุบันหรือแตกต่างจากในปัจจุบัน

- -는데 : 뒤의 말을 하기 위하여 그 대상과 관련이 있는 상황을 미리 말함을 나타내는 연결 어미.
  ก็...นะ ว่าแต่···
  วิภัตติปัจจัยเชื่อมระหว่างประโยคที่แสดงการพูดสถานการณ์ที่เกี่ยวกับเป้าหมายนั้น ๆ ไว้ล่วงหน้าเพื่อที่จะพูดต่อเนื่อง

- **그러다** (คำกริยา) : 앞에서 일어난 일이나 말한 것과 같이 그렇게 하다.
  ทำเช่นนั้น, ทำแบบนั้น, ทำอย่างนั้น, ทำตามนั้น
  ทำให้เป็นแบบนั้นพร้อมกับเรื่องหรือคำพูดที่เกิดขึ้นก่อนหน้านี้

- -어도 : 앞에 오는 말을 가정하거나 인정하지만 뒤에 오는 말에는 관계가 없거나 영향을 끼치지 않음을 나타내는 연결 어미.
  แม้ว่า..., ถึงแม้ว่า...
  วิภัตติปัจจัยเชื่อมระหว่างประโยคที่แสดงการสมมุติหรือยอมรับคำพูดข้างหน้าแต่ไม่เกี่ยวข้องหรือไม่มีผลกระทบต่อคำพูดตามมาข้างหลัง

- **놀라다** (คำกริยา) : 뜻밖의 일을 당하거나 무서워서 순간적으로 긴장하거나 가슴이 뛰다.
  ตกใจ, ตกตื่น, สะดุ้งตกใจ, ผวา
  หัวใจเต้นหรือตึงเครียดชั่วครู่เพราะประสบกับสิ่งที่ไม่คาดคิดหรือหวาดกลัว

- -는 체하다 : 실제로 그렇지 않은데도 어떤 행동이나 상태를 거짓으로 꾸밈을 나타내는 표현.
  แกล้ง..., แกล้งทำ..., แสร้ง..., แสร้งทำ..., ทำเป็น...
  สำนวนที่แสดงการโกหกสภาพหรือการกระทำบางอย่าง แม้จะไม่ได้เป็นอย่างนั้นจริง ๆ

• -였- : 사건이 과거에 일어났음을 나타내는 어미.

  ...แล้ว(อดีตกาล)

  วิภัตติปัจจัยที่แสดงว่าเหตุการณ์ได้เกิดขึ้นในอดีต

• -지 : (두루낮춤으로) 말하는 사람이 자신에 대한 이야기나 자신의 생각을 친근하게 말할 때 쓰는 종결
  어미.

  ...นะ

  (ใช้ในการลดระดับอย่างไม่เป็นทางการ)

  วิภัตติปัจจัยลงท้ายประโยคที่ใช้เมื่อผู้พูดพูดความคิดของตนเองหรือเรื่องราวเกี่ยวกับตนเองอย่างสนิทสนม

< 대화(สนทนา) > - 53

영화를 보는 것이 취미라고 하셨는데 영화를 자주 보세요?
영화를 보는 거시 취미라고 하셔는데 영화를 자주 보세요?
yeonghwareul boneun geosi chwimirago hasyeonneunde yeonghwareul jaju boseyo?

일주일에 한 편 이상 보니까 자주 보는 편이죠.
일쭈이레 한 편 이상 보니까 자주 보는 펴니죠.
iljuire han pyeon isang bonikka jaju boneun pyeonijyo.

< 설명(การอธิบาย) / 번역(การแปล) >

영화+를 보+[는 것]+이 취미+(이)+라고 하+시+었+는데 영화+를 자주 보+세요?
취미라고 하셨는데

• **영화** (คำนาม) : 일정한 의미를 갖고 움직이는 대상을 촬영하여 영사기로 영사막에 비추어서 보게 하는 종합 예술.
ภาพยนตร์, หนัง
ศิลปะการผสมผสานที่ทำให้เห็นภาพซึ่งถ่ายทำเป้าหมายที่เคลื่อนไหวและมีความหมายที่กำหนดไว้โดยการใช้เครื่องฉายหนังฉายเรื่องราวไปบนจอ

• 를 : 동작이 직접적으로 영향을 미치는 대상을 나타내는 조사.
ไม่พบคำแปล
คำชี้ที่แสดงเป้าหมายที่การกระทำส่งผลกระทบโดยตรง

• **보다** (คำกริยา) : 눈으로 대상을 즐기거나 감상하다.
ดู, ชม
เพลิดเพลินหรือชมวัตถุด้วยตา

• -는 것 : 명사가 아닌 것을 문장에서 명사처럼 쓰이게 하거나 '이다' 앞에 쓰일 수 있게 할 때 쓰는 표현.
การ..., การที่..., สิ่งที่...
สำนวนที่ทำให้คำที่ไม่ใช่คำนามใช้เหมือนคำนามในประโยคหรือทำให้ใช้วางไว้หน้า '이다' ได้

• 이 : 어떤 상태나 상황의 대상이나 동작의 주체를 나타내는 조사.
ตัวชี้ประธาน
คำชี้ที่ใช้แสดงสิ่งที่อยู่ในสถานการณ์หรือสภาพใด ๆ หรือผู้ที่เป็นประธานของอากัปกริยา

- **취미** (คำนาม) : 좋아하여 재미로 즐겨서 하는 일.
  งานอดิเรก
  งานที่ทำเพราะสนุกเพลินและชอบ

- **이다** : 주어가 지시하는 대상의 속성이나 부류를 지정하는 뜻을 나타내는 서술격 조사.
  เป็น
  คำชี้ภาคแสดงการกที่แสดงความหมายที่กำหนดประเภทหรือคุณสมบัติของเป้าหมายที่ประธานบ่งชี้

- **-라고** : 다른 사람에게서 들은 내용을 간접적으로 전달하거나 주어의 생각, 의견 등을 나타내는 표현.
  ว่า...
  สำนวนที่แสดงการถ่ายทอดสิ่งที่ได้ยินมาจากผู้อื่นทางอ้อมหรือแสดงสิ่งต่างๆของประธาน เช่น ความคิดหรือความเห็น เป็นต้น

- **하다** (คำกริยา) : 무엇에 대해 말하다.
  พูดถึง, กล่าวถึง
  พูดเกี่ยวกับสิ่งหนึ่ง

- **-시-** : 어떤 동작이나 상태의 주체를 높이는 뜻을 나타내는 어미.
  วิภัตติปัจจัยที่แสดงการยกย่องประธานในประโยค
  วิภัตติปัจจัยที่ใช้แสดงความหมายซึ่งยกย่องประธานของอากัปกิริยาหรือสภาพใด ๆ

- **-었-** : 사건이 과거에 일어났음을 나타내는 어미.
  ...แล้ว(อดีตกาล)
  วิภัตติปัจจัยที่แสดงว่าเหตุการณ์ได้เกิดขึ้นในอดีต

- **-는데** : 뒤의 말을 하기 위하여 그 대상과 관련이 있는 상황을 미리 말함을 나타내는 연결 어미.
  ก็...นะ ว่าแต่...
  วิภัตติปัจจัยเชื่อมระหว่างประโยคที่แสดงการพูดสถานการณ์ที่เกี่ยวกับเป้าหมายนั้น ๆ ไว้ล่วงหน้าเพื่อที่จะพูดต่อเนื่อง

- **영화** (คำนาม) : 일정한 의미를 갖고 움직이는 대상을 촬영하여 영사기로 영사막에 비추어서 보게 하는 종합 예술.
  ภาพยนตร์, หนัง
  ศิลปะการผสมผสานที่ทำให้เห็นภาพซึ่งถ่ายทำเป้าหมายที่เคลื่อนไหวและมีความหมายที่กำหนดไว้โดยการใช้เครื่องฉายหนังฉายเรื่องราวไปบนจอ

- **를** : 동작이 직접적으로 영향을 미치는 대상을 나타내는 조사.
  ไม่พบคำแปล
  คำชี้ที่แสดงเป้าหมายที่การกระทำส่งผลกระทบโดยตรง

- **자주** (คำวิเศษณ์) : 같은 일이 되풀이되는 간격이 짧게.
  บ่อย, ถี่, ประจำ
  โดยช่องเว้นว่างที่เกิดเรื่องเดิมซ้ำกันนั้นสั้น

- **보다** (คำกริยา) : 눈으로 대상을 즐기거나 감상하다.
  ดู, ชม
  เพลิดเพลินหรือชมวัตถุด้วยตา

• -세요 : (두루높임으로) 설명, 의문, 명령, 요청의 뜻을 나타내는 종결 어미.
วิภัตติปัจจัยลงท้ายประโยคที่ใช้ในระดับภาษาที่สุภาพโดยทั่วไป
(ใช้ในการยกย่องอย่างไม่เป็นทางการ)วิภัตติปัจจัยลงท้ายประโยคที่แสดงความหมายของการอธิบาย การถาม การสั่ง
หรือการขอร้อง <คำถาม>

일주일+에 한 편 이상 보+니까 자주 보+[는 편이]+죠.

• 일주일 (คำนาม) : 월요일부터 일요일까지 칠 일. 또는 한 주일.
หนึ่งสัปดาห์, หนึ่งอาทิตย์
เจ็ดวันตั้งแต่วันจันทร์ถึงวันอาทิตย์ หรือหนึ่งสัปดาห์

• 에 : 앞말이 기준이 되는 대상이나 단위임을 나타내는 조사.
ต่อ...
คำชี้ที่แสดงว่าคำพูดข้างหน้าเป็นเป้าหมายหรือหน่วยวัดที่เป็นมาตรฐาน

• 한 (คุณศัพท์) : 하나의.
หนึ่ง
อันหนึ่ง

• 편 (คำนาม) : 책이나 문학 작품, 또는 영화나 연극 등을 세는 단위.
เล่ม, เรื่อง, บท, ตอน
หน่วยนับจำนวนหนังสือ ผลงานทางวรรณคดี ภาพยนตร์หรือละคร เป็นต้น

• 이상 (คำนาม) : 수량이나 정도가 일정한 기준을 포함하여 그보다 많거나 나은 것.
ความมากกว่า, การสูงกว่า, การเกินกว่า, ความเหนือกว่า, การขึ้นไปกว่า
การที่ระดับหรือปริมาณเมื่อรวมตามมาตรฐานที่กำหนดแล้วดีหรือมากกว่าสิ่งนั้น

• 보다 (คำกริยา) : 눈으로 대상을 즐기거나 감상하다.
ดู, ชม
เพลิดเพลินหรือชมวัตถุด้วยตา

• -니까 : 뒤에 오는 말에 대하여 앞에 오는 말이 원인이나 근거, 전제가 됨을 강조하여 나타내는 연결 어미.
เพราะ.., เพราะว่า...
วิภัตติปัจจัยเชื่อมระหว่างประโยคที่แสดงโดยตอกย้ำว่าคำพูดที่อยู่ข้างหน้าจะกลายเป็นเหตุผล
สาเหตุหรือเงื่อนไขเกี่ยวกับคำพูดตามมาข้างหลัง

• 자주 (คำวิเศษณ์) : 같은 일이 되풀이되는 간격이 짧게.
บ่อย, ถี่, ประจำ
โดยช่องเว้นว่างที่เกิดเรื่องเดิมซ้ำกันนั้นสั้น

- **보다** (คำกริยา) : 눈으로 대상을 즐기거나 감상하다.
  ดู, ชม
  เพลิดเพลินหรือชมวัตถุด้วยตา

- -는 편이다 : 어떤 사실을 단정적으로 말하기보다는 대체로 어떤 쪽에 가깝다거나 속한다고 말할 때 쓰는 표현.
  ค่อนข้าง...
  สำนวนที่ใช้พูดว่าสิ่งใดๆมีความใกล้เคียงหรือเกี่ยวข้องกับอะไรมากกว่าที่จะชี้ชัดไปเลยว่าเป็นอย่างไรตามความคิดของตนเอง

- -죠 : (두루높임으로) 말하는 사람이 자신에 대한 이야기나 자신의 생각을 친근하게 말할 때 쓰는 종결어미.
  ...นะคะ(ครับ), ...สิคะ(ครับ)
  (ใช้ในการยกย่องอย่างไม่เป็นทางการ)
  วิภัตติปัจจัยลงท้ายประโยคที่ใช้เมื่อผู้พูดพูดความคิดของตนเองหรือเรื่องราวเกี่ยวกับตนเองอย่างสนิทสนม

< 대화(สนทนา) > - 54

지아 씨, 이번 대회 우승을 축하합니다.
지아 씨, 이번 대회 우승을 추카함니다.
jia ssi, ibeon daehoe useungeul chukahamnida.

고맙습니다. 제가 음악을 계속하는 한 이 우승의 감격은 잊지 못할 것입니다.
고맙씀니다. 제가 으마글 계소카는 한 이 우승의(우승에) 감겨근 읻찌 모탈 꺼심니다.
gomapseumnida. jega eumageul gyesokaneun han i useungui(useunge) gamgyeogeun itji motal geosimnida.

< 설명(การอธิบาย) / 번역(การแปล) >

지아 씨, 이번 대회 우승+을 축하하+ㅂ니다.
축하합니다

• **지아** (คำนาม) : ชื่อ

• **씨** (คำนาม) : 그 사람을 높여 부르거나 이르는 말.
คุณ
คำที่ใช้เรียกหรือคำเรียกคน ๆ นั้นอย่างยกย่อง

• **이번** (คำนาม) : 곧 돌아올 차례. 또는 막 지나간 차례.
ครั้งนี้, คราวนี้, หนนี้
ลำดับที่กำลังจะมาถึง หรือลำดับที่เพิ่งผ่านพ้นไป

• **대회** (คำนาม) : 여러 사람이 실력이나 기술을 겨루는 행사.
การแข่งขัน, การประกวด
งานที่คนหลาย ๆ คนแข่งขันความสามารถหรือฝีมือ

• **우승** (คำนาม) : 경기나 시합에서 상대를 모두 이겨 일 위를 차지함.
การชนะเลิศ
การชนะฝ่ายตรงข้ามทั้งหมดแล้วครองที่หนึ่งในการแข่งขันหรือการสอบ

• 을 : 동작이 직접적으로 영향을 미치는 대상을 나타내는 조사.
ไม่พบคำแปล
คำชี้ที่แสดงเป้าหมายที่การกระทำส่งผลกระทบโดยตรง

• **축하하다** (คำกริยา) : 남의 좋은 일에 대하여 기쁜 마음으로 인사하다.
แสดงความยินดี, อวยพร
กล่าวทักทายเกี่ยวกับเรื่องที่ดีของผู้อื่นด้วยความดีใจ

• -ㅂ니다 : (아주높임으로) 현재의 동작이나 상태, 사실을 정중하게 설명함을 나타내는 종결 어미.
...ครับ(ค่ะ)
(ใช้ในการยกย่องอย่างมากและเป็นทางการ)วิภัตติปัจจัยลงท้ายประโยคที่แสดงการอธิบายถึงอากัปกิริยา สภาพ หรือข้อเท็จจริงใด ๆ ในปัจจุบันอย่างสุภาพเรียบร้อย

고맙+습니다.

제+가 음악+을 계속하+[는 한]

이 우승+의 감격+은 잊+[지 못하]+[ㄹ 것]+이+ㅂ니다.

잊지 못할 것입니다

• **고맙다** (คำคุณศัพท์) : 남이 자신을 위해 무엇을 해주어서 마음이 흐뭇하고 보답하고 싶다.
ขอบคุณ, รู้สึกขอบคุณ
รู้สึกซาบซึ้งใจและอยากตอบแทนที่ผู้อื่นทำอะไรเพื่อตนเอง

• -습니다 : (아주높임으로) 현재의 동작이나 상태, 사실을 정중하게 설명함을 나타내는 종결 어미.
วิภัตติปัจจัยลงท้ายประโยคบอกเล่าที่ใช้ในระดับภาษาที่สุภาพมาก
(ใช้ในการยกย่องอย่างมากและเป็นทางการ)วิภัตติปัจจัยลงท้ายประโยคที่แสดงการอธิบายถึงอากัปกิริยา สภาพ หรือข้อเท็จจริงใด ๆ ในปัจจุบันอย่างสุภาพนอบน้อม

• **제** (สรรพนาม) : 말하는 사람이 자신을 낮추어 가리키는 말인 '저'에 조사 '가'가 붙을 때의 형태.
ดิฉัน, ผม, กระผม
รูปที่คำชี้ "가" ตามหลังคำว่า "저" ซึ่งเป็นคำที่ผู้พูดชี้ถึงตนเองอย่างถ่อมตัว

• 가 : 어떤 상태나 상황에 놓인 대상이나 동작의 주체를 나타내는 조사.
คำชี้ประธาน
คำชี้ที่ใช้แสดงสิ่งที่อยู่ในสถานการณ์หรือสภาพใด ๆ หรือผู้ที่เป็นประธานของอากัปกริยา

• **음악** (คำนาม) : 목소리나 악기로 박자와 가락이 있게 소리 내어 생각이나 감정을 표현하는 예술.
เพลง, ดนตรี
ศิลปะที่แสดงความรู้สึกหรือความคิดโดยเปล่งเสียงมีจังหวะและทำนองดนตรีด้วยเครื่องดนตรีหรือเสียง

• 을 : 동작이 직접적으로 영향을 미치는 대상을 나타내는 조사.
ไม่พบคำแปล
คำชี้ที่แสดงเป้าหมายที่การกระทำส่งผลกระทบโดยตรง

• **계속하다** (คำกริยา) : 끊지 않고 이어 나가다.
ต่อกัน, ติดต่อกันมา, ต่อเนื่อง, สืบเนื่อง
ทำอย่างต่อเนื่องไปโดยที่ไม่ขาดตอน

• -는 한 : 앞에 오는 말이 뒤의 행위나 상태에 대해 전제나 조건이 됨을 나타내는 표현.
ถึงแม้ว่า..., หากว่า...
สำนวนที่แสดงว่าคำพูดข้างหน้าเป็นเงื่อนไขหรือข้อแม้เกี่ยวกับการกระทำหรือสภาพข้างหลัง

• **이** (คุณศัพท์) : 말하는 사람에게 가까이 있거나 말하는 사람이 생각하고 있는 대상을 가리킬 때 쓰는 말.
นี่
คำที่ใช้ตอนที่บ่งชี้สิ่งที่ผู้พูดกำลังคิดอยู่หรือสิ่งที่อยู่ใกล้กับผู้พูด

• **우승** (คำนาม) : 경기나 시합에서 상대를 모두 이겨 일 위를 차지함.
การชนะเลิศ
การชนะฝ่ายตรงข้ามทั้งหมดแล้วครองที่หนึ่งในการแข่งขันหรือการสอบ

• 의 : 앞의 말이 뒤의 말에 대하여 속성이나 수량을 한정하거나 같은 자격임을 나타내는 조사.
ที่..., ที่เป็น...
คำชี้ที่แสดงว่าคำพูดข้างหน้าเป็นคุณสมบัติที่เหมือนกันหรือกำหนดปริมาณหรือคุณสมบัติต่อคำพูดข้างหลัง

• **감격** (คำนาม) : 마음에 깊이 느끼어 매우 감동함. 또는 그 감동.
ความประทับใจ, ความซาบซึ้ง, ความซาบซึ้งใจ
การที่รู้สึกลึกซึ้งอยู่ในใจจึงเกิดความประทับใจเป็นอย่างมาก หรือความประทับดังกล่าว

• 은 : 강조의 뜻을 나타내는 조사.
...เนี่ยนะ, ...นะ
คำชี้ที่แสดงความหมายของการเน้นย้ำ

• **잊다** (คำกริยา) : 한번 알았던 것을 기억하지 못하거나 기억해 내지 못하다.
ลืม
ไม่สามารถจำหรือนึกสิ่งที่เคยรู้มาก่อนแล้วครั้งหนึ่งได้

• -지 못하다 : 앞의 말이 나타내는 행동을 할 능력이 없거나 주어의 의지대로 되지 않음을 나타내는 표현.
ไม่สามารถ..., ไม่สามารถ...ได้, ...ไม่ได้
สำนวนที่ใช้แสดงการไม่เป็นไปตามที่ประธานตั้งใจหรือไม่มีความสามารถที่จะทำการกระทำที่ปรากฏในคำพูดข้างหน้า

• -ㄹ 것 : 명사가 아닌 것을 문장에서 명사처럼 쓰이게 하거나 '이다' 앞에 쓰일 수 있게 할 때 쓰는 표현.
สิ่งที่จะ..., อะไรที่จะ..., จะ...
สำนวนที่ทำให้คำที่ไม่ใช่คำนามใช้เหมือนคำนามในประโยคหรือทำให้ใช้วางไว้หน้า '이다' ได้

• 이다 : 주어가 지시하는 대상의 속성이나 부류를 지정하는 뜻을 나타내는 서술격 조사.
เป็น
คำชี้ภาคแสดงการกที่แสดงความหมายที่กำหนดประเภทหรือคุณสมบัติของเป้าหมายที่ประธานบ่งชี้

- -ㅂ니다 : (아주높임으로) 현재의 동작이나 상태, 사실을 정중하게 설명함을 나타내는 종결 어미.
  ...ครับ(ค่ะ)
  (ใช้ในการยกย่องอย่างมากและเป็นทางการ)วิภัตติปัจจัยลงท้ายประโยคที่แสดงการอธิบายถึงอากัปกิริยา สภาพหรือข้อเท็จจริงใด ๆ ในปัจจุบันอย่างสุภาพเรียบร้อย

< 대화(สนทนา) > - 55

지아 씨, 영화 홍보는 어떻게 되고 있어요?
지아 씨, 영화 홍보는 어떠케 되고 이써요?
jia ssi, yeonghwa hongboneun eotteoke doego isseoyo?

길거리 홍보 활동을 벌이는 한편 관객을 초대해서 무료 시사회를 하기로 했어요.
길꺼리 홍보 활동을 버리는 한편 관개글 초대해서 무료 시사회를 하기로 해써요.
gilgeori hongbo hwaldongeul beorineun hanpyeon gwangaegeul chodaehaeseo muryo sisahoereul hagiro haesseoyo.

< 설명(การอธิบาย) / 번역(การแปล) >

지아 씨, 영화 홍보+는 어떻게 되+[고 있]+어요?

• **지아** (คำนาม) : ชื่อ

• **씨** (คำนาม) : 그 사람을 높여 부르거나 이르는 말.
คุณ
คำที่ใช้เรียกหรือคำเรียกคน ๆ นั้นอย่างยกย่อง

• **영화** (คำนาม) : 일정한 의미를 갖고 움직이는 대상을 촬영하여 영사기로 영사막에 비추어서 보게 하는 종합 예술.
ภาพยนตร์, หนัง
ศิลปการผสมผสานที่ทำให้เห็นภาพซึ่งถ่ายทำเป้าหมายที่เคลื่อนไหวและมีความหมายที่กำหนดไว้โดยการใช้เครื่องฉายหนังฉายเรื่องราวไปบนจอ

• **홍보** (คำนาม) : 널리 알림. 또는 그 소식.
การโฆษณา, การประชาสัมพันธ์, ข่าวโฆษณา, ข่าวประชาสัมพันธ์
การทำให้รู้อย่างกว้างขวาง หรือข่าวดังกล่าว

• 는 : 문장 속에서 어떤 대상이 화제임을 나타내는 조사.
...นั้น
คำชี้ที่แสดงว่าเป้าหมายใดๆเป็นหัวเรื่องในประโยค

• **어떻게** (คำวิเศษณ์) : 어떤 방법으로. 또는 어떤 방식으로.
อย่างไร
ด้วยวิธีการใดๆ หรือหนทางใดๆ

• **되다** (คำกริยา) : 일이 잘 이루어지다.
ดำเนินไปด้วยดี
งานลุล่วงไปได้ด้วยดี

• **-고 있다** : 앞의 말이 나타내는 행동이 계속 진행됨을 나타내는 표현.
กำลัง...อยู่
สำนวนที่แสดงว่าการกระทำที่ปรากฏในคำพูดข้างหน้าได้ดำเนินอย่างต่อเนื่อง

• **-어요** : (두루높임으로) 어떤 사실을 서술하거나 질문, 명령, 권유함을 나타내는 종결 어미.
วิภัตติปัจจัยลงท้ายประโยคที่ใช้ในการยกย่องโดยทั่วไป
(ใช้ในการยกย่องอย่างไม่เป็นทางการ)
วิภัตติปัจจัยลงท้ายประโยคที่แสดงการบอกเล่า การถาม การสั่ง หรือการชักชวนเรื่องใด ๆ <คำถาม>

길거리 홍보 활동+을 벌이+[는 한편] 관객+을 <u>초대하+여서</u>
초대해서

무료 시사회+를 <u>하+[기로 하]+였+어요</u>.
하기로 했어요

• **길거리** (คำนาม) : 사람이나 차가 다니는 길.
ถนน, ทาง, หนทาง, ถนนหนทาง
ทางสัญจรที่คนหรือรถไปมา

• **홍보** (คำนาม) : 널리 알림. 또는 그 소식.
การโฆษณา, การประชาสัมพันธ์, ข่าวโฆษณา, ข่าวประชาสัมพันธ์
การทำให้รู้อย่างกว้างขวาง หรือข่าวดังกล่าว

• **활동** (คำนาม) : 어떤 일에서 좋은 결과를 거두기 위해 힘씀.
กิจกรรม
การใช้ความพยายามเพื่อให้เกิดผลที่ดีต่อเรื่องใด ๆ

• **을** : 동작이 직접적으로 영향을 미치는 대상을 나타내는 조사.
ไม่พบคำแปล
คำชี้ที่แสดงเป้าหมายที่การกระทำส่งผลกระทบโดยตรง

• **벌이다** (คำกริยา) : 일을 계획하여 시작하거나 펼치다.
เปิด(ธุรกิจ), เริ่ม, เริ่มต้น, ตั้งต้น, เริ่มทำ
วางแผนงานแล้วเริ่มหรือเปิดออก

• -는 한편 : 앞의 말이 나타내는 일을 하는 동시에 다른 쪽에서 또 다른 일을 함을 나타내는 표현.
อีกด้านหนึ่งก็..., ในอีกด้านหนึ่งก็...
สำนวนที่แสดงว่าขณะที่ทำงานที่คำพูดข้างหน้าแสดงไว้ ก็ทำงานอย่างอื่นอีกในอีกด้านด้วย

• **관객** (คำนาม) : 운동 경기, 영화, 연극, 음악회, 무용 공연 등을 구경하는 사람.
ผู้ชม, คนดู
คนที่ชมการแข่งขันกีฬา ภาพยนตร์ ละครเวที การแสดงดนตรี การแสดงระบำ เป็นต้น

• 을 : 동작이 직접적으로 영향을 미치는 대상을 나타내는 조사.
ไม่พบคำแปล
คำชี้ที่แสดงเป้าหมายที่การกระทำส่งผลกระทบโดยตรง

• **초대하다** (คำกริยา) : 다른 사람에게 어떤 자리, 모임, 행사 등에 와 달라고 요청하다.
เชิญ, เชื้อเชิญ, เรียนเชิญ
ขอร้องให้ผู้อื่นมาเข้าร่วม เช่น เชิญมาร่วมงานประชุม เรียนเชิญมาร่วมงานกิจกรรม

• -여서 : 앞의 말과 뒤의 말이 순차적으로 일어남을 나타내는 연결 어미.
แล้ว..., แล้วก็..., และ..
วิภัตติปัจจัยเชื่อมระหว่างประโยคที่แสดงว่าคำพูดข้างหน้ากับข้างหลังเกิดขึ้นกันเป็นลำดับ

• **무료** (คำนาม) : 요금이 없음.
ฟรี, ไม่มีค่าใช้จ่าย, ไม่เสียค่าธรรมเนียม
การไม่มีค่าธรรมเนียม

• **시사회** (คำนาม) : 영화나 광고 등을 일반에게 보이기 전에 몇몇 사람들에게 먼저 보이고 평가를 받기 위한 모임.
งานเปิดตัว(โฆษณา, ภาพยนตร์), งานเปิดตัวรอบปฐมทัศน์(โฆษณา, ภาพยนตร์)
การประชุมกันในกลุ่มสองสามคนก่อนที่จะเปิดให้สื่อมวลชนทั่วไปดู เพื่อรับการวิพากษ์วิจารณ์ เช่น งานโฆษณาหรือภาพยนตร์

• 를 : 동작이 직접적으로 영향을 미치는 대상을 나타내는 조사.
ไม่พบคำแปล
คำชี้ที่แสดงเป้าหมายที่การกระทำส่งผลกระทบโดยตรง

• **하다** (คำกริยา) : 어떤 행동이나 동작, 활동 등을 행하다.
ทำ
ทำกิจกรรม การเคลื่อนไหว หรือพฤติกรรมใด ๆ เป็นต้น

• -기로 하다 : 앞의 말이 나타내는 행동을 할 것을 결심하거나 약속함을 나타내는 표현.
นัดว่า..., นัดหมายว่า..., สัญญาว่า..., ตัดสินใจว่า...
สำนวนที่แสดงการนัดหมายหรือตัดสินใจที่จะทำการกระทำที่คำพูดข้างหน้าแสดงไว้

• -였- : 어떤 사건이 과거에 완료되었거나 그 사건의 결과가 현재까지 지속되는 상황을 나타내는 어미.
...แล้ว(อดีตกาล), ยังคง...(อดีตกาล)
วิภัตติปัจจัยที่แสดงว่าเหตุการณ์ใดๆเสร็จสมบูรณ์ไปแล้วในอดีตหรือแสดงสถานการณ์ที่ผลลัพธ์ของเหตุการณ์ดังกล่าวต่อเนื่องจนถึงปัจจุบัน

• -어요 : (두루높임으로) 어떤 사실을 서술하거나 질문, 명령, 권유함을 나타내는 종결 어미.

วิภัตติปัจจัยลงท้ายประโยคที่ใช้ในการยกย่องโดยทั่วไป
(ใช้ในการยกย่องอย่างไม่เป็นทางการ)
วิภัตติปัจจัยลงท้ายประโยคที่แสดงการบอกเล่า การถาม การสั่ง หรือการชักชวนเรื่องใด ๆ <การพูดตามลำดับ>

< 대화(สนทนา) > - 56

왜 절뚝거리면서 걸어요?
왜 절뚝꺼리면서 거러요?
wae jeolttukgeorimyeonseo georeoyo?

예전에 교통사고로 다리를 다쳤는데 평소에 괜찮다가도 비만 오면 다시 아파요.
예저네 교통사고로 다리를 다천는데 평소에 괜찬다가도 비만 오면 다시 아파요.
yejeone gyotongsagoro darireul dacheonneunde pyeongsoe gwaenchantagado biman omyeon dasi apayo.

< 설명(การอธิบาย) / 번역(การแปล) >

왜 절뚝거리+면서 걷(걸)+어요?
걸어요

- **왜** (คำวิเศษณ์) : 무슨 이유로. 또는 어째서.
  ทำไม, ด้วยเหตุใด, เพราะอะไร
  ด้วยเหตุผลอันใด หรือเพราะอะไร

- **절뚝거리다** (คำกริยา) : 한쪽 다리가 짧거나 다쳐서 자꾸 중심을 잃고 절다.
  เดินขาเป๋, เดินกะโผลกกะเผลก
  เดินกะโผลกกะเผลกและขาดการทรงตัวบ่อย ๆ เนื่องจากขาบาดเจ็บหรือขาข้างหนึ่งสั้น

- -면서 : 두 가지 이상의 동작이나 상태가 함께 일어남을 나타내는 연결 어미.
  ในขณะที่..., พร้อมกันกับ..., พลาง...พลาง..., ...พร้อมทั้ง...
  วิภัตติปัจจัยเชื่อมระหว่างประโยคที่ใช้แสดงว่าเกิดอากัปกิริยาหรือสภาพตั้งแต่สองอย่างขึ้นไปพร้อมกัน

- **걷다** (คำกริยา) : 바닥에서 발을 번갈아 떼어 옮기면서 움직여 위치를 옮기다.
  เดิน
  เคลื่อนที่เปลี่ยนตำแหน่งโดยยกเท้าก้าวสลับไปบนพื้น

- -어요 : (두루높임으로) 어떤 사실을 서술하거나 질문, 명령, 권유함을 나타내는 종결 어미.
  วิภัตติปัจจัยลงท้ายประโยคที่ใช้ในการยกย่องโดยทั่วไป
  (ใช้ในการยกย่องอย่างไม่เป็นทางการ)
  วิภัตติปัจจัยลงท้ายประโยคที่แสดงการบอกเล่า การถาม การสั่ง หรือการชักชวนเรื่องใด ๆ <คำถาม>

예전+에 교통사고+로 다리+를 <u>다치+었+는데</u> 평소+에 괜찮+다가도
다쳤는데

비+만 오+면 다시 <u>아프(아ㅍ)+아요</u>.
아파요

• **예전** (คำนาม) : 꽤 시간이 흐른 지난날.
สมัยก่อน, สมัยโบราณ, แต่ก่อน, ในอดีต, อดีต, สมัยเก่า
วันที่ผ่านมาซึ่งมีระยะเวลาผ่านมานานมาก

• 에 : 앞말이 시간이나 때임을 나타내는 조사.
ตอน...
คำชี้ที่แสดงว่าคำพูดข้างหน้าเป็นเวลาหรือช่วงเวลา

• **교통사고** (คำนาม) : 자동차나 기차 등이 다른 교통 기관과 부딪치거나 사람을 치는 사고.
อุบัติเหตุการจราจร, อุบัติเหตุจากการจราจร
อุบัติเหตุที่รถยนต์หรือรถไฟ เป็นต้น ชนยวดยานพาหนะอื่น ๆ หรือชนคน

• 로 : 어떤 일의 원인이나 이유를 나타내는 조사.
เนื่องด้วย..., เพราะ...
คำชี้ที่แสดงสาเหตุหรือเหตุผลของเรื่องใด ๆ

• **다리** (คำนาม) : 사람이나 동물의 몸통 아래에 붙어, 서고 걷고 뛰는 일을 하는 신체 부위.
ขา
ส่วนของร่างกายที่ทำหน้าที่ยืน เดินและวิ่งโดยติดกับส่วนล่างของลำตัวคนหรือสัตว์

• 를 : 동작이 직접적으로 영향을 미치는 대상을 나타내는 조사.
ไม่พบคำแปล
คำชี้ที่แสดงเป้าหมายที่การกระทำส่งผลกระทบโดยตรง

• **다치다** (คำกริยา) : 부딪치거나 맞거나 하여 몸이나 몸의 일부에 상처가 생기다. 또는 상처가 생기게 하다.
บาดเจ็บ, เป็นแผล
โดนหรือชนแล้วเกิดรอยแผลบนตัวหรือบนส่วนหนึ่งของร่างกาย หรือทำให้เกิดรอยแผลขึ้น

• -었- : 사건이 과거에 일어났음을 나타내는 어미.
...แล้ว(อดีตกาล)
วิภัตติปัจจัยที่แสดงว่าเหตุการณ์ได้เกิดขึ้นในอดีต

• -는데 : 뒤의 말을 하기 위하여 그 대상과 관련이 있는 상황을 미리 말함을 나타내는 연결 어미.
ก็...นะ ว่าแต่...
วิภัตติปัจจัยเชื่อมระหว่างประโยคที่แสดงการพูดสถานการณ์ที่เกี่ยวกับเป้าหมายนั้น ๆ ไว้ล่วงหน้าเพื่อที่จะพูดต่อเนื่อง

• **평소** (คำนาม) : 특별한 일이 없는 보통 때.
เวลาปกติ, เวลาธรรมดา
เวลาปกติที่ไม่มีเรื่องพิเศษใด ๆ

• 에 : 앞말이 시간이나 때임을 나타내는 조사.
ตอน...
คำชี้ที่แสดงว่าคำพูดข้างหน้าเป็นเวลาหรือช่วงเวลา

• **괜찮다** (คำคุณศัพท์) : 별 문제가 없다.
ไม่เป็นไร, ดี
ไม่มีปัญหาอะไร

• -다가도 : 앞의 말이 나타내는 행위나 상태가 다른 행위나 상태로 쉽게 바뀜을 나타내는 표현.
...อยู่ ๆ ก็..., ...อยู่ ก็..., ...อยู่ แล้วก็..., ก็...แต่ถ้า...ก็..., ถึงจะ...อยู่ แต่พอ...ก็...
สำนวนที่แสดงการที่พฤติกรรมหรือสภาพที่คำพูดข้างหน้าแสดงไว้นั้นจะเปลี่ยนแปลงไปเป็นพฤติกรรมหรือสภาพอย่างอื่นได้ง่าย

• **비** (คำนาม) : 높은 곳에서 구름을 이루고 있던 수증기가 식어서 뭉쳐 떨어지는 물방울.
ฝน
หยดน้ำที่เกาะเป็นก้อนแล้วตกลงมาเนื่องจากไอน้ำที่เคยปรากอบอยู่เป็นเมฆในที่ที่สูงเย็นลง

• 만 : 앞의 말이 어떤 것에 대한 조건임을 나타내는 조사.
แค่..., เพียง..., เพียงแค่...
คำชี้ที่แสดงว่าคำพูดข้างหน้าเป็นเงื่อนไขเกี่ยวกับสิ่งใด ๆ

• **오다** (คำกริยา) : 비, 눈 등이 내리거나 추위 등이 닥치다.
ตก, ปรอย, เข้ามา, มาเยือน
ฝนหรือหิมะ เป็นต้น ตกลงมาหรือได้ประสบกับความหนาว

• -면 : 뒤에 오는 말에 대한 근거나 조건이 됨을 나타내는 연결 어미.
ถ้า...
วิภัตติปัจจัยเชื่อมระหว่างประโยคที่แสดงถึงการที่กลายเป็นสาเหตุหรือเงื่อนไขเกี่ยวกับคำพูดตามมาข้างหลัง

• **다시** (คำวิเศษณ์) : 같은 말이나 행동을 반복해서 또.
อีก, อีกครั้ง, ซ้ำอีกครั้ง
อีกครั้งโดยทำซ้ำหรือพูดเรื่องเดิมซ้ำ

• **아프다** (คำคุณศัพท์) : 다치거나 병이 생겨 통증이나 괴로움을 느끼다.
ปวด, เจ็บ
รู้สึกทรมานหรือเจ็บปวดเนื่องจากเป็นโรคหรือได้รับบาดเจ็บ

• -아요 : (두루높임으로) 어떤 사실을 서술하거나 질문, 명령, 권유함을 나타내는 종결 어미.
วิภัตติปัจจัยลงท้ายประโยคที่ใช้ในการยกย่องโดยทั่วไป
(ใช้ในการยกย่องอย่างไม่เป็นทางการ)
วิภัตติปัจจัยลงท้ายประโยคที่แสดงการบอกเล่า การถาม การสั่ง หรือการชักชวนเรื่องใด ๆ <การพูดตามลำดับ>

< 대화(สนทนา) > - 57

한국어를 잘하게 된 방법이 뭐니?
한구거를 잘하게 된 방버비 뭐니?
hangugeoreul jalhage doen bangbeobi mwoni?

한국 음악을 좋아해서 많이 듣다 보니까 한국어를 잘하게 됐어.
한국 으마글 조아해서 마니 듣따 보니까 한구거를 잘하게 돼써.
hanguk eumageul joahaeseo mani deutda bonikka hangugeoreul jalhage dwaesseo.

< 설명(การอธิบาย) / 번역(การแปล) >

한국어+를 잘하+[게 되]+ㄴ 방법+이 뭐+(이)+니?
잘하게 된 뭐니

• **한국어** (คำนาม) : 한국에서 사용하는 말.
ภาษาเกาหลี
ภาษาที่ใช้ในประเทศเกาหลี

• 를 : 동작이 직접적으로 영향을 미치는 대상을 나타내는 조사.
ไม่พบคำแปล
คำชี้ที่แสดงเป้าหมายที่การกระทำส่งผลกระทบโดยตรง

• **잘하다** (คำกริยา) : 익숙하고 솜씨가 있게 하다.
เก่ง, ดี
ทำให้เคยชินและอย่างมีฝีมือ

• -게 되다 : 앞의 말이 나타내는 상태나 상황이 됨을 나타내는 표현.
กลายเป็น..., กลายเป็นได้..., ได้...
สำนวนที่แสดงว่าคำพูดข้างหน้าได้กลายเป็นสภาพหรือสถานการณ์ที่ปรากฏ

• -ㄴ : 앞의 말이 관형어의 기능을 하게 만들고 사건이나 동작이 완료되어 그 상태가 유지되고 있음을 나타내는 어미.
ที่..., ...อยู่
วิภัตติปัจจัยที่แสดงการที่ทำให้คำพูดข้างหน้าทำหน้าที่เป็นคุณศัพท์ขยายนามและเหตุการณ์หรืออากัปกิริยานั้นเสร็จสิ้นไปแล้วและยังคงสภาพดังกล่าวอย่างต่อเนื่องอยู่

• **방법** (คำนาม) : 어떤 일을 해 나가기 위한 수단이나 방식.
วิธี, วิธีการ, รูปแบบ, กระบวนการ, ขั้นตอน
เครื่องมือหรือวิธีการเพื่อการทำงานใดๆต่อไป

• 이 : 어떤 상태나 상황의 대상이나 동작의 주체를 나타내는 조사.
ตัวชี้ประธาน
คำชี้ที่ใช้แสดงสิ่งที่อยู่ในสถานการณ์หรือสภาพใด ๆ หรือผู้ที่เป็นประธานของอากัปกริยา

• **뭐** (สรรพนาม) : 모르는 사실이나 사물을 가리키는 말.
อะไร
คำที่บ่งชี้ถึงสิ่งหรือข้อเท็จจริงที่ไม่รู้

• 이다 : 주어가 지시하는 대상의 속성이나 부류를 지정하는 뜻을 나타내는 서술격 조사.
เป็น
คำชี้ภาคแสดงการกที่แสดงความหมายที่กำหนดประเภทหรือคุณสมบัติของเป้าหมายที่ประธานบ่งชี้

• -니 : (아주낮춤으로) 물음을 나타내는 종결 어미.
...ไหม, ...หรือเปล่า, ...เหรอ
(ใช้ในการลดระดับอย่างมากและเป็นทางการ) วิภัตติปัจจัยลงท้ายประโยคที่แสดงการถาม

한국 음악+을 좋아하+여서 많이 듣+[다(가) 보]+니까

좋아해서 듣다 보니까

한국어+를 잘하+[게 되]+었+어.

잘하게 됐어

• **한국** (คำนาม) : 아시아 대륙의 동쪽에 있는 나라. 한반도와 그 부속 섬들로 이루어져 있으며, 대한민국이라고도 부른다. 1950년에 일어난 육이오 전쟁 이후 휴전선을 사이에 두고 국토가 둘로 나뉘었다. 언어는 한국어이고, 수도는 서울이다.
ประเทศเกาหลี, ประเทศเกาหลีใต้, สาธารณรัฐเกาหลี
ประเทศที่อยู่ทางทิศตะวันออกของทวีปเอเชีย ประกอบด้วยคาบสมุทรเกาหลีและเกาะภายในนั้น เรียกอีกชื่อหนึ่ง คือ แทฮันมินกุก(สาธารณรัฐเกาหลี) ภายหลังสงคราม 6.25(สงครามเกาหลี) ที่ปะทุขึ้นในปีค.ศ.1950 มีการแบ่งประเทศออกเป็นสองฝั่ง ภาษาที่ใช้คือภาษาเกาหลีและเมืองหลวงคือกรุงโซล

• **음악** (คำนาม) : 목소리나 악기로 박자와 가락이 있게 소리 내어 생각이나 감정을 표현하는 예술.
เพลง, ดนตรี
ศิลปะที่แสดงความรู้สึกหรือความคิดโดยเปล่งเสียงมีจังหวะและทำนองดนตรีด้วยเครื่องดนตรีหรือเสียง

• 을 : 동작이 직접적으로 영향을 미치는 대상을 나타내는 조사.
ไม่พบคำแปล
คำชี้ที่แสดงเป้าหมายที่การกระทำส่งผลกระทบโดยตรง

• **좋아하다** (คำกริยา) : 무엇에 대하여 좋은 느낌을 가지다.
ชอบ, ชื่นชม
มีความรู้สึกที่ดีเกี่ยวกับสิ่งใด ๆ

• -여서 : 이유나 근거를 나타내는 연결 어미.
เพราะ...จึง...
วิภัตติปัจจัยเชื่อมระหว่างประโยคที่แสดงเหตุผลหรือสาเหตุ

• **많이** (คำวิเศษณ์) : 수나 양, 정도 등이 일정한 기준보다 넘게.
อย่างมาก, มาก
จำนวน ปริมาณหรือระดับ เป็นต้น เกินกว่ามาตรฐานที่ได้กำหนดไว้

• **듣다** (คำกริยา) : 귀로 소리를 알아차리다.
ฟัง, ได้ยิน
เข้าใจเสียงได้ด้วยหู

• -다가 보다 : 앞에 오는 말이 나타내는 행동을 하는 과정에서 뒤에 오는 말이 나타내는 사실을 새로 깨닫게 됨을 나타내는 표현.
เมื่อได้...จึงได้รู้ว่า..., เมื่อได้ลอง...จึงได้รู้ว่า, หลังจาก...จึงได้รู้ว่า...
สำนวนที่แสดงถึงการได้รู้ข้อเท็จจริงอันใหม่ที่คำพูดตามมาข้างหลังแสดงไว้
ในระหว่างกระบวนการทำการกระทำที่คำพูดข้างหน้าแสดงไว้

• -니까 : 뒤에 오는 말에 대하여 앞에 오는 말이 원인이나 근거, 전제가 됨을 강조하여 나타내는 연결 어미.
เพราะ..., เพราะว่า...
วิภัตติปัจจัยเชื่อมระหว่างประโยคที่แสดงโดยตอกย้ำว่าคำพูดที่อยู่ข้างหน้าจะกลายเป็นเหตุผล
สาเหตุหรือเงื่อนไขเกี่ยวกับคำพูดตามมาข้างหลัง

• **한국어** (คำนาม) : 한국에서 사용하는 말.
ภาษาเกาหลี
ภาษาที่ใช้ในประเทศเกาหลี

• 를 : 동작이 직접적으로 영향을 미치는 대상을 나타내는 조사.
ไม่พบคำแปล
คำชี้ที่แสดงเป้าหมายที่การกระทำส่งผลกระทบโดยตรง

• **잘하다** (คำกริยา) : 익숙하고 솜씨가 있게 하다.
เก่ง, ดี
ทำให้เคยชินและอย่างมีฝีมือ

• -게 되다 : 앞의 말이 나타내는 상태나 상황이 됨을 나타내는 표현.
กลายเป็น..., กลายเป็นได้..., ได้...
สำนวนที่แสดงว่าคำพูดข้างหน้าได้กลายเป็นสภาพหรือสถานการณ์ที่ปรากฏ

• -었- : 어떤 사건이 과거에 완료되었거나 그 사건의 결과가 현재까지 지속되는 상황을 나타내는 어미.

...แล้ว

วิภัตติปัจจัยที่แสดงว่าเหตุการณ์ใดๆเสร็จสมบูรณ์ไปแล้วในอดีตหรือแสดงสถานการณ์ที่ผลลัพธ์ของเหตุการณ์ดังกล่าวต่อเนื่องจนถึงปัจจุบัน

• -어 : (두루낮춤으로) 어떤 사실을 서술하거나 물음, 명령, 권유를 나타내는 종결 어미.

วิภัตติปัจจัยลงท้ายประโยคที่ใช้ในการลดระดับภาษาโดยทั่วไป

(ใช้ในการลดระดับอย่างไม่เป็นทางการ)วิภัตติปัจจัยลงท้ายประโยคที่แสดงการบอกเล่าข้อเท็จจริงใด ๆ หรือการถาม การสั่ง
หรือการชักชวน <การพูดตามลำดับ>

< 대화(สนทนา) > - 58

너 이 영화 봤어?
너 이 영화 봐써?
neo i yeonghwa bwasseo?

나는 못 보고 우리 형이 봤는데 내용이 엄청 슬프다고 그러더라.
나는 몯 보고 우리 형이 봔는데 내용이 엄청 슬프다고 그러더라.
naneun mot bogo uri hyeongi bwanneunde naeyongi eomcheong seulpeudago geureodeora.

< 설명(การอธิบาย) / 번역(การแปล) >

너 이 영화 보+았+어?
봤어

- **너** (สรรพนาม) : 듣는 사람이 친구나 아랫사람일 때, 그 사람을 가리키는 말.
  เธอ, แก, เอ็ง
  คำที่ใช้เรียกชี้บ่งคนนั้นที่เป็นผู้ฟังในกรณีที่เป็นผู้น้อยหรือเพื่อน

- **이** (คุณศัพท์) : 말하는 사람에게 가까이 있거나 말하는 사람이 생각하고 있는 대상을 가리킬 때 쓰는 말.
  นี่
  คำที่ใช้ตอนที่บ่งชี้สิ่งที่ผู้พูดกำลังคิดอยู่หรือสิ่งที่อยู่ใกล้กับผู้พูด

- **영화** (คำนาม) : 일정한 의미를 갖고 움직이는 대상을 촬영하여 영사기로 영사막에 비추어서 보게 하는 종합 예술.
  ภาพยนตร์, หนัง
  ศิลปะการผสมผสานที่ทำให้เห็นภาพซึ่งถ่ายทำเป้าหมายที่เคลื่อนไหวและมีความหมายที่กำหนดไว้โดยการใช้เครื่องฉายหนังฉายเรื่องราวไปบนจอ

- **보다** (คำกริยา) : 눈으로 대상을 즐기거나 감상하다.
  ดู, ชม
  เพลิดเพลินหรือชมวัตถุด้วยตา

- -았- : 어떤 사건이 과거에 완료되었거나 그 사건의 결과가 현재까지 지속되는 상황을 나타내는 어미.
  ...แล้ว
  วิภัตติปัจจัยที่แสดงว่าเหตุการณ์ใดๆเสร็จสมบูรณ์ไปแล้วในอดีตหรือแสดงสถานการณ์ที่ผลลัพธ์ของเหตุการณ์ดังกล่าวต่อเนื่องจนถึงปัจจุบัน

• -어 : (두루낮춤으로) 어떤 사실을 서술하거나 물음, 명령, 권유를 나타내는 종결 어미.
วิภัตติปัจจัยลงท้ายประโยคที่ใช้ในการลดระดับภาษาโดยทั่วไป
(ใช้ในการลดระดับอย่างไม่เป็นทางการ)วิภัตติปัจจัยลงท้ายประโยคที่แสดงการบอกเล่าข้อเท็จจริงใด ๆ หรือการถาม การสั่ง หรือการชักชวน <คำถาม>

나+는 못 보+고 우리 형+이 보+았+는데 내용+이 엄청 슬프+다고 그러+더라.

봤는데

• **나** (สรรพนาม) : 말하는 사람이 친구나 아랫사람에게 자기를 가리키는 말.
ฉัน
คำที่คนพูดใช้เรียกตนเองต่อเพื่อนหรือคนที่อายุน้อยกว่า

• 는 : 어떤 대상이 다른 것과 대조됨을 나타내는 조사.
สำหรับ..., ส่วน...
คำชี้ที่แสดงว่าเป้าหมายใดถูกเทียบกับสิ่งอื่น

• **못** (คำวิเศษณ์) : 동사가 나타내는 동작을 할 수 없게.
...ไม่ได้, ทำไม่ได้
กริยาไม่สามามารถแสดงการเคลื่อนไหวได้

• **보다** (คำกริยา) : 눈으로 대상을 즐기거나 감상하다.
ดู, ชม
เพลิดเพลินหรือชมวัตถุด้วยตา

• -고 : 두 가지 이상의 대등한 사실을 나열할 때 쓰는 연결 어미.
ทั้ง...และ..
วิภัตติปัจจัยเชื่อมระหว่างประโยคที่ใช้เมื่อแจกแจงข้อเท็จจิงที่เท่าเทียมกันสองสิ่งขึ้นไปต่อกัน

• **우리** (สรรพนาม) : 말하는 사람이 자기보다 높지 않은 사람에게 자기와 관련된 것을 친근하게 나타낼 때 쓰는 말.
ของเรา, ของพวกเรา
คำที่ใช้เมื่อผู้พูดแสดงสิ่งที่เกี่ยวข้องกับตนเองอย่างสนิทสนมและเมื่อพูดกับคนที่ไม่อาวุโสกว่าตน

• **형** (คำนาม) : 남자가 형제나 친척 형제들 중에서 자기보다 나이가 많은 남자를 이르거나 부르는 말.
ฮย็อง : พี่ชาย(ผู้ชายใช้เรียก)
คำที่ผู้ชายใช้กล่าวถึงหรือเรียกผู้ชายที่มีอายุมากกว่าตนในบรรดาพี่น้องผู้ชายหรือญาติพี่น้องผู้ชาย

• 이 : 어떤 상태나 상황의 대상이나 동작의 주체를 나타내는 조사.
ตัวชี้ประธาน
คำชี้ที่ใช้แสดงสิ่งที่อยู่ในสถานการณ์หรือสภาพใด ๆ หรือผู้ที่เป็นประธานของอากัปกริยา

• **보다** (คำกริยา) : 눈으로 대상을 즐기거나 감상하다.
ดู, ชม
เพลิดเพลินหรือชมวัตถุด้วยตา

• -았- : 어떤 사건이 과거에 완료되었거나 그 사건의 결과가 현재까지 지속되는 상황을 나타내는 어미.
...แล้ว
วิภัตติปัจจัยที่แสดงว่าเหตุการณ์ใดๆเสร็จสมบูรณ์ไปแล้วในอดีตหรือแสดงสถานการณ์ที่ผลลัพธ์ของเหตุการณ์ดังกล่าวต่อเนื่องจนถึงปัจจุบัน

• -는데 : 뒤의 말을 하기 위하여 그 대상과 관련이 있는 상황을 미리 말함을 나타내는 연결 어미.
ก็...นะ ว่าแต่...
วิภัตติปัจจัยเชื่อมระหว่างประโยคที่แสดงการพูดสถานการณ์ที่เกี่ยวกับเป้าหมายนั้น ๆ ไว้ล่วงหน้าเพื่อที่จะพูดต่อเนื่อง

• **내용** (คำนาม) : 말, 글, 그림, 영화 등의 줄거리. 또는 그것들로 전하고자 하는 것.
เนื้อหา, เนื้อความ, เนื้อเรื่อง, สาระ, ความหมาย, ใจความสำคัญ, แก่นสาร, เนื้อหาสาระ
โครงเรื่องของคำพูด ข้อความ รูปภาพ ภาพยนตร์ หรือสิ่งที่จะถ่ายทอดด้วยสิ่งเหล่านั้น

• 이 : 어떤 상태나 상황의 대상이나 동작의 주체를 나타내는 조사.
ตัวชี้ประธาน
คำชี้ที่ใช้แสดงสิ่งที่อยู่ในสถานการณ์หรือสภาพใด ๆ หรือผู้ที่เป็นประธานของอากัปกริยา

• **엄청** (คำวิเศษณ์) : 양이나 정도가 아주 지나치게.
อย่างมากมาย, อย่างมหาศาล, อย่างมโหฬาร
จำนวนหรือปริมาณที่มีอย่างมากมายมหาศาล

• **슬프다** (คำคุณศัพท์) : 눈물이 날 만큼 마음이 아프고 괴롭다.
เศร้า, เศร้าโศก, เสียใจ
ปวดใจและทุกข์ทรมานใจจนน้ำตาจะไหล

• -다고 : 다른 사람에게서 들은 내용을 간접적으로 전달하거나 주어의 생각, 의견 등을 나타내는 표현.
กล่าวว่า...ครับ, กล่าวว่า...ค่ะ, พูดว่า...ครับ, พูดว่า...ค่ะ
สำนวนที่ใช้ถ่ายทอดเนื้อหาที่ได้ยินจากผู้อื่นให้เป็นลักษณะอ้อมหรือแสดงความคิดเห็น ความคิด เป็นต้น ของประธาน

• **그러다** (คำกริยา) : 그렇게 말하다.
พูดเช่นนั้น, พูดแบบนั้น, พูดอย่างนั้น
พูดอย่างนั้น

• -더라 : (아주낮춤으로) 말하는 이가 직접 경험하여 새롭게 알게 된 사실을 지금 전달함을 나타내는 종결 어미.
ทราบมาว่า..., รู้มาว่า..., ...เลยทีเดียว
(ใช้ในการลดระดับอย่างมากและเป็นทางการ)
วิภัตติปัจจัยลงท้ายประโยคที่แสดงการถ่ายทอดสิ่งที่ผู้พูดประสบมาโดยตรงจึงเพิ่งได้รู้ในขณะนี้

< 대화(สนทนา) > - 59

뭘 만들기에 이렇게 냄새가 좋아요?
뭘 만들기에 이러케 냄새가 조아요?
mwol mandeulgie ireoke naemsaega joayo?

지우가 입맛이 없다길래 이것저것 만드는 중이에요.
지우가 임마시 업따길래 이걷쩌걷 만드는 중이에요.
jiuga immasi eopdagillae igeotjeogeot mandeuneun jungieyo.

< 설명(การอธิบาย) / 번역(การแปล) >

뭐+를 만들+기에 이렇+게 냄새+가 좋+아요?
뭘

• **뭐** (สรรพนาม) : 모르는 사실이나 사물을 가리키는 말.
อะไร
คำที่บ่งชี้ถึงสิ่งหรือข้อเท็จจริงที่ไม่รู้

• 를 : 동작이 직접적으로 영향을 미치는 대상을 나타내는 조사.
ไม่พบคำแปล
คำชี้ที่แสดงเป้าหมายที่การกระทำส่งผลกระทบโดยตรง

• **만들다** (คำกริยา) : 힘과 기술을 써서 없던 것을 생기게 하다.
ทำ, ประดิษฐ์, สร้างสรรค์
ทำให้เกิดสิ่งที่ไม่เคยมีโดยใช้แรงและฝีมือ

• -기에 : 뒤에 오는 말의 원인이나 근거를 나타내는 연결 어미.
เพราะ..., เพราะว่า... , เป็นเพราะ..
วิภัตติปัจจัยเชื่อมระหว่างประโยคที่แสดงเหตุผลหรือสาเหตุของประโยคหลัง

• **이렇다** (คำคุณศัพท์) : 상태, 모양, 성질 등이 이와 같다.
เป็นอย่างนี้, อย่างที่บอก...
สภาพ รูปร่าง ลักษณะ เป็นต้น เหมือนกับเป็นอย่างนี้

• -게 : 앞의 말이 뒤에서 가리키는 일의 목적이나 결과, 방식, 정도 등이 됨을 나타내는 연결 어미.
อย่าง..., ให้...
วิภัตติปัจจัยเชื่อมระหว่างประโยคที่แสดงว่าคำพูดข้างหน้าชี้บอกระดับ วิธีการ ผลลัพธ์หรือวัตถุประสงค์ หรืออื่นๆ
ของสิ่งที่อยู่ในเนื้อหาข้างหลัง

- **냄새** (คำนาม) : 코로 맡을 수 있는 기운.
  กลิ่น
  ความรู้สึกที่สามารถใช้จมูกดมได้

- **가** : 어떤 상태나 상황에 놓인 대상이나 동작의 주체를 나타내는 조사.
  คำชี้ประธาน
  คำชี้ที่ใช้แสดงสิ่งที่อยู่ในสถานการณ์หรือสภาพใด ๆ หรือผู้ที่เป็นประธานของอากัปกริยา

- **좋다** (คำคุณศัพท์) : 어떤 일이나 대상이 마음에 들고 만족스럽다.
  ถูกใจ, ชอบใจ, พอใจ
  งานหรือสภาพใด ๆ ถูกใจและน่าพอใจ

- **-아요** : (두루높임으로) 어떤 사실을 서술하거나 질문, 명령, 권유함을 나타내는 종결 어미.
  วิภัตติปัจจัยลงท้ายประโยคที่ใช้ในการยกย่องโดยทั่วไป
  (ใช้ในการยกย่องอย่างไม่เป็นทางการ)
  วิภัตติปัจจัยลงท้ายประโยคที่แสดงการบอกเล่า การถาม การสั่ง หรือการชักชวนเรื่องใด ๆ <คำถาม>

지우+가 입맛+이 없+다길래 이것저것 <u>만들(만드)+[는 중이]</u>+에요.
만드는 중이에요

- **지우** (คำนาม) : ชื่อ

- **가** : 어떤 상태나 상황에 놓인 대상이나 동작의 주체를 나타내는 조사.
  คำชี้ประธาน
  คำชี้ที่ใช้แสดงสิ่งที่อยู่ในสถานการณ์หรือสภาพใด ๆ หรือผู้ที่เป็นประธานของอากัปกริยา

- **입맛** (คำนาม) : 음식을 먹을 때 입에서 느끼는 맛. 또는 음식을 먹고 싶은 욕구.
  รสชาติ, รสชาติอาหาร, ความอยากอาหาร
  รสชาติที่รับรู้ในปากเมื่อกินอาหาร หรือความอยากกินอาหาร

- **이** : 어떤 상태나 상황의 대상이나 동작의 주체를 나타내는 조사.
  ตัวชี้ประธาน
  คำชี้ที่ใช้แสดงสิ่งที่อยู่ในสถานการณ์หรือสภาพใด ๆ หรือผู้ที่เป็นประธานของอากัปกริยา

- **없다** (คำคุณศัพท์) : 어떤 사실이나 현상이 현실로 존재하지 않는 상태이다.
  ไม่มี, ไม่...
  ข้อเท็จจริงหรือปรากฏการณ์ใด ๆ อยู่ในสภาพที่ไม่มีในความเป็นจริง

- **-다길래** : 뒤 내용의 이유나 근거로 다른 사람에게 들은 사실을 말할 때 쓰는 표현.
  ได้ยินว่า...ก็เลย, เห็นว่า...ก็เลย...
  สำนวนที่ใช้กล่าวความจริงที่ได้ยินกับผู้อื่นโดยเป็นสาเหตุหรือเหตุผลของเนื้อหาที่ตามมาข้างหลัง

• **이것저것 (คำนาม)** : 분명하게 정해지지 않은 여러 가지 사물이나 일.

โน่นนี่, นั่นนี่, สิ่งโน้นสิ่งนี้, อย่างโน้นอย่างนี้

เรื่องหรือสิ่งของหลายชนิดที่ไม่ได้กำหนดอย่างชัดเจน

• **만들다 (คำกริยา)** : 힘과 기술을 써서 없던 것을 생기게 하다.

ทำ, ประดิษฐ์, สร้างสรรค์

ทำให้เกิดสิ่งที่ไม่เคยมีโดยใช้แรงและฝีมือ

• **–는 중이다** : 어떤 일이 진행되고 있음을 나타내는 표현.

กำลัง..., อยู่ในระหว่าง...

สำนวนที่แสดงว่าเรื่องใดๆกำลังดำเนินอยู่

• **–에요** : (두루높임으로) 어떤 사실을 서술하거나 질문함을 나타내는 종결 어미.

วิภัตติปัจจัยลงท้ายประโยคที่ใช้ในการยกย่องโดยทั่วไป

(ใช้ในการยกย่องอย่างไม่เป็นทางการ) วิภัตติปัจจัยลงท้ายประโยคที่แสดงการบอกเล่าหรือการถามถึงสิ่งใด ๆ <การพูดตามลำดับ>

< 대화(สนทนา) > - 60

설명서를 아무리 봐도 무슨 말인지 잘 모르겠죠?
설명서를 아무리 봐도 무슨 마린지 잘 모르겓쬬?
seolmyeongseoreul amuri bwado museun marinji jal moreugetjyo?

그래도 자꾸 읽다 보니 조금씩 이해가 되던걸요.
그래도 자꾸 익따 보니 조금씩 이해가 되던거료.
geuraedo jakku ikda boni jogeumssik ihaega doedeongeoryo.

< 설명(การอธิบาย) / 번역(การแปล) >

설명서+를 아무리 <u>보+아도</u> 무슨 <u>말+이+ㄴ지</u> 잘 모르+겠+죠?
봐도 말인지

• **설명서** (คำนาม) : 일이나 사물의 내용, 이유, 사용법 등을 설명한 글.
หนังสืออธิบาย, หนังสือคู่มือ, คู่มือ, คำอธิบาย
ข้อความอธิบายเกี่ยวกับเนื้อหา เหตุผล วิธีใช้ เป็นต้น ของสิ่งของหรือเรื่องราว

• 를 : 동작이 직접적으로 영향을 미치는 대상을 나타내는 조사.
ไม่พบคำแปล
คำชี้ที่แสดงเป้าหมายที่การกระทำส่งผลกระทบโดยตรง

• **아무리** (คำวิเศษณ์) : 비록 그렇다 하더라도.
ถึงแม้ว่า
ถึงแม้ว่าจะเป็นเช่นนั้นก็ตาม

• **보다** (คำกริยา) : 책이나 신문, 지도 등의 글자나 그림, 기호 등을 읽고 내용을 이해하다.
อ่าน, ดู
อ่านข้อความ ภาพ หรือสัญลักษณ์ เป็นต้น ของหนังสือ หนังสือพิมพ์ แผนที่ เป็นต้น และเข้าใจเนื้อหา

• -아도 : 앞에 오는 말을 가정하거나 인정하지만 뒤에 오는 말에는 관계가 없거나 영향을 끼치지 않음을 나타내는 연결 어미.
แม้ว่า..., ถึงแม้ว่า...
วิภัตติปัจจัยเชื่อมระหว่างประโยคที่แสดงการสมมุติหรือยอมรับคำพูดข้างหน้าแต่ไม่เกี่ยวข้องหรือไม่มีผลกระทบต่อคำพูดตามมาข้างหลัง

• **무슨** (คุณศัพท์) : 확실하지 않거나 잘 모르는 일, 대상, 물건 등을 물을 때 쓰는 말.
อะไร
คำที่ใช้ถามเหตุการณ์ เป้าหมายหรือสิ่งของ เป็นต้น ที่ไม่แน่ใจหรือไม่รู้

• **말** (คำนาม) : 단어나 구나 문장.
คำพูด, คำ, วลี, ถ้อยความ
คำศัพท์หรือวลีหรือประโยค

• 이다 : 주어가 지시하는 대상의 속성이나 부류를 지정하는 뜻을 나타내는 서술격 조사.
เป็น
คำชี้ภาคแสดงการกที่แสดงความหมายที่กำหนดประเภทหรือคุณสมบัติของเป้าหมายที่ประธานบ่งชี้

• -ㄴ지 : 뒤에 오는 말의 내용에 대한 막연한 이유나 판단을 나타내는 연결 어미.
...หรือไม่ จึง..., ...หรือเปล่า จึง...
วิภัตติปัจจัยเชื่อมระหว่างประโยคที่แสดงเหตุผลหรือการพิจารณาตัดสินที่ไม่ชัดเจนเกี่ยวกับเนื้อความในประโยคหลัง

• **잘** (คำวิเศษณ์) : 분명하고 정확하게.
อย่างแน่ใจ, อย่างชัดเจน, อย่างดี
อย่างแจ่มชัดและชัดเจน

• **모르다** (คำกริยา) : 사람이나 사물, 사실 등을 알지 못하거나 이해하지 못하다.
ไม่รู้จัก, ไม่รู้, ไม่ทราบ, ไม่เข้าใจ
ไม่รู้จักหรือไม่สามารถเข้าใจคน วัตถุ หรือข้อเท็จจริง เป็นต้น

• -겠- : 미래의 일이나 추측을 나타내는 어미.
น่าจะ..
วิภัตติปัจจัยที่แสดงเหตุการณ์หรือการคาดเดาในอนาคต

• -죠 : (두루높임으로) 말하는 사람이 듣는 사람에게 친근함을 나타내며 물을 때 쓰는 종결 어미.
...สิคะ(ครับ)
(ใช้ในการยกย่องอย่างไม่เป็นทางการ) วิภัตติปัจจัยลงท้ายประโยคเมื่อผู้พูดถามไปพร้อมกับการแสดงความสนิทสนมกับผู้ฟัง

그렇+어도 자꾸 읽+[다(가) 보]+니 조금씩 이해+가 되+던걸요.
그래도 읽다 보니

• **그렇다** (คำคุณศัพท์) : 상태, 모양, 성질 등이 그와 같다.
เป็นอย่างนั้น, เป็นเช่นนั้น, เป็นแบบนั้น
สภาพ รูปร่าง ลักษณะ เป็นต้น เหมือนดังเช่นนั้น

• -어도 : 앞에 오는 말을 가정하거나 인정하지만 뒤에 오는 말에는 관계가 없거나 영향을 끼치지 않음을 나타내는 연결 어미.
แม้ว่า..., ถึงแม้ว่า...
วิภัตติปัจจัยเชื่อมระหว่างประโยคที่แสดงการสมมุติหรือยอมรับคำพูดข้างหน้าแต่ไม่เกี่ยวข้องหรือไม่มีผลกระทบต่อคำพูดตามมาข้างหลัง

• **자꾸** (คำวิเศษณ์) : 여러 번 계속하여.
เป็นประจำ, เสมอ ๆ, บ่อย ๆ
ต่อเนื่องหลาย ๆ ครั้ง

• **읽다** (คำกริยา) : 글을 보고 뜻을 알다.
อ่าน
ดูหนังสือแล้วรู้ความหมาย

• -다가 보다 : 앞에 오는 말이 나타내는 행동을 하는 과정에서 뒤에 오는 말이 나타내는 사실을 새로 깨닫게 됨을 나타내는 표현.
เมื่อได้...จึงได้รู้ว่า..., เมื่อได้ลอง...จึงได้รู้ว่า, หลังจาก...จึงได้รู้ว่า...
สำนวนที่แสดงถึงการได้รู้ข้อเท็จจริงอันใหม่ที่คำพูดตามมาข้างหลังแสดงไว้
ในระหว่างกระบวนการทำการกระทำที่คำพูดข้างหน้าแสดงไว้

• -니 : 뒤에 오는 말에 대하여 앞에 오는 말이 원인이나 근거, 전제가 됨을 나타내는 연결 어미.
เพราะ..., เพราะว่า...
วิภัตติปัจจัยเชื่อมระหว่างประโยคที่แสดงว่าคำพูดในประโยคหน้าเป็นเหตุผล สาเหตุหรือเงื่อนไขเกี่ยวกับคำพูดในประโยคหลัง

• **조금씩** (คำวิเศษณ์) : 적은 정도로 계속해서.
ทีละน้อย, ทีละนิด
ต่อเนื่องไปเรื่อย ๆ ในระดับน้อย

• **이해** (คำนาม) : 무엇이 어떤 것인지를 앎. 또는 무엇이 어떤 것이라고 받아들임.
ความเข้าใจ, การรู้
ความตระหนักรู้ว่าอะไรเป็นสิ่งใด หรือการยอมรับว่าอะไรเป็นสิ่งใด

• 가 : 어떤 상태나 상황에 놓인 대상이나 동작의 주체를 나타내는 조사.
คำชี้ประธาน
คำชี้ที่ใช้แสดงสิ่งที่อยู่ในสถานการณ์หรือสภาพใด ๆ หรือผู้ที่เป็นประธานของอากัปกริยา

• **되다** (คำกริยา) : 어떠한 심리적인 상태에 있다.
เป็น(ห่วง, กังวล, สิ่งปลอบใจ), วาง(ใจ)
อยู่ในสภาพทางจิตใจใด ๆ

• -던걸요 : (두루높임으로) 과거의 사실에 대한 자기 생각이나 주장을 설명하듯 말하거나 그 근거를 댈 때 쓰는 표현.
เห็น...นะคะ(ครับ)
(ใช้ในการยกย่องอย่างไม่เป็นทางการ)
สำนวนที่ใช้เมื่อบอกจุดยืนหรือความคิดของตนเองเกี่ยวกับเรื่องในอดีตเชิงอธิบายหรือใช้เป็นเหตุผลประกอบ

< 대화(สนทนา) > - 61

저는 이번에 개봉한 영화가 재미있던데요.
저는 이버네 개봉한 영화가 재미읻떤데요.
jeoneun ibeone gaebonghan yeonghwaga jaemiitdeondeyo.

그래도 원작이 더 재미있지 않나요?
그래도 원자기 더 재미읻찌 안나요?
geuraedo wonjagi deo jaemiitji annayo?

< 설명(การอธิบาย) / 번역(การแปล) >

저+는 이번+에 개봉하+ㄴ 영화+가 재미있+던데요.
개봉한

• **저** (สรรพนาม) : 말하는 사람이 듣는 사람에게 자신을 낮추어 가리키는 말.
ดิฉัน, ผม, กระผม
คำที่ผู้พูดบ่งชี้ตนเองโดยลดฐานะให้ต่ำลงต่อผู้ฟัง

• 는 : 문장 속에서 어떤 대상이 화제임을 나타내는 조사.
...นั้น
คำชี้ที่แสดงว่าเป้าหมายใดๆเป็นหัวเรื่องในประโยค

• **이번** (คำนาม) : 곧 돌아올 차례. 또는 막 지나간 차례.
ครั้งนี้, คราวนี้, หนนี้
ลำดับที่กำลังจะมาถึง หรือลำดับที่เพิ่งผ่านพ้นไป

• 에 : 앞말이 시간이나 때임을 나타내는 조사.
ตอน...
คำชี้ที่แสดงว่าคำพูดข้างหน้าเป็นเวลาหรือช่วงเวลา

• **개봉하다** (คำกริยา) : 새 영화를 처음으로 상영하다.
ฉายครั้งแรก
ฉายภาพยนตร์ใหม่เป็นครั้งแรก

• -ㄴ : 앞의 말이 관형어의 기능을 하게 만들고 사건이나 동작이 완료되어 그 상태가 유지되고 있음을 나타내는 어미.
ที่..., ...อยู่
วิภัตติปัจจัยที่แสดงการที่ทำให้คำพูดข้างหน้าทำหน้าที่เป็นคุณศัพท์ขยายนามและเหตุการณ์หรืออากัปกิริยานั้นเสร็จสิ้นไปแล้วและยังคงสภาพดังกล่าวอย่างต่อเนื่องอยู่

• **영화** (คำนาม) : 일정한 의미를 갖고 움직이는 대상을 촬영하여 영사기로 영사막에 비추어서 보게 하는 종합 예술.
ภาพยนตร์, หนัง
ศิลปะการผสมผสานที่ทำให้เห็นภาพซึ่งถ่ายทำเป้าหมายที่เคลื่อนไหวและมีความหมายที่กำหนดไว้โดยการใช้เครื่องฉายหนังฉายเรื่องราวไปบนจอ

• 가 : 어떤 상태나 상황에 놓인 대상이나 동작의 주체를 나타내는 조사.
คำชี้ประธาน
คำชี้ที่ใช้แสดงสิ่งที่อยู่ในสถานการณ์หรือสภาพใด ๆ หรือผู้ที่เป็นประธานของอากัปกริยา

• **재미있다** (คำคุณศัพท์) : 즐겁고 유쾌한 느낌이 있다.
สนุก, สนุกสนาน, เพลิดเพลิน
มีความรู้สึกเพลิดเพลินและมีความสุข

• -던데요 : (두루높임으로) 과거에 직접 경험한 사실을 전달하여 듣는 사람의 반응을 기대함을 나타내는 표현.
ว่า...นะคะ(ครับ)
(ใช้ในการยกย่องอย่างไม่เป็นทางการ) สำนวนที่ใช้ถ่ายทอดเรื่องที่ประสบมาโดยตรงในอดีตโดยคาดหวังปฏิกิริยาของผู้ฟัง

그렇+어도 원작+이 더 재미있+[지 않]+나요?
그래도

• **그렇다** (คำคุณศัพท์) : 상태, 모양, 성질 등이 그와 같다.
เป็นอย่างนั้น, เป็นเช่นนั้น, เป็นแบบนั้น
สภาพ รูปร่าง ลักษณะ เป็นต้น เหมือนดังเช่นนั้น

• -어도 : 앞에 오는 말을 가정하거나 인정하지만 뒤에 오는 말에는 관계가 없거나 영향을 끼치지 않음을 나타내는 연결 어미.
แม้ว่า..., ถึงแม้ว่า...
วิภัตติปัจจัยเชื่อมระหว่างประโยคที่แสดงการสมมุติหรือยอมรับคำพูดข้างหน้าแต่ไม่เกี่ยวข้องหรือไม่มีผลกระทบต่อคำพูดตามมาข้างหลัง

• **원작** (คำนาม) : 연극이나 영화의 대본으로 만들거나 다른 나라 말로 고치기 전의 원래 작품.
ต้นฉบับ, เรื่องเดิม, บทเดิม
ผลงานเดิมก่อนที่จะแก้เป็นภาษาต่างประเทศอื่น ๆ หรือทำบทภาพยนตร์หรือบทละคร

- 이 : 어떤 상태나 상황의 대상이나 동작의 주체를 나타내는 조사.

  ตัวชี้ประธาน

  คำชี้ที่ใช้แสดงสิ่งที่อยู่ในสถานการณ์หรือสภาพใด ๆ หรือผู้ที่เป็นประธานของอากัปกริยา

- 더 (คำวิเศษณ์) : 비교의 대상이나 어떤 기준보다 정도가 크게. 그 이상으로.

  กว่า

  ที่มีระดับมากหรือสูงกว่ามาตรฐานใด ๆ หรือสิ่งที่เปรียบเทียบ

- 재미있다 (คำคุณศัพท์) : 즐겁고 유쾌한 느낌이 있다.

  สนุก, สนุกสนาน, เพลิดเพลิน

  มีความรู้สึกเพลิดเพลินและมีความสุข

- -지 않다 : 앞의 말이 나타내는 행위나 상태를 부정하는 뜻을 나타내는 표현.

  ไม่...

  สำนวนที่ใช้แสดงความหมายปฏิเสธการกระทำหรือสภาพที่ปรากฏในคำพูดข้างหน้า

- -나요 : (두루높임으로) 앞의 내용에 대해 상대방에게 물어볼 때 쓰는 표현.

  ...หรือครับ(คะ), ...ไหมครับ(คะ)

  (ใช้ในการยกย่องอย่างไม่เป็นทางการ) สำนวนที่ใช้เมื่อถามฝ่ายตรงข้ามเกี่ยวกับเนื้อหาข้างหน้า

< 대화(สนทนา) > - 62

이 집 강아지가 밤마다 너무 짖어서 저희가 잠을 잘 못 자요.
이 집 강아지가 밤마다 너무 지저서 저히가 자믈 잘 몯 자요.
i jip gangajiga bammada neomu jijeoseo jeohiga jameul jal mot jayo.

정말 죄송합니다. 못 짖도록 하는데도 그게 쉽지가 않네요.
정말 죄송함니다. 몯 짇또록 하는데도 그게 쉽찌가 안네요.
jeongmal joesonghamnida. mot jitdorok haneundedo geuge swipjiga anneyo.

< 설명(การอธิบาย) / 번역(การแปล) >

이 집 강아지+가 밤+마다 너무 짖+어서 저희+가 잠+을 잘 못 자+(아)요.
자요

• **이** (คุณศัพท์) : 말하는 사람에게 가까이 있거나 말하는 사람이 생각하고 있는 대상을 가리킬 때 쓰는 말.
นี่
คำที่ใช้ตอนที่บ่งชี้สิ่งที่ผู้พูดกำลังคิดอยู่หรือสิ่งที่อยู่ใกล้กับผู้พูด

• **집** (คำนาม) : 사람이나 동물이 추위나 더위 등을 막고 그 속에 들어 살기 위해 지은 건물.
บ้าน, ที่อยู่อาศัย
อาคารที่สร้างขึ้นเพื่อคนหรือสัตว์ป้องกันความหนาวหรือความร้อน เป็นต้น และอยู่อาศัยได้ภายในนั้น

• **강아지** (คำนาม) : 개의 새끼.
ลูกสุนัข, ลูกหมา
ลูกสุนัข

• 가 : 어떤 상태나 상황에 놓인 대상이나 동작의 주체를 나타내는 조사.
คำชี้ประธาน
คำชี้ที่ใช้แสดงสิ่งที่อยู่ในสถานการณ์หรือสภาพใด ๆ หรือผู้ที่เป็นประธานของอากัปกริยา

• **밤** (คำนาม) : 해가 진 후부터 다음 날 해가 뜨기 전까지의 어두운 동안.
กลางคืน
ช่วงเวลามืดตั้งแต่หลังพระอาทิตย์ตกจนก่อนพระอาทิตย์ขึ้นในวันถัดไป

• 마다 : 하나하나 빠짐없이 모두의 뜻을 나타내는 조사.
ทุก ๆ, แต่ละ
คำชี้ที่แสดงความหมายทั้งหมดอย่างไม่ตกหล่นสักอย่าง

• **너무** (คำวิเศษณ์) : 일정한 정도나 한계를 훨씬 넘어선 상태로.
เกินไป, มากเกินไป, เหลือเกิน
ด้วยสภาพที่เกินระดับหรือขอบเขตที่กำหนดเป็นอย่างมาก

• **짖다** (คำกริยา) : 개가 크게 소리를 내다.
(สุนัข)เห่า
สุนัขส่งเสียงออกมาอย่างดัง

• -어서 : 이유나 근거를 나타내는 연결 어미.
เพราะ...จึง...
วิภัตติปัจจัยเชื่อมระหว่างประโยคที่แสดงเหตุผลหรือสาเหตุ

• **저희** (สรรพนาม) : 말하는 사람이 자기보다 높은 사람에게 자기를 포함한 여러 사람들을 가리키는 말.
พวกเรา, พวกกระผม, พวกดิฉัน
คำที่บ่งชี้คนหลายคนแก่คนที่อยู่เหนือกว่าตนซึ่งรวมตัวเองเข้าไปด้วย

• 가 : 어떤 상태나 상황에 놓인 대상이나 동작의 주체를 나타내는 조사.
คำชี้ประธาน
คำชี้ที่ใช้แสดงสิ่งที่อยู่ในสถานการณ์หรือสภาพใด ๆ หรือผู้ที่เป็นประธานของอาการกริยา

• **잠** (คำนาม) : 눈을 감고 몸과 정신의 활동을 멈추고 한동안 쉬는 상태.
การหลับ, การนอนหลับ, การพักผ่อนชั่วครู่
สภาพที่พักผ่อนชั่วขณะ หลับตาและหยุดทำกิจกรรมใด ๆ ทั้งร่างกายจิตใจ

• 을 : 서술어의 명사형 목적어임을 나타내는 조사.
ไม่พบคำแปล
คำชี้ที่แสดงการเป็นกรรมในรูปคำนามของภาคแสดง

• **잘** (คำวิเศษณ์) : 충분히 만족스럽게.
อย่างดี, อย่างสนุกสนาน, อย่างเอร็ดอร่อย, อย่างปลอดภัย, อย่างเต็มที่
อย่างพออกพอใจเป็นอย่างมาก

• **못** (คำวิเศษณ์) : 동사가 나타내는 동작을 할 수 없게.
...ไม่ได้, ทำไม่ได้
กริยาไม่สามามารถแสดงการเคลื่อนไหวได้

• **자다** (คำกริยา) : 눈을 감고 몸과 정신의 활동을 멈추고 한동안 쉬는 상태가 되다.
นอน, นอนหลับ
อยู่ในสภาพที่หลับตา หยุดทำกิจกรรมทางด้านร่างกายและจิตใจ และพักผ่อนเป็นระยะเวลาหนึ่ง

• -아요 : (두루높임으로) 어떤 사실을 서술하거나 질문, 명령, 권유함을 나타내는 종결 어미.
วิภัตติปัจจัยลงท้ายประโยคที่ใช้ในการยกย่องโดยทั่วไป
(ใช้ในการยกย่องอย่างไม่เป็นทางการ)
วิภัตติปัจจัยลงท้ายประโยคที่แสดงการบอกเล่า การถาม การสั่ง หรือการชักชวนเรื่องใด ๆ <การพูดตามลำดับ>

정말 <u>죄송하+ㅂ니다</u>.
　　　죄송합니다

못 짖+[도록 하]+는데도 <u>그것(그거)+이</u> 쉽+[지+가 않]+네요.
　　　　　　　　　　그게

- **정말** (คำวิเศษณ์) : 거짓이 없이 진짜로.
  จริง ๆ, แท้จริง, อย่างแท้จริง, แน่แท้
  โดยความเป็นจริงอย่างไม่มีข้อเท็จ

- **죄송하다** (คำคุณศัพท์) : 죄를 지은 것처럼 몹시 미안하다.
  ขอโทษ, ขออภัย, รู้สึกผิด, รู้สึกขอโทษในสิ่งที่ทำ
  ขอโทษเป็นอย่างมากราวกับได้ทำความผิดลงไป

- **-ㅂ니다** : (아주높임으로) 현재의 동작이나 상태, 사실을 정중하게 설명함을 나타내는 종결 어미.
  ...ครับ(ค่ะ)
  (ใช้ในการยกย่องอย่างมากและเป็นทางการ)วิภัตติปัจจัยลงท้ายประโยคที่แสดงการอธิบายถึงอากัปกิริยา สภาพ
  หรือข้อเท็จจริงใด ๆ ในปัจจุบันอย่างสุภาพเรียบร้อย

- **못** (คำวิเศษณ์) : 동사가 나타내는 동작을 할 수 없게.
  ...ไม่ได้, ทำไม่ได้
  กริยาไม่สามามารถแสดงการเคลื่อนไหวได้

- **짖다** (คำกริยา) : 개가 크게 소리를 내다.
  (สุนัข)เห่า
  สุนัขส่งเสียงออกมาอย่างดัง

- **-도록 하다** : 남에게 어떤 행동을 하도록 시키거나 물건이 어떤 작동을 하게 만듦을 나타내는 표현.
  บอกให้...
  สำนวนที่แสดงการสั่งให้ผู้อื่นทำการกระทำใด ๆ หรือทำให้สิ่งของเคลื่อนไหวทำงานใด ๆ

- **-는데도** : 앞에 오는 말이 나타내는 상황에 상관없이 뒤에 오는 말이 나타내는 상황이 일어남을 나타내는 표현.
  แม้ว่า...ก็..., ถึงจะ..ก็..., ทั้งๆ ที่..ก็...
  สำนวนที่แสดงว่าสถานการณ์ที่คำพูดที่ตามมาข้างหลังแสดงไว้ได้เกิดขึ้นโดยไม่เกี่ยวข้องกับสถานการณ์ที่คำพูดข้างหน้าแสดงไว้

- **그것** (สรรพนาม) : 앞에서 이미 이야기한 대상을 가리키는 말.
  เรื่องนั้น, อันนั้น, สิ่งนั้น
  คำที่บ่งชี้ถึงเป้าหมายที่พูดถึงแล้วในก่อนหน้า

• 이 : 어떤 상태나 상황의 대상이나 동작의 주체를 나타내는 조사.
ตัวชี้ประธาน
คำชี้ที่ใช้แสดงสิ่งที่อยู่ในสถานการณ์หรือสภาพใด ๆ หรือผู้ที่เป็นประธานของอากัปกริยา

• **쉽다 (คำคุณศัพท์)** : 하기에 힘들거나 어렵지 않다.
ง่าย, ไม่ยาก, ธรรมดา, ไม่ยุ่งยาก
ไม่ยากหรือไม่ลำบากในการทำ

• -지 않다 : 앞의 말이 나타내는 행위나 상태를 부정하는 뜻을 나타내는 표현.
ไม่...
สำนวนที่ใช้แสดงความหมายปฏิเสธการกระทำหรือสภาพที่ปรากฏในคำพูดข้างหน้า

• 가 : 앞의 말을 강조하는 뜻을 나타내는 조사.
คำเน้นย้ำคำในประโยค
คำชี้ที่ใช้แสดงความหมายที่เน้นย้ำคำข้างหน้า

• -네요 : (두루높임으로) 말하는 사람이 직접 경험하여 새롭게 알게 된 사실에 대해 감탄함을 나타낼 때 쓰는 표현.
...จังค่ะ(ครับ)
(ใช้ในการยกย่องอย่างไม่เป็นทางการ) สำนวนที่ใช้เมื่อแสดงการอุทานเกี่ยวกับสิ่งที่ผู้พูดเพิ่งรู้เมื่อได้ประสบด้วยตนเอง

< 대화(สนทนา) > - 63

메일 보냈습니다. 확인 좀 부탁 드립니다.
메일 보낻씀니다. 화긴 좀 부탁 드림니다.
meil bonaetseumnida. hwagin jom butak deurimnida.

네. 보내 주신 자료를 검토하고 다시 연락 드리도록 하겠습니다.
네. 보내 주신 자료를 검토하고 다시 열락 드리도록 하겓씀니다.
ne. bonae jusin jaryoreul geomtohago dasi yeollak deuridorok hagetseumnida.

< 설명(การอธิบาย) / 번역(การแปล) >

메일 <u>보내+었+습니다</u>.
보냈습니다

확인 좀 부탁 <u>드리+ㅂ니다</u>.
드립니다

• **메일** (คำนาม) : 인터넷이나 통신망으로 주고받는 편지.
อีเมล, ไปรษณีย์อิเล็กทรอนิกส์
จดหมายที่รับและส่งโดยผ่านทางเครือข่ายสื่อสารหรืออินเทอร์เน็ต

• **보내다** (คำกริยา) : 내용이 전달되게 하다.
ส่ง(ข้อความ, ข่าว)
ทำให้เนื้อหาส่งต่อไป

• -었- : 어떤 사건이 과거에 완료되었거나 그 사건의 결과가 현재까지 지속되는 상황을 나타내는 어미.
...แล้ว
วิภัตติปัจจัยที่แสดงว่าเหตุการณ์ใดๆเสร็จสมบูรณ์ไปแล้วในอดีตหรือแสดงสถานการณ์ที่ผลลัพธ์ของเหตุการณ์ดังกล่าวต่อเนื่องจนถึงปัจจุบัน

• -습니다 : (아주높임으로) 현재의 동작이나 상태, 사실을 정중하게 설명함을 나타내는 종결 어미.
วิภัตติปัจจัยลงท้ายประโยคบอกเล่าที่ใช้ในระดับภาษาที่สุภาพมาก
(ใช้ในการยกย่องอย่างมากและเป็นทางการ)วิภัตติปัจจัยลงท้ายประโยคที่แสดงการอธิบายถึงอากัปกิริยา สภาพ หรือข้อเท็จจริงใดๆ ในปัจจุบันอย่างสุภาพนอบน้อม

• **확인** (คำนาม) : 틀림없이 그러한지를 알아보거나 인정함.
การยืนยัน, การรับรอง, การตรวจสอบ
การรับรองหรือยอมรับว่าเป็นเช่นนั้นอย่างไม่มีข้อผิดพลาดใด ๆ

• **좀** (คำวิเศษณ์) : 주로 부탁이나 동의를 구할 때 부드러운 느낌을 주기 위해 넣는 말.
ขอ...หน่อย, ...หน่อย
คำพูดที่ใส่เพื่อให้ความรู้สึกนิ่มนวลส่วนใหญ่ใช้ในตอนที่ขอความเห็นด้วยหรือขอร้อง

• **부탁** (คำนาม) : 어떤 일을 해 달라고 하거나 맡김.
การขอร้อง, การร้องขอ, การบกวน
การขอร้องหรือฝากให้ช่วยงานบางอย่าง

• **드리다** (คำกริยา) : 윗사람에게 어떤 말을 하거나 인사를 하다.
ให้, กล่าว, คำนับ
พูดคำพูดบางอย่างหรือทักทายแก่ผู้ใหญ่

• -ㅂ니다 : (아주높임으로) 현재의 동작이나 상태, 사실을 정중하게 설명함을 나타내는 종결 어미.
...ครับ(ค่ะ)
(ใช้ในการยกย่องอย่างมากและเป็นทางการ)วิภัตติปัจจัยลงท้ายประโยคที่แสดงการอธิบายถึงอากัปกิริยา สภาพ
หรือข้อเท็จจริงใด ๆ ในปัจจุบันอย่างสุภาพเรียบร้อย

네.

<u>보내+[(어) 주]+시+ㄴ</u> 자료+를 검토하+고 다시 연락 드리+[도록 하]+겠+습니다.

보내 주신

• **네** (คำอุทาน) : 윗사람의 물음이나 명령 등에 긍정하여 대답할 때 쓰는 말.
ค่ะ, ครับ
คำตอบรับเมื่อผู้ใหญ่ถามหรือสั่งให้ทำ

• **보내다** (คำกริยา) : 내용이 전달되게 하다.
ส่ง(ข้อความ, ข่าว)
ทำให้เนื้อหาส่งต่อไป

• -어 주다 : 남을 위해 앞의 말이 나타내는 행동을 함을 나타내는 표현.
ช่วย..., ช่วย...ให้
สำนวนที่แสดงว่าทำการกระทำที่ปรากฏในคำพูดข้างหน้าเพื่อผู้อื่น

• -시- : 어떤 동작이나 상태의 주체를 높이는 뜻을 나타내는 어미.
วิภัตติปัจจัยที่แสดงการยกย่องประธานในประโยค
วิภัตติปัจจัยที่ใช้แสดงความหมายซึ่งยกย่องประธานของอากัปกิริยาหรือสภาพใด ๆ

• -ㄴ : 앞의 말이 관형어의 기능을 하게 만들고 사건이나 동작이 완료되어 그 상태가 유지되고 있음을 나타내는 어미.
ที่..., ...อยู่
วิภัตติปัจจัยที่แสดงการที่ทำให้คำพูดข้างหน้าทำหน้าที่เป็นคุณศัพท์ขยายนามและเหตุการณ์หรืออากัปกิริยานั้นเสร็จสิ้นไปแล้วและยังคงสภาพดังกล่าวอย่างต่อเนื่องอยู่

• **자료** (คำนาม) : 연구나 조사를 하는 데 기본이 되는 재료.
ข้อมูล
ข้อมูลที่เป็นพื้นฐานในการวิจัยค้นคว้าหรือสำรวจ

• 를 : 동작이 직접적으로 영향을 미치는 대상을 나타내는 조사.
ไม่พบคำแปล
คำชี้ที่แสดงเป้าหมายที่การกระทำส่งผลกระทบโดยตรง

• **검토하다** (คำกริยา) : 어떤 사실이나 내용을 자세히 따져서 조사하고 분석하다.
ตรวจ, ตรวจสอบ, ตรวจทาน
ตรวจสอบและวิเคราะห์ข้อเท็จจริงหรือเนื้อหาใด ๆโดยค้นอย่างละเอียด

• -고 : 앞의 말과 뒤의 말이 차례대로 일어남을 나타내는 연결 어미.
...แล้ว...
วิภัตติปัจจัยเชื่อมระหว่างประโยคที่แสดงการเกิดคำพูดในประโยคหน้าและประโยคหลังตามลำดับ

• **다시** (คำวิเศษณ์) : 다음에 또.
อีก, ใหม่
อีกครั้งในภายหลัง

• **연락** (คำนาม) : 어떤 사실을 전하여 알림.
การติดต่อ, การติดต่อสื่อสาร, การไปมาหาสู่
การบอกแสดงแจ้งข้อเท็จจริงใด ๆ

• **드리다** (คำกริยา) : 윗사람에게 어떤 말을 하거나 인사를 하다.
ให้, กล่าว, คำนับ
พูดคำพูดบางอย่างหรือทักทายแก่ผู้ใหญ่

• -도록 하다 : 말하는 사람이 어떤 행위를 할 것이라는 의지나 다짐을 나타내는 표현.
จะ, ตั้งใจว่า
สำนวนที่แสดงความตั้งใจหรือความมุ่งมั่นของผู้พูดว่าจะกระทำสิ่งใด ๆ

• -겠- : 완곡하게 말하는 태도를 나타내는 어미.
จะ...
วิภัตติปัจจัยที่แสดงท่าทีที่พูดอย่างนุ่มนวล

• -습니다 : (아주높임으로) 현재의 동작이나 상태, 사실을 정중하게 설명함을 나타내는 종결 어미.
วิภัตติปัจจัยลงท้ายประโยคบอกเล่าที่ใช้ในระดับภาษาที่สุภาพมาก
(ใช้ในการยกย่องอย่างมากและเป็นทางการ)วิภัตติปัจจัยลงท้ายประโยคที่แสดงการอธิบายถึงอากัปกิริยา   สภาพ   หรือข้อเท็จจริงใด
ๆ ในปัจจุบันอย่างสุภาพนอบน้อม

< 대화(สนทนา) > - 64

이제 아홉 신데 벌써 자려고?
이제 아홉 신데 벌써 자려고?
ije ahop sinde beolsseo jaryeogo?

시험 기간에 도서관 자리 잡기가 어려워서 내일 일찍 일어나려고요.
시험 기가네 도서관 자리 잡끼가 어려워서 내일 일찍 이러나려고요.
siheom gigane doseogwan jari japgiga eoryeowoseo naeil iljjik ireonaryeogoyo.

< 설명(การอธิบาย) / 번역(การแปล) >

이제 아홉 시+(이)+ㄴ데 벌써 자+려고?
신데

- **이제** (คำวิเศษณ์) : 말하고 있는 바로 이때에.
  ตอนนี้, ขณะนี้
  ตอนนี้ในขณะที่พูด

- **아홉** (คุณศัพท์) : 여덟에 하나를 더한 수의.
  9, เก้า, เลขเก้า, จำนวนเก้า
  ที่เป็นจำนวนแปดบวกหนึ่ง

- **시** (คำนาม) : 하루를 스물넷으로 나누었을 때 그 하나를 나타내는 시간의 단위.
  โมง, นาฬิกา(หน่วยวัดเวลา)
  หน่วยของเวลาที่แสดงหนึ่งเวลาเมื่อแบ่งหนึ่งวันให้เป็นยี่สิบสี่ชั่วโมง

- **이다** : 주어가 지시하는 대상의 속성이나 부류를 지정하는 뜻을 나타내는 서술격 조사.
  เป็น
  คำชี้ภาคแสดงการกที่แสดงความหมายที่กำหนดประเภทหรือคุณสมบัติของเป้าหมายที่ประธานบ่งชี้

- **-ㄴ데** : 뒤의 말을 하기 위하여 그 대상과 관련이 있는 상황을 미리 말함을 나타내는 연결 어미.
  ก็...นะ ว่าแต่..., ก็...นะ แต่...
  วิภัตติปัจจัยเชื่อมระหว่างประโยคที่แสดงการพูดบอกสถานการณ์ที่เกี่ยวข้องกับเรื่องที่จะพูดข้างหลังไว้ล่วงหน้าเพื่อที่จะพูดถึงเรื่องดังกล่าวข้างหลัง

- **벌써** (คำวิเศษณ์) : 생각보다 빠르게.
  ก่อนแล้ว, เรียบร้อยแล้ว
  อย่างเร็ววกว่าที่คิด

- **자다** (คำกริยา) : 눈을 감고 몸과 정신의 활동을 멈추고 한동안 쉬는 상태가 되다.

  นอน, นอนหลับ

  อยู่ในสภาพที่หลับตา หยุดทำกิจกรรมทางด้านร่างกายและจิตใจ และพักผ่อนเป็นระยะเวลาหนึ่ง

- **-려고** : (두루낮춤으로) 어떤 주어진 상황에 대하여 의심이나 반문을 나타내는 종결 어미.

  ตั้งใจที่จะ...หรือ, อยากที่จะ...หรือ

  (ใช้ในการลดระดับอย่างไม่เป็นทางการ) วิภัตติปัจจัยลงท้ายประโยคที่แสดงความสงสัยหรือย้อนถามเกี่ยวกับสถานการณ์ใด ๆ ที่ให้มา

시험 기간+에 도서관 자리 잡+기+가 <u>어렵(어려우)+어서</u>
어려워서

내일 일찍 일어나+려고요.

- **시험** (คำนาม) : 문제, 질문, 실제의 행동 등의 일정한 절차에 따라 지식이나 능력을 검사하고 평가하는 일.

  การสอบ

  การประเมินและตรวจสอบความรู้หรือความสามารถตามกระบวนการที่ได้กำหนดคำถาม ปัญหา หรือการกระทำจริง เป็นต้น

- **기간** (คำนาม) : 어느 일정한 때부터 다른 일정한 때까지의 동안.

  ระยะเวลา, ช่วงเวลา, เวลา, ช่วง, ระหว่าง

  ในระหว่างช่วงเวลาที่กำหนดไว้หนึ่ง ๆ จนถึงอีกช่วงเวลาหนึ่งที่กำหนดไว้

- **에** : 앞말이 시간이나 때임을 나타내는 조사.

  ตอน...

  คำชี้ที่แสดงว่าคำพูดข้างหน้าเป็นเวลาหรือช่วงเวลา

- **도서관** (คำนาม) : 책과 자료 등을 많이 모아 두고 사람들이 빌려 읽거나 공부를 할 수 있게 마련한 시설.

  หอสมุด, ห้องสมุด

  สถานที่อำนวยความสะดวกที่จัดไว้ให้ผู้คนสามารถเรียนหรือยืมหนังสืออ่านได้ ซึ่งรวบรวมเอกสารหรือหนังสือไว้เป็นจำนวนมาก

- **자리** (คำนาม) : 사람이 앉을 수 있도록 만들어 놓은 곳.

  ที่, ตำแหน่ง

  สถานที่ที่ทำไว้เพื่อให้คนสามารถนั่งได้

- **잡다** (คำกริยา) : 자리, 방향, 시기 등을 정하다.

  เลือก, กำหนด, จอง

  กำหนดตำแหน่งที่ตั้ง ทิศทาง ช่วงเวลา เป็นต้น

- -기 : 앞의 말이 명사의 기능을 하게 하는 어미.
  การ...
  วิภัตติปัจจัยที่ทำให้คำข้างหน้ามีหน้าที่เป็นคำนาม

- 가 : 어떤 상태나 상황에 놓인 대상이나 동작의 주체를 나타내는 조사.
  คำชี้ประธาน
  คำชี้ที่ใช้แสดงสิ่งที่อยู่ในสถานการณ์หรือสภาพใด ๆ หรือผู้ที่เป็นประธานของอากัปกริยา

- **어렵다** (คำคุณศัพท์) : 하기가 복잡하거나 힘이 들다.
  ยาก, ลำบาก
  ยุ่งวุ่นวายหรือใช้แรงมากที่จะทำ

- -어서 : 이유나 근거를 나타내는 연결 어미.
  เพราะ..จึง...
  วิภัตติปัจจัยเชื่อมระหว่างประโยคที่แสดงเหตุผลหรือสาเหตุ

- **내일** (คำวิเศษณ์) : 오늘의 다음 날에.
  พรุ่งนี้, วันพรุ่งนี้, ในวันพรุ่งนี้
  วันถัดไปของวันนี้

- **일찍** (คำวิเศษณ์) : 정해진 시간보다 빠르게.
  เร็ว
  ก่อนเวลาที่กำหนด

- **일어나다** (คำกริยา) : 잠에서 깨어나다.
  ตื่น, ตื่นนอน
  ตื่นขึ้นจากการนอนหลับ

- -려고요 : (두루높임으로) 어떤 행동을 할 의도나 욕망을 가지고 있음을 나타내는 표현.
  ตั้งใจว่าจะ.., อยากที่จะ.., ว่าจะ..
  (ใช้ในการยกย่องอย่างไม่เป็นทางการ) สำนวนที่ใช้แสดงว่ามีเจตนาหรือความปรารถนาที่จะทำการกระทำใด ๆ

< 대화(สนทนา) > - 65

나 지금 마트에 가려고 하는데 혹시 필요한 거 있니?
나 지금 마트에 가려고 하는데 혹씨 피료한 거 인니?
na jigeum mateue garyeogo haneunde hoksi piryohan geo inni?

그럼 오는 길에 휴지 좀 사다 줄래?
그럼 오는 기레 휴지 좀 사다 줄래?
geureom oneun gire hyuji jom sada jullae?

< 설명(การอธิบาย) / 번역(การแปล) >

나 지금 마트+에 가+[려고 하]+는데 혹시 필요하+[ㄴ 것(거)] 있+니?
필요한 거

• **나** (สรรพนาม) : 말하는 사람이 친구나 아랫사람에게 자기를 가리키는 말.
ฉัน
คำที่คนพูดใช้เรียกตนเองต่อเพื่อนหรือคนที่อายุน้อยกว่า

• **지금** (คำวิเศษณ์) : 말을 하고 있는 바로 이때에. 또는 그 즉시에.
เดี๋ยวนี้, ตอนนี้, ประเดี๋ยวนี้
ตอนนี้ที่กำลังพูดอยู่ หรือทันทีทันใดในตอนนั้น

• **마트** (คำนาม) : 각종 생활용품을 판매하는 대형 매장.
ร้านค้าขนาดใหญ่, ซูเปอร์มาร์เก็ต
ร้านค้าขนาดใหญ่ที่จำหน่ายสินค้าจำเป็นในชีวิตประจำวันหลากชนิด

• 에 : 앞말이 목적지이거나 어떤 행위의 진행 방향임을 나타내는 조사.
ที่...
คำชี้ที่แสดงว่าคำพูดข้างหน้าเป็นทิศทางที่ดำเนินไปของการกระทำใด ๆ หรือเป็นจุดหมายปลายทาง

• **가다** (คำกริยา) : 한 곳에서 다른 곳으로 장소를 이동하다.
ไป
เคลื่อนออกจากสถานที่แห่งใดแห่งหนึ่งไปยังสถานที่อื่น

• -려고 하다 : 앞의 말이 나타내는 행동을 할 의도나 의향이 있음을 나타내는 표현.
ตั้งใจว่าจะ..., อยากที่จะ..., ว่าจะ..
สำนวนที่แสดงเจตนาหรือความสนใจที่จะทำการกระทำที่ปรากฏในคำพูดข้างหน้า

- -는데 : 뒤의 말을 하기 위하여 그 대상과 관련이 있는 상황을 미리 말함을 나타내는 연결 어미.
  ก็...นะ ว่าแต่...
  วิภัตติปัจจัยเชื่อมระหว่างประโยคที่แสดงการพูดสถานการณ์ที่เกี่ยวกับเป้าหมายนั้น ๆ ไว้ล่วงหน้าเพื่อที่จะพูดต่อเนื่อง

- 혹시 (คำวิเศษณ์) : 그러리라 생각하지만 분명하지 않아 말하기를 망설일 때 쓰는 말.
  เออ...ไม่ทราบว่า
  คำที่ใช้เมื่อเวลาลังเลที่จะพูดเพราะไม่แน่ใจถึงแม้จะคิดว่าใช่ก็ตาม

- 필요하다 (คำคุณศัพท์) : 꼭 있어야 하다.
  จำเป็น, จำเป็นต้อง
  จำเป็นต้องมี

- -ㄴ 것 : 명사가 아닌 것을 문장에서 명사처럼 쓰이게 하거나 '이다' 앞에 쓰일 수 있게 할 때 쓰는 표현.
  สิ่งที่...
  สำนวนที่ใช้เมื่อทำให้คำที่ไม่ใช่คำนามใช้เหมือนคำนามในประโยคหรือทำให้ใช้วางไว้หน้า '이다' ได้

- 있다 (คำคุณศัพท์) : 사람, 동물, 물체 등이 존재하는 상태이다.
  มี, อยู่, ดำรงอยู่, มีชีวิตอยู่
  คน สัตว์ วัตถุ เป็นต้น เป็นสภาพที่มีอยู่จริง

- -니 : (아주낮춤으로) 물음을 나타내는 종결 어미.
  ...ไหม, ...หรือเปล่า, ...เหรอ
  (ใช้ในการลดระดับอย่างมากและเป็นทางการ) วิภัตติปัจจัยลงท้ายประโยคที่แสดงการถาม

그럼 오+[는 길에] 휴지 좀 사+(아)다 주+ㄹ래?
사다　　줄래

- 그럼 (คำวิเศษณ์) : 앞의 내용을 받아들이거나 그 내용을 바탕으로 하여 새로운 주장을 할 때 쓰는 말.
  อย่างนั้น, ถ้าเช่นนั้น, ถ้าอย่างนั้น, งั้น
  คำที่ใช้เมื่อยอมรับเนื้อหาข้างหน้าหรือใช้เนื้อหานั้นๆ เป็นพื้นฐานแล้วยืนกรานเรื่องใหม่

- 오다 (คำกริยา) : 무엇이 다른 곳에서 이곳으로 움직이다.
  มา
  สิ่งใดเคลื่อนไหวจากที่หนึ่งไปยังอีกที่

- -는 길에 : 어떤 일을 하는 도중이나 기회임을 나타내는 표현.
  ระหว่าง..., ในระหว่าง...
  สำนวนที่แสดงว่าเป็นโอกาสหรือช่วงระหว่างทำสิ่งใด ๆ อยู่

- 휴지 (คำนาม) : 더러운 것을 닦는 데 쓰는 얇은 종이.
  กระดาษชำระ
  กระดาษบาง ๆ ที่ใช้ในการเช็ดสิ่งที่สกปรก

• **좀** (คำวิเศษณ์) : 주로 부탁이나 동의를 구할 때 부드러운 느낌을 주기 위해 넣는 말.
ขอ...หน่อย, ...หน่อย
คำพูดที่ใส่เพื่อให้ความรู้สึกนิ่มนวลส่วนใหญ่ใช้ในตอนที่ขอความเห็นด้วยหรือขอร้อง

• **사다** (คำกริยา) : 돈을 주고 어떤 물건이나 권리 등을 자기 것으로 만들다.
ซื้อ
ให้เงินไปแล้วทำให้สิ่งของหรือสิทธิ์บางอย่างมาเป็นของตนเอง

• -아다 : 어떤 행동을 한 뒤 그 행동의 결과를 가지고 뒤의 말이 나타내는 행동을 이어 함을 나타내는 연결 어미.
แล้ว..., แล้วก็..., ...ก็...
วิภัตติปัจจัยเชื่อมระหว่างประโยคที่แสดงการทำการกระทำใด ๆ
แล้วนำผลลัพธ์ของการกระทำนั้นมาทำการกระทำต่อซึ่งคำพูดข้างหลังได้แสดงถึง

• **주다** (คำกริยา) : 물건 등을 남에게 건네어 가지거나 쓰게 하다.
ให้, มอบ, ยื่นให้, มอบให้
ให้สิ่งของ เป็นต้น แก่คนอื่นเพื่อทำให้ใช้หรือมีไว้

• -ㄹ래 : (두루낮춤으로) 앞으로 어떤 일을 하려고 하는 자신의 의사를 나타내거나 그 일에 대하여 듣는 사람의 의사를 물어봄을 나타내는 종결 어미.
จะ..., จะ...เอง, จะ...แหละ, จะ...ไหม, ...ไหม
(ใช้ในการลดระดับอย่างไม่เป็นทางการ)
วิภัตติปัจจัยลงท้ายประโยคที่แสดงความคิดเห็นของตนเองที่ตั้งใจจะทำสิ่งใดสิ่งหนึ่งในอนาคต
หรือแสดงการถามความคิดเห็นของผู้ฟังเกี่ยวกับสิ่งดังกล่าวดู

< 대화(สนทนา) > - 66

오늘 회의 몇 시부터 시작하지?
오늘 회이 멷 시부터 시자카지?
oneul hoei myeot sibuteo sijakaji?

지금 시작하려고 하니까 빨리 준비하고 와.
지금 시자카려고 하니까 빨리 준비하고 와.
jigeum sijakaryeogo hanikka ppalli junbihago wa.

< 설명(การอธิบาย) / 번역(การแปล) >

오늘 회의 몇 시+부터 시작하+지?

• **오늘** (คำนาม) : 지금 지나가고 있는 이날.
วันนี้
วันนี้ที่กำลังผ่านไปตอนนี้

• **회의** (คำนาม) : 여럿이 모여 의논함. 또는 그런 모임.
การประชุม
การรวมตัวกันหลายคนเพื่ออภิปราย หรือการประชุมในลักษณะดังกล่าว

• **몇** (คุณศัพท์) : 잘 모르는 수를 물을 때 쓰는 말.
กี่, เท่าไหร่
คำที่ใช้ถามจำนวนเมื่อไม่รู้

• **시** (คำนาม) : 하루를 스물넷으로 나누었을 때 그 하나를 나타내는 시간의 단위.
โมง, นาฬิกา(หน่วยวัดเวลา)
หน่วยของเวลาที่แสดงหนึ่งเวลาเมื่อแบ่งหนึ่งวันให้เป็นยี่สิบสี่ชั่วโมง

• 부터 : 어떤 일의 시작이나 처음을 나타내는 조사.
ตั้งแต่..., จาก...
คำชี้ที่แสดงการเริ่มต้นหรือครั้งแรกของงานใด ๆ

• **시작하다** (คำกริยา) : 어떤 일이나 행동의 처음 단계를 이루거나 이루게 하다.
เริ่ม, เริ่มทำ, เริ่มต้น, เริ่มลงมือ
ทำให้บรรลุหรือได้บรรลุในขั้นเริ่มต้นในการกระทำใดหรืองานใด

• -지 : (두루낮춤으로) 말하는 사람이 듣는 사람에게 친근함을 나타내며 물을 때 쓰는 종결 어미.
...ใช่ไหมล่ะ..., สิ
(ใช้ในการลดระดับอย่างไม่เป็นทางการ) วิภัตติปัจจัยลงท้ายประโยคที่ใช้เมื่อผู้พูดถามไปพร้อมกับการแสดงความสนิทสนมกับผู้ฟัง

지금 시작하+[려고 하]+니까 빨리 준비하+고 오+아.
와

• **지금** (คำวิเศษณ์) : 말을 하고 있는 바로 이때에. 또는 그 즉시에.
เดี๋ยวนี้, ตอนนี้, ประเดี๋ยวนี้
ตอนนี้ที่กำลังพูดอยู่ หรือทันทีทันใดในตอนนั้น

• **시작하다** (คำกริยา) : 어떤 일이나 행동의 처음 단계를 이루거나 이루게 하다.
เริ่ม, เริ่มทำ, เริ่มต้น, เริ่มลงมือ
ทำให้บรรลุหรือได้บรรลุในขั้นเริ่มต้นในการกระทำใดหรืองานใด

• -려고 하다 : 앞의 말이 나타내는 일이 곧 일어날 것 같거나 시작될 것임을 나타내는 표현.
กำลังจะ..แล้ว
สำนวนที่แสดงว่าเรื่องที่ปรากฏในคำพูดข้างหน้าจะเริ่มต้นขึ้นหรือเหมือนจะเกิดขึ้นในไม่ช้า

• -니까 : 뒤에 오는 말에 대하여 앞에 오는 말이 원인이나 근거, 전제가 됨을 강조하여 나타내는 연결 어미.
เพราะ..., เพราะว่า...
วิภัตติปัจจัยเชื่อมระหว่างประโยคที่แสดงโดยตอกย้ำว่าคำพูดที่อยู่ข้างหน้าจะกลายเป็นเหตุผล สาเหตุหรือเงื่อนไขเกี่ยวกับคำพูดตามมาข้างหลัง

• **빨리** (คำวิเศษณ์) : 걸리는 시간이 짧게.
เร็ว, รวดเร็ว, ไว ๆ , อย่างรวดเร็ว
ใช้เวลาเพียงไม่นาน

• **준비하다** (คำกริยา) : 미리 마련하여 갖추다.
เตรียม, ตระเตรียม, เตรียมการ, เตรียมตัว
เตรียมพร้อมไว้ล่วงหน้า

• -고 : 앞의 말과 뒤의 말이 차례대로 일어남을 나타내는 연결 어미.
...แล้ว...
วิภัตติปัจจัยเชื่อมระหว่างประโยคที่แสดงการเกิดคำพูดในประโยคหน้าและประโยคหลังตามลำดับ

• **오다** (คำกริยา) : 무엇이 다른 곳에서 이곳으로 움직이다.
มา
สิ่งใดเคลื่อนไหวจากที่หนึ่งไปยังอีกที่

• -아 : (두루낮춤으로) 어떤 사실을 서술하거나 물음, 명령, 권유를 나타내는 종결 어미.

วิภัตติปัจจัยลงท้ายประโยคที่ใช้ในการลดระดับภาษาโดยทั่วไป

(ใช้ในการลดระดับอย่างไม่เป็นทางการ)วิภัตติปัจจัยลงท้ายประโยคที่แสดงการบอกเล่าข้อเท็จจริงใด ๆ หรือการถาม การสั่ง

หรือการชักชวน <คำสั่ง>

< 대화(สนทนา) > - 67

장마도 끝났으니 이제 정말 더워지려나 봐.
장마도 끈나쓰니 이제 정말 더워지려나 봐.
jangmado kkeunnasseuni ije jeongmal deowojiryeona bwa.

맞아. 오늘 아침에 걸어오는데 땀이 줄줄 나더라.
마자. 오늘 아치메 거러오는데 따미 줄줄 나더라.
maja. oneul achime georeooneunde ttami juljul nadeora.

< 설명(การอธิบาย) / 번역(การแปล) >

장마+도 끝나+았+으니 이제 정말 더워지+[려나 보]+아.
끝났으니 더워지려나 봐

• **장마** (คำนาม) : 여름철에 여러 날 계속해서 비가 오는 현상이나 날씨. 또는 그 비.
หน้าฝน, ฤดูฝน, ฝนตกหนัก, ฝนชุก
ปรากฏการณ์หรืออากาศช่วงที่ฝนตกอย่างต่อเนื่องหลาย ๆ วันในฤดูร้อน หรือฝนดังกล่าว

• 도 : 이미 있는 어떤 것에 다른 것을 더하거나 포함함을 나타내는 조사.
...ด้วย
คำชี้ที่แสดงการรวมหรือเพิ่มสิ่งอื่นลงในสิ่งใด ๆ ที่มีอยู่แล้ว

• **끝나다** (คำกริยา) : 정해진 기간이 모두 지나가다.
หมดกำหนด, หมดอายุ, หมดเวลา, สิ้นสุดกำหนด
เวลาที่กำหนดไว้ได้ผ่านไปหมด

• -았- : 어떤 사건이 과거에 완료되었거나 그 사건의 결과가 현재까지 지속되는 상황을 나타내는 어미.
...แล้ว
วิภัตติปัจจัยที่แสดงว่าเหตุการณ์ใดๆเสร็จสมบูรณ์ไปแล้วในอดีตหรือแสดงสถานการณ์ที่ผลลัพธ์ของเหตุการณ์ดังกล่าวต่อเนื่องจนถึงปัจจุบัน

• -으니 : 뒤에 오는 말에 대하여 앞에 오는 말이 원인이나 근거, 전제가 됨을 나타내는 연결 어미.
เพราะ..จึง...
วิภัตติปัจจัยเชื่อมระหว่างประโยคที่แสดงว่าคำพูดในประโยคหน้าเป็นเหตุผล สาเหตุ หรือเงื่อนไขเกี่ยวกับคำพูดในประโยคหลัง

• **이제** (คำวิเศษณ์) : 지금부터 앞으로.
ต่อจากนี้, นับจากนี้
ต่อไปภายภาคหน้าจากตอนนี้

- **정말** (คำวิเศษณ์) : 거짓이 없이 진짜로.
  จริง ๆ, แท้จริง, อย่างแท้จริง, แน่แท้
  โดยความเป็นจริงอย่างไม่มีข้อเท็จ

- **더워지다** (คำกริยา) : 온도가 올라가다. 또는 그로 인해 더워나 뜨거움을 느끼다.
  (อากาศ)ร้อนขึ้น, อบอุ่นขึ้น
  อุณหภูมิสูงขึ้น หรือรู้สึกถึงความร้อนหรือความอบอุ่นได้จากนั้น

- **-려나 보다** : 앞의 말이 나타내는 일이 일어날 것이라고 추측함을 나타내는 표현.
  ดูเหมือนว่าจะ.., คงจะ.., คาดว่าจะ.., น่าจะ..
  สำนวนที่แสดงการคาดคะเนว่าจะเกิดเรื่องที่ปรากฏในคำพูดข้างหน้า

- **-아** : (두루낮춤으로) 어떤 사실을 서술하거나 물음, 명령, 권유를 나타내는 종결 어미.
  วิภัตติปัจจัยลงท้ายประโยคที่ใช้ในการลดระดับภาษาโดยทั่วไป
  (ใช้ในการลดระดับอย่างไม่เป็นทางการ)วิภัตติปัจจัยลงท้ายประโยคที่แสดงการบอกเล่าข้อเท็จจริงใด ๆ หรือการถาม การสั่ง
  หรือการชักชวน <การพูดตามลำดับ>

맞+아.

오늘 아침+에 걸어오+는데 땀+이 줄줄 나+더라.

- **맞다** (คำกริยา) : 그렇거나 옳다.
  ถูก, ถูกต้อง
  เป็นเช่นนั้นหรือถูกต้อง

- **-아** : (두루낮춤으로) 어떤 사실을 서술하거나 물음, 명령, 권유를 나타내는 종결 어미.
  วิภัตติปัจจัยลงท้ายประโยคที่ใช้ในการลดระดับภาษาโดยทั่วไป
  (ใช้ในการลดระดับอย่างไม่เป็นทางการ)วิภัตติปัจจัยลงท้ายประโยคที่แสดงการบอกเล่าข้อเท็จจริงใด ๆ หรือการถาม การสั่ง
  หรือการชักชวน <การพูดตามลำดับ>

- **오늘** (คำนาม) : 지금 지나가고 있는 이날.
  วันนี้
  วันนี้ที่กำลังผ่านไปตอนนี้

- **아침** (คำนาม) : 날이 밝아올 때부터 해가 떠올라 하루의 일이 시작될 때쯤까지의 시간.
  เช้า
  เวลาช่วงตั้งแต่รุ่งสว่าง กระทั่งพระอาทิตย์ขึ้นและเริ่มต้นวันหนึ่ง

- **에** : 앞말이 시간이나 때임을 나타내는 조사.
  ตอน...
  คำชี้ที่แสดงว่าคำพูดข้างหน้าเป็นเวลาหรือช่วงเวลา

• **걸어오다** (คำกริยา) : 목적지를 향하여 다리를 움직여서 이동하여 오다.
เดินมา
เคลื่อนที่มาโดยขยับขามุ่งหน้าไปยังจุดหมายปลายทาง

• -는데 : 뒤의 말을 하기 위하여 그 대상과 관련이 있는 상황을 미리 말함을 나타내는 연결 어미.
ก็...นะ ว่าแต่...
วิภัตติปัจจัยเชื่อมระหว่างประโยคที่แสดงการพูดสถานการณ์ที่เกี่ยวกับเป้าหมายนั้น ๆ ไว้ล่วงหน้าเพื่อที่จะพูดต่อเนื่อง

• **땀** (คำนาม) : 덥거나 몸이 아프거나 긴장을 했을 때 피부를 통해 나오는 짭짤한 맑은 액체.
เหงื่อ
ของเหลวใสและมีรสเค็มพอดีที่ออกมาผ่านผิวหนังตอนที่ร้อนหรือร่างกายเจ็บป่วยหรือตึงเครียด

• 이 : 어떤 상태나 상황의 대상이나 동작의 주체를 나타내는 조사.
ตัวชี้ประธาน
คำชี้ที่ใช้แสดงสิ่งที่อยู่ในสถานการณ์หรือสภาพใด ๆ หรือผู้ที่เป็นประธานของอากัปกริยา

• **줄줄** (คำวิเศษณ์) : 굵은 물줄기 등이 계속 흐르는 소리. 또는 그 모양.
จ้อก, จ้อก ๆ, เสียงน้ำไหลจ้อก ๆ
เสียงสายน้ำขนาดใหญ่ เป็นต้น ไหล หรือลักษณะดังกล่าว

• **나다** (คำกริยา) : 몸에서 땀, 피, 눈물 등이 흐르다.
ไหล, ตก, ออก
เหงื่อ เลือด น้ำตา เป็นต้น ได้ไหลออกมาจากลำตัว

• -더라 : (아주낮춤으로) 말하는 이가 직접 경험하여 새롭게 알게 된 사실을 지금 전달함을 나타내는 종결 어미.
ทราบมาว่า..., รู้มาว่า..., ...เลยทีเดียว
(ใช้ในการลดระดับอย่างมากและเป็นทางการ)
วิภัตติปัจจัยลงท้ายประโยคที่แสดงการถ่ายทอดสิ่งที่ผู้พูดประสบมาโดยตรงจึงเพิ่งได้รู้ในขณะนี้

< 대화(สนทนา) > - 68

나는 아내를 위해서 대신 죽을 수도 있을 것 같아.
나는 아내를 위해서 대신 주글 쑤도 이쓸 껃 가타.
naneun anaereul wihaeseo daesin jugeul sudo isseul geot gata.

네가 아내를 정말 사랑하는구나.
네가 아내를 정말 사랑하는구나.
nega anaereul jeongmal saranghaneunguna.

< 설명(การอธิบาย) / 번역(การแปล) >

나+는 아내+[를 위해서] 대신 죽+[을 수+도 있]+[을 것 같]+아.

- **나** (สรรพนาม) : 말하는 사람이 친구나 아랫사람에게 자기를 가리키는 말.
  ฉัน
  คำที่คนพูดใช้เรียกตนเองต่อเพื่อนหรือคนที่อายุน้อยกว่า

- **는** : 문장 속에서 어떤 대상이 화제임을 나타내는 조사.
  ...นั้น
  คำชี้ที่แสดงว่าเป้าหมายใดๆเป็นหัวเรื่องในประโยค

- **아내** (คำนาม) : 결혼하여 남자의 짝이 된 여자.
  ภรรยา, เมีย
  หญิงที่แต่งงานเป็นคู่ครองของชาย

- **를 위해서** : 어떤 대상에게 이롭게 하거나 어떤 목표나 목적을 이루려고 함을 나타내는 표현.
  เพื่อ..., สำหรับ...
  สำนวนที่แสดงความพยายามจะบรรลุเป้าหมายหรือวัตถุประสงค์ใด หรือทำให้เกิดประโยชน์แก่ผู้ใด

- **대신** (คำนาม) : 어떤 대상이 맡던 구실을 다른 대상이 새로 맡음. 또는 그렇게 새로 맡은 대상.
  การแทน, การทำแทน
  การที่สิ่งอื่นรับหน้าที่ใหม่แทนสิ่งใด ๆ ที่เคยได้รับมอบหมาย หรือสิ่งที่ได้รับมอบหมายใหม่ดังกล่าว

- **죽다** (คำกริยา) : 생물이 생명을 잃다.
  ตาย
  สิ่งมีชีวิตสูญสิ้นชีวิต

- **-을 수 있다** : 어떤 행동이나 상태가 가능함을 나타내는 표현.
  น่า(จะ), อาจ(จะ), คง(จะ), เป็นไปได้, มีสิทธิ์
  สำนวนที่แสดงว่าการกระทำหรือสภาพใด ๆ อาจเกิดขึ้นได้

• 도 : 극단적인 경우를 들어 다른 경우는 말할 것도 없음을 나타내는 조사.
มิแต่..., แม้แต่จะ..
คำชี้ที่แสดงว่าไม่ต้องพูดถึงกรณีอื่นโดยยกกรณีที่สุดขีด

• -을 것 같다 : 추측을 나타내는 표현.
ดูเหมือนว่าจะ..., คงจะ..
สำนวนที่ใช้แสดงการสันนิษฐาน

• -아 : (두루낮춤으로) 어떤 사실을 서술하거나 물음, 명령, 권유를 나타내는 종결 어미.
วิภัตติปัจจัยลงท้ายประโยคที่ใช้ในการลดระดับภาษาโดยทั่วไป
(ใช้ในการลดระดับอย่างไม่เป็นทางการ)วิภัตติปัจจัยลงท้ายประโยคที่แสดงการบอกเล่าข้อเท็จจริงใด ๆ หรือการถาม การสั่ง หรือการชักชวน <การพูดตามลำดับ>

네+가 아내+를 정말 사랑하+는구나.

• **네** (สรรพนาม) : '너'에 조사 '가'가 붙을 때의 형태.
เธอ
รูปแบบของคำว่า '너' ที่ตามด้วยคำชี้ '가'

• 가 : 어떤 상태나 상황에 놓인 대상이나 동작의 주체를 나타내는 조사.
คำชี้ประธาน
คำชี้ที่ใช้แสดงสิ่งที่อยู่ในสถานการณ์หรือสภาพใด ๆ หรือผู้ที่เป็นประธานของอากัปกริยา

• **아내** (คำนาม) : 결혼하여 남자의 짝이 된 여자.
ภรรยา, เมีย
หญิงที่แต่งงานเป็นคู่ครองของชาย

• 를 : 동작이 직접적으로 영향을 미치는 대상을 나타내는 조사.
ไม่พบคำแปล
คำชี้ที่แสดงเป้าหมายที่การกระทำส่งผลกระทบโดยตรง

• **정말** (คำวิเศษณ์) : 거짓이 없이 진짜로.
จริง ๆ, แท้จริง, อย่างแท้จริง, แน่แท้
โดยความเป็นจริงอย่างไม่มีข้อเท็จ

• **사랑하다** (คำกริยา) : 상대에게 성적으로 매력을 느껴 열렬히 좋아하다.
รัก, ชื่นชอบ, เสน่หา, พิศวาส
ชอบอย่างหลงใหลโดยรู้สึกถึงความดึงดูดทางเพศต่อฝ่ายตรงข้าม

• -는구나 : (아주낮춤으로) 새롭게 알게 된 사실에 어떤 느낌을 실어 말함을 나타내는 종결 어미.
...สินะ, ...นะเนี่ย, ...นี่เอง
(ใช้ในการลดระดับอย่างมากและเป็นทางการ)วิภัตติปัจจัยลงท้ายประโยคที่แสดงการพูดโดยใส่ความรู้สึกใด ๆ เข้าไปในเรื่องที่เพิ่งได้รู้

< 대화(สนทนา) > - 69

이 약은 하루에 몇 번이나 먹어야 하나요?
이 야근 하루에 멷 버니나 머거야 하나요?
i yageun harue myeot beonina meogeoya hanayo?

아침저녁으로 두 번만 드시면 됩니다.
아침저녀그로 두 번만 드시면 됩니다.
achimjeonyeogeuro du beonman deusimyeon doemnida.

< 설명(การอธิบาย) / 번역(การแปล) >

이 약+은 하루+에 몇 번+이나 먹+[어야 하]+나요?

• **이** (คุณศัพท์) : 말하는 사람에게 가까이 있거나 말하는 사람이 생각하고 있는 대상을 가리킬 때 쓰는 말.
นี่
คำที่ใช้ตอนที่บ่งชี้สิ่งที่ผู้พูดกำลังคิดอยู่หรือสิ่งที่อยู่ใกล้กับผู้พูด

• **약** (คำนาม) : 병이나 상처 등을 낫게 하거나 예방하기 위하여 먹거나 바르거나 주사하는 물질.
ยา, โอสถ, ยารักษาโรค, สิ่งที่ใช้รักษาโรค
สารที่กินหรือทาหรือฉีดเพื่อป้องกันหรือทำให้โรคหรือบาดแผล เป็นต้น หาย

• 은 : 문장 속에서 어떤 대상이 화제임을 나타내는 조사.
ตัวชี้หัวเรื่อง
คำชี้ที่แสดงว่าเป้าหมายใด ๆ เป็นหัวข้อเรื่องในประโยค

• **하루** (คำนาม) : 밤 열두 시부터 다음 날 밤 열두 시까지의 스물네 시간.
หนึ่งวัน
ยี่สิบสี่ชั่วโมงตั้งแต่เที่ยงคืนจนถึงเที่ยงคืนของอีกวัน

• 에 : 앞말이 기준이 되는 대상이나 단위임을 나타내는 조사.
ต่อ...
คำชี้ที่แสดงว่าคำพูดข้างหน้าเป็นเป้าหมายหรือหน่วยวัดที่เป็นมาตรฐาน

• **몇** (คุณศัพท์) : 잘 모르는 수를 물을 때 쓰는 말.
กี่, เท่าไหร่
คำที่ใช้ถามจำนวนเมื่อไม่รู้

• **번** (คำนาม) : 일의 횟수를 세는 단위.
ครั้ง(ลักษณนาม)
หน่วยนับจำนวนของเหตุการณ์

• 이나 : 수량이나 정도를 대강 짐작할 때 쓰는 조사.
ประมาณ..., สัก..., ราว ๆ สัก...
คำชี้ที่ใช้เมื่อคาดคะเนระดับหรือปริมาณคร่าว ๆ

• **먹다** (คำกริยา) : 약을 입에 넣어 삼키다.
กิน
นำยาเข้าปากแล้วกลืนเข้าไป

• -어야 하다 : 앞에 오는 말이 어떤 일을 하거나 어떤 상황에 이르기 위한 의무적인 행동이거나 필수적인 조건임을 나타내는 표현.
...ต้อง
สำนวนที่แสดงว่าคำพูดที่อยู่ข้างหน้าเป็นการกระทำตามหน้าที่หรือเงื่อนไขที่จำเป็นเพื่อที่จะทำเรื่องใดๆหรือเกิดสถานการณ์ใด ๆ

• -나요 : (두루높임으로) 앞의 내용에 대해 상대방에게 물어볼 때 쓰는 표현.
...หรือครับ(คะ), ...ไหมครับ(คะ)
(ใช้ในการยกย่องอย่างไม่เป็นทางการ) สำนวนที่ใช้เมื่อถามฝ่ายตรงข้ามเกี่ยวกับเนื้อหาข้างหน้า

아침저녁+으로 두 번+만 들(드)+시+[면 되]+ㅂ니다.

드시면 됩니다

• **아침저녁** (คำนาม) : 아침과 저녁.
เช้าเย็น
เช้าและเย็น

• 으로 : 시간을 나타내는 조사.
ตอน..., ในตอน..., (หลังจาก)ที่...
คำชี้ที่แสดงเวลา

• **두** (คุณศัพท์) : 둘의.
2, สอง
ที่เป็นจำนวนสอง

• **번** (คำนาม) : 일의 횟수를 세는 단위.
ครั้ง(ลักษณนาม)
หน่วยนับจำนวนของเหตุการณ์

• 만 : 다른 것은 제외하고 어느 것을 한정함을 나타내는 조사.
แค่..., ...เท่านั้น, เพียง...เท่านั้น, เฉพาะ...เท่านั้น
คำชี้ที่แสดงการยกเว้นสิ่งอื่นและจำกัดสิ่งใด ๆ

• 들다 (คำกริยา) : (높임말로) 먹다.
   ทาน, รับประทาน
   (คำยกย่อง)กิน

• -시- : 어떤 동작이나 상태의 주체를 높이는 뜻을 나타내는 어미.
   วิภัตติปัจจัยที่แสดงการยกย่องประธานในประโยค
   วิภัตติปัจจัยที่ใช้แสดงความหมายซึ่งยกย่องประธานของอากัปกิริยาหรือสภาพใด ๆ

• -면 되다 : 조건이 되는 어떤 행동을 하거나 어떤 상태만 갖추어지면 문제가 없거나 충분함을 나타내는
             표현.
   ถ้า...ก็เพียงพอแล้วครับ(ค่ะ), ถ้า...ก็ได้แล้วครับ(ค่ะ), เพียงแค่...เท่านั้นครับ(ค่ะ)
   สำนวนที่ใช้แสดงว่าหากเพียงทำการกระทำใดๆที่เป็นเงื่อนไขหรือมีสภาพใดๆพร้อมก็จะปราศจากปัญหาหรือมีความเพียงพอ

• -ㅂ니다 : (아주높임으로) 현재의 동작이나 상태, 사실을 정중하게 설명함을 나타내는 종결 어미.
   ...ครับ(ค่ะ)
   (ใช้ในการยกย่องอย่างมากและเป็นทางการ)วิภัตติปัจจัยลงท้ายประโยคที่แสดงการอธิบายถึงอากัปกิริยา สภาพ
   หรือข้อเท็จจริงใด ๆ ในปัจจุบันอย่างสุภาพเรียบร้อย

< 대화(สนทนา) > - 70

다음부터는 수업 시간에 떠들면 안 돼.
다음부터는 수업 시가네 떠들면 안 돼.
daeumbuteoneun sueop sigane tteodeulmyeon an dwae.

네, 선생님. 다음부터는 절대 떠들지 않을게요.
네, 선생님. 다음부터는 절대 떠들지 아늘께요.
ne, seonsaengnim. daeumbuteoneun jeoldae tteodeulji aneulgeyo.

< 설명(การอธิบาย) / 번역(การแปล) >

다음+부터+는 수업 시간+에 떠들+[면 안 되]+어.
떠들면 안 돼

- **다음 (คำนาม)** : 이번 차례의 바로 뒤.
  ต่อไป, หน้า
  หลังจากลำดับครั้งนี้ทันที

- **부터** : 어떤 일의 시작이나 처음을 나타내는 조사.
  ตั้งแต่..., จาก...
  คำชี้ที่แสดงการเริ่มต้นหรือครั้งแรกของงานใด ๆ

- **는** : 어떤 대상이 다른 것과 대조됨을 나타내는 조사.
  สำหรับ..., ส่วน...
  คำชี้ที่แสดงว่าเป้าหมายใดถูกเทียบกับสิ่งอื่น

- **수업 (คำนาม)** : 교사가 학생에게 지식이나 기술을 가르쳐 줌.
  การสอนหนังสือ
  การที่ครูสอนความรู้หรือทักษะให้แก่นักเรียน

- **시간 (คำนาม)** : 어떤 일이 시작되어 끝날 때까지의 동안.
  เวลา
  ระยะเวลาตั้งแต่งานใด ๆ ได้เริ่มขึ้นจนกระทั่งสิ้นสุด

- **에** : 앞말이 시간이나 때임을 나타내는 조사.
  ตอน...
  คำชี้ที่แสดงว่าคำพูดข้างหน้าเป็นเวลาหรือช่วงเวลา

• **떠들다** (คำกริยา) : 큰 소리로 시끄럽게 말하다.
พูดเสียงดัง, เอะอะ
พูดเอะอะด้วยเสียงดัง

• -면 안 되다 : 어떤 행동이나 상태를 금지하거나 제한함을 나타내는 표현.
...ไม่ได้, ห้าม...
สำนวนที่ใช้แสดงการห้ามหรือการจำกัดสภาพหรือการกระทำใด ๆ

• -어 : (두루낮춤으로) 어떤 사실을 서술하거나 물음, 명령, 권유를 나타내는 종결 어미.
วิภัตติปัจจัยลงท้ายประโยคที่ใช้ในการลดระดับภาษาโดยทั่วไป
(ใช้ในการลดระดับอย่างไม่เป็นทางการ)วิภัตติปัจจัยลงท้ายประโยคที่แสดงการบอกเล่าข้อเท็จจริงใด ๆ หรือการถาม การสั่ง หรือการชักชวน <คำสั่ง>

네, 선생님.

다음+부터+는 절대 떠들+[지 않]+을게요.

• **네** (คำอุทาน) : 윗사람의 물음이나 명령 등에 긍정하여 대답할 때 쓰는 말.
ค่ะ, ครับ
คำตอบรับเมื่อผู้ใหญ่ถามหรือสั่งให้ทำ

• **선생님** (คำนาม) : (높이는 말로) 학생을 가르치는 사람.
ครู, อาจารย์
(คำสุภาพ) คนที่สอนนักเรียน

• **다음** (คำนาม) : 이번 차례의 바로 뒤.
ต่อไป, หน้า
หลังจากลำดับครั้งนี้ทันที

• 부터 : 어떤 일의 시작이나 처음을 나타내는 조사.
ตั้งแต่..., จาก...
คำชี้ที่แสดงการเริ่มต้นหรือครั้งแรกของงานใด ๆ

• 는 : 어떤 대상이 다른 것과 대조됨을 나타내는 조사.
สำหรับ..., ส่วน...
คำชี้ที่แสดงว่าเป้าหมายใดถูกเทียบกับสิ่งอื่น

• **절대** (คำวิเศษณ์) : 어떤 경우라도 반드시.
อย่างสิ้นเชิง, โดยทั้งนั้น, โดยเด็ดขาด, เป็นอันขาด
จำเป็น ไม่ว่าจะมีเป็นกรณีใด ๆ ก็ตาม

• **떠들다** (คำกริยา) : 큰 소리로 시끄럽게 말하다.

   พูดเสียงดัง, เอะอะ

   พูดเอะอะด้วยเสียงดัง

• –지 않다 : 앞의 말이 나타내는 행위나 상태를 부정하는 뜻을 나타내는 표현.

   ไม่...

   สำนวนที่ใช้แสดงความหมายปฏิเสธการกระทำหรือสภาพที่ปรากฏในคำพูดข้างหน้า

• –을게요 : (두루높임으로) 말하는 사람이 어떤 행동을 할 것을 듣는 사람에게 약속하거나 의지를 나타내
             는 표현.

   จะ..., จะ..นะ, จะ..เอง

   (ใช้ในการยกย่องอย่างไม่เป็นทางการ) วิภัตติปัจจัยลงท้ายประโยคที่แสดงว่าผู้พูดสัญญาหรือแจ้งให้ทราบว่าจะทำสิ่งใด ๆ แก่ผู้ฟัง

< 대화(สนทนา) > - 71

엄마, 할머니 댁은 아직 멀었어요?
엄마, 할머니 대근 아직 머러써요?
eomma, halmeoni daegeun ajik meoreosseoyo?

아냐. 다 와 가. 삼십 분만 더 가면 되니까 조금만 참아.
아냐. 다 와 가. 삼십 분만 더 가면 되니까 조금만 차마.
anya. da wa ga. samsip bunman deo gamyeon doenikka jogeumman chama.

< 설명(การอธิบาย) / 번역(การแปล) >

엄마, 할머니 댁+은 아직 멀+었+어요?

• **엄마** (คำนาม) : 격식을 갖추지 않아도 되는 상황에서 어머니를 이르거나 부르는 말.
อ็อมมา : แม่
คำที่กล่าวถึงหรือเรียกคุณแม่ ซึ่งในสถานการณ์ที่ไม่จำเป็นต้องทำตามแบบแผน

• **할머니** (คำนาม) : 아버지의 어머니, 또는 어머니의 어머니를 이르거나 부르는 말.
ฮัลมอนี : ย่า; ยาย
คำที่กล่าวถึงหรือเรียกแม่ของพ่อหรือแม่ของแม่

• **댁** (คำนาม) : (높이는 말로) 남의 집이나 가정.
บ้าน, ครอบครัว
(คำสุภาพ) ครอบครัวหรือบ้านของคนอื่น

• 은 : 문장 속에서 어떤 대상이 화제임을 나타내는 조사.
ตัวชี้หัวเรื่อง
คำชี้ที่แสดงว่าเป้าหมายใด ๆ เป็นหัวข้อเรื่องในประโยค

• **아직** (คำวิเศษณ์) : 어떤 일이나 상태 또는 어떻게 되기까지 시간이 더 지나야 함을 나타내거나, 어떤 일이나 상태가 끝나지 않고 계속 이어지고 있음을 나타내는 말.
ยัง, ยัง...อยู่
คำที่แสดงถึงว่างานหรือสภาพใดๆ ต้องผ่านเวลาไปอีกต่อไปจนกว่าจะเป็นอย่างไร หรือการที่งานหรือสภาพใดๆ ยังดำเนินต่อไปอยู่โดยไม่จบสิ้น

• **멀다** (คำคุณศัพท์) : 지금으로부터 시간이 많이 남아 있다. 오랜 시간이 필요하다.
ไกล, ยาวไกล
ยังมีเวลาเหลือนับจากนี้อีกมาก, ต้องการเวลายาวนาน

• -었- : 어떤 사건이 과거에 완료되었거나 그 사건의 결과가 현재까지 지속되는 상황을 나타내는 어미.
…แล้ว
วิภัตติปัจจัยที่แสดงว่าเหตุการณ์ใดๆเสร็จสมบูรณ์ไปแล้วในอดีตหรือแสดงสถานการณ์ที่ผลลัพธ์ของเหตุการณ์ดังกล่าวต่อเนื่องจนถึงปัจจุบัน

• -어요 : (두루높임으로) 어떤 사실을 서술하거나 질문, 명령, 권유함을 나타내는 종결 어미.
วิภัตติปัจจัยลงท้ายประโยคที่ใช้ในการยกย่องโดยทั่วไป
(ใช้ในการยกย่องอย่างไม่เป็นทางการ)
วิภัตติปัจจัยลงท้ายประโยคที่แสดงการบอกเล่า การถาม การสั่ง หรือการชักชวนเรื่องใด ๆ <คำถาม>

아냐.

다 오+[아 가]+(아).
와 가

삼십 분+만 더 가+[면 되]+니까 조금+만 참+아.

• **아냐** (คำอุทาน) : 묻는 말에 대하여 강조하며, 또는 단호하게 부정하며 대답할 때 쓰는 말.
ไม่, ไม่ใช่, ไม่เป็นไร
คำที่ใช้ตอนเน้นย้ำในคำพูดที่ถามและตอบปฏิเสธอย่างเฉียบขาด

• **다** (คำวิเศษณ์) : 행동이나 상태의 정도가 한정된 정도에 거의 가깝게.
เกือบจะ...แล้ว, จนเกือบ...แล้ว
ระดับของการกระทำหรือสภาวะที่เกือบใกล้เคียงกับสภาวะหรือการกระทำเฉพาะ

• **오다** (คำกริยา) : 가고자 하는 곳에 이르다.
มา, เยือน, ถึง
ได้ถึงสถานที่ที่จะไป

• -아 가다 : 앞의 말이 나타내는 행동이나 상태가 계속 진행됨을 나타내는 표현.
…อยู่, …ไป
สำนวนที่แสดงว่าสภาพหรือการกระทำที่คำพูดข้างหน้าแสดงไว้นั้นดำเนินอย่างต่อเนื่อง

• -아 : (두루낮춤으로) 어떤 사실을 서술하거나 물음, 명령, 권유를 나타내는 종결 어미.
วิภัตติปัจจัยลงท้ายประโยคที่ใช้ในการลดระดับภาษาโดยทั่วไป
(ใช้ในการลดระดับอย่างไม่เป็นทางการ)วิภัตติปัจจัยลงท้ายประโยคที่แสดงการบอกเล่าข้อเท็จจริงใด ๆ หรือการถาม การสั่ง หรือการชักชวน <การพูดตามลำดับ>

• **삼십** (คุณศัพท์) : 서른의.
30, สามสิบ
ที่เป็นจำนวนสามสิบ

- **분** (คำนาม) : 한 시간의 60분의 1을 나타내는 시간의 단위.
  นาที(หน่วยวัดเวลา)
  หน่วยของเวลาที่แสดงค่าเป็น 1 ส่วน 60 ของหนึ่งชั่วโมง

- **만** : 앞의 말이 어떤 것에 대한 조건임을 나타내는 조사.
  แค่..., เพียง..., เพียงแค่...
  คำชี้ที่แสดงว่าคำพูดข้างหน้าเป็นเงื่อนไขเกี่ยวกับสิ่งใด ๆ

- **더** (คำวิเศษณ์) : 보태어 계속해서.
  อีก, อีกต่อไป
  เพิ่มเติมและทำต่อไปเรื่อย ๆ

- **가다** (คำกริยา) : 한 곳에서 다른 곳으로 장소를 이동하다.
  ไป
  เคลื่อนออกจากสถานที่แห่งใดแห่งหนึ่งไปยังสถานที่อื่น

- **-면 되다** : 조건이 되는 어떤 행동을 하거나 어떤 상태만 갖추어지면 문제가 없거나 충분함을 나타내는 표현.
  ถ้า...ก็เพียงพอแล้วครับ(ค่ะ), ถ้า...ก็ได้แล้วครับ(ค่ะ), เพียงแค่...เท่านั้นครับ(ค่ะ)
  สำนวนที่ใช้แสดงว่าหากเพียงทำการกระทำใดๆที่เป็นเงื่อนไขหรือมีสภาพใดๆพร้อมก็จะปราศจากปัญหาหรือมีความเพียงพอ

- **-니까** : 뒤에 오는 말에 대하여 앞에 오는 말이 원인이나 근거, 전제가 됨을 강조하여 나타내는 연결 어미.
  เพราะ..., เพราะว่า...
  วิภัตติปัจจัยเชื่อมระหว่างประโยคที่แสดงโดยตอกย้ำว่าคำพูดที่อยู่ข้างหน้าจะกลายเป็นเหตุผล
  สาเหตุหรือเงื่อนไขเกี่ยวกับคำพูดตามมาข้างหลัง

- **조금** (คำนาม) : 짧은 시간 동안.
  แป๊บเดียว, นิดเดียว, นิดเดียว
  ในระหว่างเวลาอันสั้น

- **만** : 말하는 사람이 기대하는 최소의 선을 나타내는 조사.
  แค่...
  คำชี้ที่แสดงขีดที่น้อยที่สุดที่ผู้พูดคาดหวัง

- **참다** (คำกริยา) : 어떤 시간 동안을 견디고 기다리다.
  ทน, อดกลั้น, อดทน, อดใจ, อด
  รอคอยและอดทนมาเป็นระยะเวลาหนึ่ง

- **-아** : (두루낮춤으로) 어떤 사실을 서술하거나 물음, 명령, 권유를 나타내는 종결 어미.
  วิภัตติปัจจัยลงท้ายประโยคที่ใช้ในการลดระดับภาษาโดยทั่วไป
  (ใช้ในการลดระดับอย่างไม่เป็นทางการ)วิภัตติปัจจัยลงท้ายประโยคที่แสดงการบอกเล่าข้อเท็จจริงใด ๆ หรือการถาม การสั่ง
  หรือการชักชวน <คำสั่ง>

< 대화(สนทนา) > - 72

부산까지는 시간이 꽤 오래 걸리니까 번갈아 가면서 운전하는 게 어때?
부산까지는 시가니 꽤 오래 걸리니까 번가라 가면서 운전하는 게 어때?
busankkajineun sigani kkwae orae geollinikka beongara gamyeonseo unjeonhaneun ge eottae?

그래. 그게 좋겠다.
그래. 그게 조켇따.
geurae. geuge joketda.

< 설명(การอธิบาย) / 번역(การแปล) >

부산+까지+는 시간+이 꽤 오래 걸리+니까 번갈+[아 가]+면서

운전하+[는 것(거)]+이 어떻+어?
운전하는 게 어때

• **부산** (คำนาม) : 경상남도 동남부에 있는 광역시. 서울에 다음가는 대도시이며 한국 최대의 무역항이 있다.
พูซาน
เมืองพูซาน : เมืองใหญ่ที่ตั้งอยู่ทางตะวันออกเฉียงใต้ของจังหวัดคยองซังใต้ เป็นเมืองใหญ่รองจากกรุงโซลและเป็นเมืองท่าการค้าที่ใหญ่ที่สุดของเกาหลีใต้

• 까지 : 어떤 범위의 끝임을 나타내는 조사.
จน, จนถึง, จนกระทั่งถึง
คำชี้ที่แสดงถึงการสิ้นสุดของขอบเขตใดๆ

• 는 : 문장 속에서 어떤 대상이 화제임을 나타내는 조사.
...นั้น
คำชี้ที่แสดงว่าเป้าหมายใดๆเป็นหัวเรื่องในประโยค

• **시간** (คำนาม) : 어떤 때에서 다른 때까지의 동안.
เวลา
ระยะเวลาตั้งแต่ช่วงเวลาหนึ่งไปจนถึงช่วงเวลาอื่น

• 이 : 어떤 상태나 상황의 대상이나 동작의 주체를 나타내는 조사.
ตัวชี้ประธาน
คำชี้ที่ใช้แสดงสิ่งที่อยู่ในสถานการณ์หรือสภาพใด ๆ หรือผู้ที่เป็นประธานของอากัปกริยา

• **꽤** (คำวิเศษณ์) : 예상이나 기대 이상으로 상당히.
ทีเดียว, แท้ ๆ, ไม่น้อย, ค่อนข้าง, ออกจะ, พอใช้
มากกว่าที่คาดการณ์หรือคาดหวังเอาไว้

• **오래** (คำวิเศษณ์) : 긴 시간 동안.
นาน, เป็นเวลานาน, ยาวนาน
เป็นระยะเวลายาวนาน

• **걸리다** (คำกริยา) : 시간이 들다.
ใช้เวลา
ใช้เวลา

• -니까 : 뒤에 오는 말에 대하여 앞에 오는 말이 원인이나 근거, 전제가 됨을 강조하여 나타내는 연결 어미.
เพราะ..., เพราะว่า...
วิภัตติปัจจัยเชื่อมระหว่างประโยคที่แสดงโดยตอกย้ำว่าคำพูดที่อยู่ข้างหน้าจะกลายเป็นเหตุผล สาเหตุหรือเงื่อนไขเกี่ยวกับคำพูดตามมาข้างหลัง

• **번갈다** (คำกริยา) : 여럿이 어떤 일을 할 때, 일정한 시간 동안 한 사람씩 차례를 바꾸다.
สลับกัน, ผลัดเปลี่ยนกัน, ผลัดกัน, หมุนเวียนกัน
สลับลำดับกันทีละคนในช่วงเวลาที่กำหนด ตอนที่หลาย ๆ คนทำงานใด ๆ

• -아 가다 : 앞의 말이 나타내는 행동을 이따금 반복함과 동시에 또 다른 행동을 이어 함을 나타내는 표현.
...ไปด้วย
สำนวนที่แสดงว่า ในขณะที่ทำการกระทำที่คำพูดในข้างหน้าแสดงไว้ซ้ำ ๆ เป็นครั้งคราว ยังทำการกระทำอย่างอื่นพร้อมกันไปอีกด้วย

• -면서 : 두 가지 이상의 동작이나 상태가 함께 일어남을 나타내는 연결 어미.
ในขณะที่..., พร้อมกันกับ..., พลาง...พลาง..., ...พร้อมทั้ง...
วิภัตติปัจจัยเชื่อมระหว่างประโยคที่ใช้แสดงว่าเกิดอากัปกิริยาหรือสภาพตั้งแต่สองอย่างขึ้นไปพร้อมกัน

• **운전하다** (คำกริยา) : 기계나 자동차를 움직이고 조종하다.
ขับ, ขับขี่, ควบคุม
ควบคุมการเคลื่อนไหวของรถยนต์หรือเครื่องจักร

• -는 것 : 명사가 아닌 것을 문장에서 명사처럼 쓰이게 하거나 '이다' 앞에 쓰일 수 있게 할 때 쓰는 표현.
การ..., การที่..., สิ่งที่...
สำนวนที่ทำให้คำที่ไม่ใช้คำนามใช้เหมือนคำนามในประโยคหรือทำให้ใช้วางไว้หน้า '이다' ได้

• 이 : 어떤 상태나 상황의 대상이나 동작의 주체를 나타내는 조사.
ตัวชี้ประธาน
คำชี้ที่ใช้แสดงสิ่งที่อยู่ในสถานการณ์หรือสภาพใด ๆ หรือผู้ที่เป็นประธานของอากัปกริยา

• **어떻다** (คำคุณศัพท์) : 생각, 느낌, 상태, 형편 등이 어찌 되어 있다.
อย่างไร, เป็นอย่างไร, (มีความเห็น, มีอาการ)อย่างไรบ้าง
ความคิดเห็น ความรู้สึก สภาพ สถานภาพ เป็นต้น ซึ่งที่ได้เป็นอย่างไรอยู่'

• -어 : (두루낮춤으로) 어떤 사실을 서술하거나 물음, 명령, 권유를 나타내는 종결 어미.
วิภัตติปัจจัยลงท้ายประโยคที่ใช้ในการลดระดับภาษาโดยทั่วไป
(ใช้ในการลดระดับอย่างไม่เป็นทางการ)วิภัตติปัจจัยลงท้ายประโยคที่แสดงการบอกเล่าข้อเท็จจริงบางอย่าง หรือการถาม การสั่ง หรือการชักชวน <คำถาม>

그래.

그것(그거)+이 좋+겠+다.
그게

• **그래** (คำอุทาน) : '그렇게 하겠다, 그렇다, 알았다' 등 긍정하는 뜻으로, 대답할 때 쓰는 말.
ใช่แล้ว, ถูกทีเดียว, ถูกของคุณ, นั่นแหละ, นั่นสิ, ถูกต้อง, ก็ได้
คำพูดที่ใช้ตอบรับซึ่งหมายถึง จะทำตามนั้น ใช่แล้ว รู้แล้ว เป็นต้น

• **그것** (สรรพนาม) : 앞에서 이미 이야기한 대상을 가리키는 말.
เรื่องนั้น, อันนั้น, สิ่งนั้น
คำที่บ่งชี้ถึงเป้าหมายที่พูดถึงแล้วในก่อนหน้า

• 이 : 어떤 상태나 상황의 대상이나 동작의 주체를 나타내는 조사.
ตัวชี้ประธาน
คำชี้ที่ใช้แสดงสิ่งที่อยู่ในสถานการณ์หรือสภาพใด ๆ หรือผู้ที่เป็นประธานของอากัปกริยา

• **좋다** (คำคุณศัพท์) : 어떤 일이나 대상이 마음에 들고 만족스럽다.
ถูกใจ, ชอบใจ, พอใจ
งานหรือสภาพใด ๆ ถูกใจและน่าพอใจ

• -겠- : 미래의 일이나 추측을 나타내는 어미.
น่าจะ..
วิภัตติปัจจัยที่แสดงเหตุการณ์หรือการคาดเดาในอนาคต

• -다 : (아주낮춤으로) 어떤 사건이나 사실, 상태를 서술함을 나타내는 종결 어미.
วิภัตติปัจจัยลงท้ายประโยคบอกเล่า
(ใช้ในการลดระดับอย่างมากและเป็นทางการ)วิภัตติปัจจัยลงท้ายประโยคที่แสดงการบอกเล่าเหตุการณ์ ข้อเท็จจริง หรือสภาพการณ์ใด ๆ

< 대화(สนทนา) > - 73

처음 해 보는 일에 새롭게 도전하는 것이 두렵지 않으세요?
처음 해 보는 이레 새롭께 도전하는 거시 두렵찌 아느세요?
cheoeum hae boneun ire saeropge dojeonhaneun geosi duryeopji aneuseyo?

아니요. 더디지만 하나씩 알아 나가는 재미가 있어요.
아니요. 더디지만 하나씩 아라 나가는 재미가 이써요.
aniyo. deodijiman hanassik ara naganeun jaemiga isseoyo.

< 설명(การอธิบาย) / 번역(การแปล) >

처음 하+[여 보]+는 일+에 새롭+게 도전하+[는 것]+이 두렵+[지 않]+으세요?
　　　　해 보는

- **처음 (คำนาม)** : 차례나 시간상으로 맨 앞.
  ตอนแรก, ตอนต้น, ทีแรก, การเริ่มต้น, การเริ่ม
  ลำดับแรกเริ่มของระยะเวลา เวลาที่เป็นจุดเริ่มต้น

- **하다 (คำกริยา)** : 어떤 행동이나 동작, 활동 등을 행하다.
  ทำ
  ทำกิจกรรม การเคลื่อนไหว หรือพฤติกรรมใด ๆ เป็นต้น

- **-여 보다** : 앞의 말이 나타내는 행동을 시험 삼아 함을 나타내는 표현.
  ...ดู, ลอง..., ลอง...ดู
  สำนวนที่แสดงว่าเป็นการทดลองทำการกระทำที่ปรากฏในคำพูดข้างหน้า

- **-는** : 앞의 말이 관형어의 기능을 하게 만들고 사건이나 동작이 현재 일어남을 나타내는 어미.
  ...ที่...
  วิภัตติปัจจัยที่แสดงการที่ทำให้คำพูดข้างหน้าทำหน้าที่เป็นคุณศัพท์ขยายนามและเหตุการณ์หรืออากัปกิริยาเกิดขึ้นในปัจจุบัน

- **일 (คำนาม)** : 무엇을 이루려고 몸이나 정신을 사용하는 활동. 또는 그 활동의 대상.
  งาน, เรื่อง
  กิจกรรมที่ใช้สติหรือร่างกายเพื่อให้บรรลุผลบางอย่าง หรือเป้าหมายของกิจกรรมดังกล่าว

- **에** : 앞말이 어떤 행위나 감정 등의 대상임을 나타내는 조사.
  ต่อ..., ต่อการ..., กับ...
  คำชี้ที่แสดงว่าคำพูดข้างหน้าเป็นเป้าหมายของความรู้สึกหรือการกระทำใด ๆ เป็นต้น

• **새롭다** (คำคุณศัพท์) : 지금까지의 것과 다르거나 있은 적이 없다.
ใหม่, ใหม่ล่าสุด, แปลกใหม่
ไม่เคยมีมาก่อน แตกต่างไปจากเดิม

• -게 : 앞의 말이 뒤에서 가리키는 일의 목적이나 결과, 방식, 정도 등이 됨을 나타내는 연결 어미.
อย่าง..., ให้...
วิภัตติปัจจัยเชื่อมระหว่างประโยคที่แสดงว่าคำพูดข้างหน้าชี้บอกระดับ วิธีการ ผลลัพธ์หรือวัตถุประสงค์ หรืออื่นๆ ของสิ่งที่อยู่ในเนื้อหาข้างหลัง <รูปแบบ>

• **도전하다** (คำกริยา) : (비유적으로) 가치 있는 것이나 목표한 것을 얻기 위해 어려움에 맞서다.
ท้าทาย
(ในเชิงเปรียบเทียบ) เผชิญหน้ากับความยากลำบากเพื่อให้ได้สิ่งที่เป็นเป้าหมายหรือสิ่งที่มีคุณค่า

• -는 것 : 명사가 아닌 것을 문장에서 명사처럼 쓰이게 하거나 '이다' 앞에 쓰일 수 있게 할 때 쓰는 표현.
การ..., การที่..., สิ่งที่...
สำนวนที่ทำให้คำที่ไม่ใช่คำนามใช้เหมือนคำนามในประโยคหรือทำให้ใช้วางไว้หน้า '이다' ได้

• 이 : 어떤 상태나 상황의 대상이나 동작의 주체를 나타내는 조사.
ตัวชี้ประธาน
คำชี้ที่ใช้แสดงสิ่งที่อยู่ในสถานการณ์หรือสภาพใด ๆ หรือผู้ที่เป็นประธานของอากัปกริยา

• **두렵다** (คำคุณศัพท์) : 걱정되고 불안하다.
น่าเป็นห่วง, น่าวิตกกังวล
รู้สึกเป็นห่วงและกังวล

• -지 않다 : 앞의 말이 나타내는 행위나 상태를 부정하는 뜻을 나타내는 표현.
ไม่...
สำนวนที่ใช้แสดงความหมายปฏิเสธการกระทำหรือสภาพที่ปรากฏในคำพูดข้างหน้า

• -으세요 : (두루높임으로) 설명, 의문, 명령, 요청의 뜻을 나타내는 종결 어미.
เชิญ..., กรุณา..., ...เหรอคะ/ครับ, ...เลยค่ะ/ครับ, ...ค่ะ/ครับ
(ใช้ในการยกย่องอย่างไม่เป็นทางการ)วิภัตติปัจจัยลงท้ายประโยคที่ใช้แสดงความหมายของการอธิบาย การถาม การสั่ง หรือการขอร้อง <คำถาม>

아니요.

더디+지만 하나+씩 알+[아 나가]+는 재미+가 있+어요.

• **아니요** (คำอุทาน) : 윗사람이 묻는 말에 대하여 부정하며 대답할 때 쓰는 말.
ไม่ใช่ครับ, ไม่ใช่ค่ะ, ไม่ใช่, ไม่, ไม่เป็นเช่นนั้น, เปล่า
คำที่ใช้เมื่อตอบปฏิเสธเกี่ยวกับคำถามของผู้อาวุโส

• **더디다** (คำคุณศัพท์) : 속도가 느려 무엇을 하는 데 걸리는 시간이 길다.
ผ่านไปอย่างช้า ๆ, นาน, ค่อย ๆ ผ่านไป
ใช้เวลาในการทำสิ่งใดนานเพราะช้องช้า

• -지만 : 앞에 오는 말을 인정하면서 그와 반대되거나 다른 사실을 덧붙일 때 쓰는 연결 어미.
...แต่..., ...แต่ทว่า..., ...แต่ว่า...
วิภัตติปัจจัยเชื่อมระหว่างประโยคที่ใช้เมื่อยอมรับคำพูดข้างหน้าพร้อมทั้งพูดเนื้อหาที่ขัดแย้งหรือไม่เหมือนกันกับคำพูดนั้น ๆ เพิ่มเติม

• **하나** (คำบอกจำนวน) : 숫자를 셀 때 맨 처음의 수.
1, หนึ่ง, เลขหนึ่ง, จำนวนหนึ่ง
จำนวนแรกสุดเมื่อนับตัวเลข

• 씩 : '그 수량이나 크기로 나뉨'의 뜻을 더하는 접미사.
ที่ละ..
ปัจจัยที่ใช้เพิ่มเข้าไปในคำเพื่อให้มีความหมายว่า 'การแบ่งเป็นปริมาณหรือขนาดดังกล่าว'

• **알다** (คำกริยา) : 교육이나 경험, 생각 등을 통해 사물이나 상황에 대한 정보 또는 지식을 갖추다.
รู้, ทราบ
มีความรู้หรือรู้ข้อมูลที่เกี่ยวกับสถานการณ์หรือสิ่งต่าง ๆ โดยผ่านความคิด ประสบการณ์หรือการศึกษา เป็นต้น

• -아 나가다 : 앞의 말이 나타내는 행동을 계속 진행함을 나타내는 표현.
...ไปเรื่อย ๆ, ...ไปเรื่อย ๆ ก็จะ..., ...ไปเรื่อย...ก็
สำนวนที่แสดงการดำเนินการกระทำที่ปรากฏในคำพูดข้างหน้าอย่างต่อเนื่อง

• -는 : 앞의 말이 관형어의 기능을 하게 만들고 사건이나 동작이 현재 일어남을 나타내는 어미.
...ที่...
วิภัตติปัจจัยที่แสดงการที่ทำให้คำพูดข้างหน้าทำหน้าที่เป็นคุณศัพท์ขยายนามและเหตุการณ์หรืออากัปกิริยาเกิดขึ้นในปัจจุบัน

• **재미** (คำนาม) : 어떤 것이 주는 즐거운 기분이나 느낌.
ความสนุก, ความสนุกสนาน, ความเพลิดเพลิน
ความรู้สึกหรืออารมณ์ที่สนุกสนานที่สิ่งใด ๆ ให้

• 가 : 어떤 상태나 상황에 놓인 대상이나 동작의 주체를 나타내는 조사.
คำชี้ประธาน
คำชี้ที่ใช้แสดงสิ่งที่อยู่ในสถานการณ์หรือสภาพใด ๆ หรือผู้ที่เป็นประธานของอากัปกริยา

• **있다** (คำคุณศัพท์) : 사실이나 현상이 존재하다.
มี
ความจริงหรือปรากฏการณ์มีจริง

• -어요 : (두루높임으로) 어떤 사실을 서술하거나 질문, 명령, 권유함을 나타내는 종결 어미.
วิภัตติปัจจัยลงท้ายประโยคที่ใช้ในการยกย่องโดยทั่วไป
(ใช้ในการยกย่องอย่างไม่เป็นทางการ)
วิภัตติปัจจัยลงท้ายประโยคที่แสดงการบอกเล่า การถาม การสั่ง หรือการชักชวนเรื่องใด ๆ <การพูดตามลำดับ>

< 대화(สนทนา) > - 74

너 지우랑 화해했니?
너 지우랑 화해핸니?
neo jiurang hwahaehaenni?

아니. 난 지우한테 먼저 사과를 받아 낼 거야.
아니. 난 지우한테 먼저 사과를 바다 낼 꺼야.
ani. nan jiuhante meonjeo sagwareul bada nael geoya.

< 설명(การอธิบาย) / 번역(การแปล) >

너 지우+랑 <u>화해하+였+니</u>?
화해했니

- 너 (สรรพนาม) : 듣는 사람이 친구나 아랫사람일 때, 그 사람을 가리키는 말.
  เธอ, แก, เอ็ง
  คำที่ใช้เรียกชี้บ่งคนนั้นที่เป็นผู้ฟังในกรณีที่เป็นผู้น้อยหรือเพื่อน

- 지우 (คำนาม) : ชื่อ

- 랑 : 누군가를 상대로 하여 어떤 일을 할 때 그 상대임을 나타내는 조사.
  กับ..., และ..
  คำชี้ที่แสดงการเป็นเป้าหมายดังกล่าวในตอนที่ทำงานใด ๆ ต่อผู้ใดเป็นฝ่ายตรงข้าม

- 화해하다 (คำกริยา) : 싸움을 멈추고 서로 가지고 있던 안 좋은 감정을 풀어 없애다.
  คืนดีกัน, หยุดทะเลาะกัน, ปรองดองกัน
  หยุดทะเลาะกันแล้ว คลายความรู้สึกที่ไม่ดีที่เคยมีซึ่งกันและกันให้หมดหายไป

- -였- : 어떤 사건이 과거에 완료되었거나 그 사건의 결과가 현재까지 지속되는 상황을 나타내는 어미.
  ...แล้ว(อดีตกาล), ยังคง...(อดีตกาล)
  วิภัตติปัจจัยที่แสดงว่าเหตุการณ์ใดๆเสร็จสมบูรณ์ไปแล้วในอดีตหรือแสดงสถานการณ์ที่ผลลัพธ์ของเหตุการณ์ดังกล่าวต่อเนื่องจนถึงปัจจุบัน

- -니 : (아주낮춤으로) 물음을 나타내는 종결 어미.
  ...ไหม, ...หรือเปล่า, ...เหรอ
  (ใช้ในการลดระดับอย่างมากและเป็นทางการ) วิภัตติปัจจัยลงท้ายประโยคที่แสดงการถาม

아니.

<u>나</u>+<u>는</u> 지우+한테 먼저 사과+를 <u>받</u>+<u>[아 내]</u>+<u>[ㄹ 것(거)]</u>+<u>(이)</u>+<u>야</u>.
난 받아 낼 거야

• **아니** (คำอุทาน) : 아랫사람이나 나이나 지위 등이 비슷한 사람이 물어보는 말에 대해 부정하여 대답할 때 쓰는 말.
ไม่, ไม่ใช่
คำที่ผู้อ่อนอาวุโสหรือผู้ที่มีอายุ ตำแหน่ง เป็นต้น ใช้เมื่อตอบปฏิเสธคำถาม

• **나** (สรรพนาม) : 말하는 사람이 친구나 아랫사람에게 자기를 가리키는 말.
ฉัน
คำที่คนพูดใช้เรียกตนเองต่อเพื่อนหรือคนที่อายุน้อยกว่า

• 는 : 문장 속에서 어떤 대상이 화제임을 나타내는 조사.
...นั้น
คำชี้ที่แสดงว่าเป้าหมายใดๆเป็นหัวเรื่องในประโยค

• **지우** (คำนาม) : ชื่อ

• 한테 : 어떤 행동의 주체이거나 비롯되는 대상임을 나타내는 조사.
จาก
คำชี้ที่แสดงว่าเป็นเป้าหมายที่ถูกเริ่มหรือเป็นส่วนสำคัญของการกระทำใดๆ

• **먼저** (คำวิเศษณ์) : 시간이나 순서에서 앞서.
ก่อน, ก่อนล่วงหน้า
เวลาหรือลำดับก่อนหน้า

• **사과** (คำนาม) : 자신의 잘못을 인정하며 용서해 달라고 빎.
การขอโทษ, การขออภัย, การขอขมา, การขออภัยโทษ
การยอมรับในความผิดของตนเองและขอร้องให้ยกโทษให้

• 를 : 동작이 직접적으로 영향을 미치는 대상을 나타내는 조사.
ไม่พบคำแปล
คำชี้ที่แสดงเป้าหมายที่การกระทำส่งผลกระทบโดยตรง

• **받다** (คำกริยา) : 요구나 신청, 질문, 공격, 신호 등과 같은 작용을 당하거나 그에 응하다.
ได้รับ, รับ
ได้รับการร้องขอ การสมัคร คำถาม การจู่โจม การให้สัญญาณ เป็นต้น หรือการตอบสนองสิ่งดังกล่าว

• -아 내다 : 앞의 말이 나타내는 행동을 스스로의 힘으로 끝내 이룸을 나타내는 표현.
...จนได้, ...มาจนได้, ในที่สุดก็...จนได้
สำนวนที่แสดงว่าสุดท้ายได้ทำการกระทำที่ปรากฏในคำพูดข้างหน้าบรรลุล่วงด้วยความสามารถของตนเอง

• -ㄹ 것 : 명사가 아닌 것을 문장에서 명사처럼 쓰이게 하거나 '이다' 앞에 쓰일 수 있게 할 때 쓰는 표현.
สิ่งที่จะ..., อะไรที่จะ..., จะ..
ส่วนที่ทำให้คำที่ไม่ใช่คำนามใช้เหมือนคำนามในประโยคหรือทำให้ใช้วางไว้หน้า '이다' ได้

• 이다 : 주어가 지시하는 대상의 속성이나 부류를 지정하는 뜻을 나타내는 서술격 조사.
เป็น
คำชี้ภาคแสดงการกที่แสดงความหมายที่กำหนดประเภทหรือคุณสมบัติของเป้าหมายที่ประธานบ่งชี้

• -야 : (두루낮춤으로) 어떤 사실에 대하여 서술하거나 물음을 나타내는 종결 어미.
วิภัตติปัจจัยลงท้ายประโยคที่ใช้ในการลดระดับภาษาโดยทั่วไป
(ใช้ในการลดระดับอย่างไม่เป็นทางการ) วิภัตติปัจจัยลงท้ายประโยคที่แสดงการบอกเล่าหรือการถามเกี่ยวกับข้อเท็จจริงใด ๆ
<การพูดตามลำดับ>

< 대화(สนทนา) > - 75

왜 교실에 안 들어가고 밖에 서 있어?
왜 교시레 안 드러가고 바께 서 이써?
wae gyosire an deureogago bakke seo isseo?

누가 문을 잠가 놓았는지 문이 안 열려요.
누가 무늘 잠가 노안는지 무니 안 열려요.
nuga muneul jamga noanneunji muni an yeollyeoyo.

< 설명(การอธิบาย) / 번역(การแปล) >

왜 교실+에 안 들어가+고 밖+에 서+[(어) 있]+어?
서 있어

- **왜** (คำวิเศษณ์) : 무슨 이유로. 또는 어째서.
  ทำไม, ด้วยเหตุใด, เพราะอะไร
  ด้วยเหตุผลอันใด หรือเพราะอะไร

- **교실** (คำนาม) : 유치원, 초등학교, 중학교, 고등학교에서 교사가 학생들을 가르치는 방.
  ห้องเรียน
  ห้องที่ผู้สอนใช้สอนนักเรียนในโรงเรียนอนุบาล โรงเรียนประถมศึกษา โรงเรียนมัธยมศึกษาตอนต้น โรงเรียนมัธยมศึกษาตอนปลาย

- **에** : 앞말이 목적지이거나 어떤 행위의 진행 방향임을 나타내는 조사.
  ที่...
  คำชี้ที่แสดงว่าคำพูดข้างหน้าเป็นทิศทางที่ดำเนินไปของการกระทำใด ๆ หรือเป็นจุดหมายปลายทาง

- **안** (คำวิเศษณ์) : 부정이나 반대의 뜻을 나타내는 말.
  ไม่
  คำที่แสดงความหมายถึงการปฏิเสธหรือการต่อต้าน

- **들어가다** (คำกริยา) : 밖에서 안으로 향하여 가다.
  เข้าไป, ดิ่งไป, ตรงไป
  จากข้างนอกไปยังข้างใน

• -고 : 앞의 말이 나타내는 행동이나 그 결과가 뒤에 오는 행동이 일어나는 동안에 그대로 지속됨을 나타내는 연결 어미.
ไม่พบคำแปล
วิภัตติปัจจัยเชื่อมระหว่างประโยคที่แสดงว่าการกระทำหรือผลลัพธ์ที่ปรากฏในประโยคหน้าถูกดำเนินอย่างต่อเนื่องในช่วงเวลาที่การกระทำในประโยคหลังเกิดขึ้น

• **밖** (คำนาม) : 선이나 경계를 넘어선 쪽.
ด้านนอก, ข้างนอก, ภายนอก
ด้านที่ล้ำเส้นหรืออาณาเขต

• 에 : 앞말이 어떤 장소나 자리임을 나타내는 조사.
ที่...
คำชี้ที่แสดงว่าคำพูดข้างหน้าเป็นตำแหน่งหรือสถานที่ใด ๆ

• **서다** (คำกริยา) : 사람이나 동물이 바닥에 발을 대고 몸을 곧게 하다.
ยืน
คนหรือสัตว์แตะเท้าไว้ที่พื้นและทำให้ร่างกายยืนตรงได้

• -어 있다 : 앞의 말이 나타내는 상태가 계속됨을 나타내는 표현.
...อยู่
สำนวนที่แสดงว่าสภาพที่คำพูดข้างหน้าแสดงไว้นั้นดำเนินอยู่อย่างต่อเนื่อง

• -어 : (두루낮춤으로) 어떤 사실을 서술하거나 물음, 명령, 권유를 나타내는 종결 어미.
วิภัตติปัจจัยลงท้ายประโยคที่ใช้ในการลดระดับภาษาโดยทั่วไป
(ใช้ในการลดระดับอย่างไม่เป็นทางการ)วิภัตติปัจจัยลงท้ายประโยคที่แสดงการบอกเล่าข้อเท็จจริงใด ๆ หรือการถาม การสั่ง หรือการชักชวน <คำถาม>

누(구)+가 문+을 잠그(잠ㄱ)+[아 놓]+았+는지 문+이 안 열리+어요.

누가 잠가 놓았는지 열려요

• **누구** (สรรพนาม) : 모르는 사람을 가리키는 말.
ใคร
คำที่ใช้เรียกคนที่ไม่รู้จัก

• 가 : 어떤 상태나 상황에 놓인 대상이나 동작의 주체를 나타내는 조사.
คำชี้ประธาน
คำชี้ที่ใช้แสดงสิ่งที่อยู่ในสถานการณ์หรือสภาพใด ๆ หรือผู้ที่เป็นประธานของอากัปกริยา

• **문** (คำนาม) : 사람이 안과 밖을 드나들거나 물건을 넣고 꺼낼 수 있게 하기 위해 열고 닫을 수 있도록 만든 시설.
ประตู
สิ่งอำนวยความสะดวกที่ทำขึ้นเพื่อให้สามารถเปิดและปิดได้เพื่อคนเข้าออกข้างในและข้างนอก หรือใส่หรือเอาสิ่งของออกได้

• 을 : 동작이 직접적으로 영향을 미치는 대상을 나타내는 조사.
ไม่พบคำแปล
คำชี้ที่แสดงเป้าหมายที่การกระทำส่งผลกระทบโดยตรง

• **잠그다** (คำกริยา) : 문 등을 자물쇠나 고리로 남이 열 수 없게 채우다.
ล็อค, ปิด, ใส่กุญแจ
ปิดประตู เป็นต้น ด้วยแม่กุญแจหรือโซ่เพื่อไม่ให้คนอื่นสามารถเปิดได้

• -아 놓다 : 앞의 말이 나타내는 행동을 끝내고 그 결과를 유지함을 나타내는 표현.
...ไว้, ...เอาไว้
สำนวนที่แสดงว่าได้ทำการกระทำที่ปรากฏในคำพูดข้างหน้าเสร็จสิ้นแล้วและยังคงรักษาผลลัพธ์ดังกล่าวไว้

• -았- : 어떤 사건이 과거에 완료되었거나 그 사건의 결과가 현재까지 지속되는 상황을 나타내는 어미.
...แล้ว
วิภัตติปัจจัยที่แสดงว่าเหตุการณ์ใดๆเสร็จสมบูรณ์ไปแล้วในอดีตหรือแสดงสถานการณ์ที่ผลลัพธ์ของเหตุการณ์ดังกล่าวต่อเนื่องจนถึงปัจจุบัน

• -는지 : 뒤에 오는 말의 내용에 대한 막연한 이유나 판단을 나타내는 연결 어미.
...หรือไม่ จึง..., ...หรือเปล่า จึง...
วิภัตติปัจจัยเชื่อมระหว่างประโยคที่แสดงเหตุผลหรือการวินิจฉัยที่ไม่แน่ชัด เกี่ยวกับเนื้อหาในประโยคหลัง

• **문** (คำนาม) : 사람이 안과 밖을 드나들거나 물건을 넣고 꺼낼 수 있게 하기 위해 열고 닫을 수 있도록 만든 시설.
ประตู
สิ่งอำนวยความสะดวกที่ทำขึ้นเพื่อให้สามารถเปิดและปิดได้เพื่อคนเข้าออกข้างในและข้างนอก หรือใส่หรือเอาสิ่งของออกได้

• 이 : 어떤 상태나 상황의 대상이나 동작의 주체를 나타내는 조사.
ตัวชี้ประธาน
คำชี้ที่ใช้แสดงสิ่งที่อยู่ในสถานการณ์หรือสภาพใด ๆ หรือผู้ที่เป็นประธานของอากัปกริยา

• **안** (คำวิเศษณ์) : 부정이나 반대의 뜻을 나타내는 말.
ไม่
คำที่แสดงความหมายถึงการปฏิเสธหรือการต่อต้าน

• **열리다** (คำกริยา) : 닫히거나 잠겨 있던 것이 트이거나 풀리다.
ถูกเปิด
สิ่งที่เคยถูกขังหรือถูกปิดอยู่ถูกแก้หรือถูกเปิดออก

• -어요 : (두루높임으로) 어떤 사실을 서술하거나 질문, 명령, 권유함을 나타내는 종결 어미.
วิภัตติปัจจัยลงท้ายประโยคที่ใช้ในการยกย่องโดยทั่วไป
(ใช้ในการยกย่องอย่างไม่เป็นทางการ) วิภัตติปัจจัยลงท้ายประโยคที่แสดงการบอกเล่า การถาม การสั่ง หรือการชักชวนเรื่องใด ๆ
<การพูดตามลำดับ>

< 대화(สนทนา) > - 76

오늘 행사는 아홉 시부터 시작인데 왜 벌써 가?
오늘 행사는 아홉 시부터 시자긴데 왜 벌써 가?
oneul haengsaneun ahop sibuteo sijaginde wae beolsseo ga?

준비할 게 많으니까 조금 일찍 와 달라는 부탁을 받았어.
준비할 께 마느니까 조금 일찍 와 달라는 부타글 바다써.
junbihal ge maneunikka jogeum iljjik wa dallaneun butageul badasseo.

< 설명(การอธิบาย) / 번역(การแปล) >

오늘 행사+는 아홉 시+부터 시작+이+ㄴ데 왜 벌써 가+(아)?
시작인데 가

• **오늘** (คำนาม) : 지금 지나가고 있는 이날.
วันนี้
วันนี้ที่กำลังผ่านไปตอนนี้

• **행사** (คำนาม) : 목적이나 계획을 가지고 절차에 따라서 어떤 일을 시행함. 또는 그 일.
กิจกรรม, การทำกิจกรรม, งาน
การดำเนินงานใด ๆ ตามขั้นตอน โดยมีวัตถุประสงค์และแผนการ หรืองานดังกล่าว

• 는 : 문장 속에서 어떤 대상이 화제임을 나타내는 조사.
...นั้น
คำชี้ที่แสดงว่าเป้าหมายใดๆเป็นหัวเรื่องในประโยค

• **아홉** (คุณศัพท์) : 여덟에 하나를 더한 수의.
9, เก้า, เลขเก้า, จำนวนเก้า
ที่เป็นจำนวนแปดบวกหนึ่ง

• **시** (คำนาม) : 하루를 스물넷으로 나누었을 때 그 하나를 나타내는 시간의 단위.
โมง, นาฬิกา(หน่วยวัดเวลา)
หน่วยของเวลาที่แสดงหนึ่งเวลาเมื่อแบ่งหนึ่งวันให้เป็นยี่สิบสี่ชั่วโมง

• 부터 : 어떤 일의 시작이나 처음을 나타내는 조사.
ตั้งแต่..., จาก...
คำชี้ที่แสดงการเริ่มต้นหรือครั้งแรกของงานใด ๆ

• **시작** (คำนาม) : 어떤 일이나 행동의 처음 단계를 이루거나 이루게 함. 또는 그런 단계.
การเริ่ม, การเริ่มทำ, การเริ่มต้น, การเริ่มลงมือ
การบรรลุหรือทำให้บรรลุถึงขั้นแรกของการกระทำหรืองานบางอย่าง หรือขั้นตอนดังกล่าว

• 이다 : 주어가 지시하는 대상의 속성이나 부류를 지정하는 뜻을 나타내는 서술격 조사.
เป็น
คำชี้ภาคแสดงการกที่แสดงความหมายที่กำหนดประเภทหรือคุณสมบัติของเป้าหมายที่ประธานบ่งชี้

• -ㄴ데 : 뒤의 말을 하기 위하여 그 대상과 관련이 있는 상황을 미리 말함을 나타내는 연결 어미.
ก็...นะ ว่าแต่..., ก็...นะ แต่...
วิภัตติปัจจัยเชื่อมระหว่างประโยคที่แสดงการพูดบอกสถานการณ์ที่เกี่ยวข้องกับเรื่องที่จะพูดข้างหลังไว้ล่วงหน้าเพื่อที่จะพูดถึงเรื่องดังกล่าวข้างหลัง

• **왜** (คำวิเศษณ์) : 무슨 이유로. 또는 어째서.
ทำไม, ด้วยเหตุใด, เพราะอะไร
ด้วยเหตุผลอันใด หรือเพราะอะไร

• **벌써** (คำวิเศษณ์) : 생각보다 빠르게.
ก่อนแล้ว, เรียบร้อยแล้ว
อย่างเร็วกว่าที่คิด

• **가다** (คำกริยา) : 한 곳에서 다른 곳으로 장소를 이동하다.
ไป
เคลื่อนออกจากสถานที่แห่งใดแห่งหนึ่งไปยังสถานที่อื่น

• -아 : (두루낮춤으로) 어떤 사실을 서술하거나 물음, 명령, 권유를 나타내는 종결 어미.
วิภัตติปัจจัยลงท้ายประโยคที่ใช้ในการลดระดับภาษาโดยทั่วไป
(ใช้ในการลดระดับอย่างไม่เป็นทางการ)วิภัตติปัจจัยลงท้ายประโยคที่แสดงการบอกเล่าข้อเท็จจริงใด ๆ หรือการถาม การสั่ง หรือการชักชวน <คำถาม>

준비하+[ㄹ 것(거)]+이 많+으니까
준비할 게

조금 일찍 오+[아 달]+라는 부탁+을 받+았+어.
와 달라는

• **준비하다** (คำกริยา) : 미리 마련하여 갖추다.
เตรียม, ตระเตรียม, เตรียมการ, เตรียมตัว
เตรียมพร้อมไว้ล่วงหน้า

• -ㄹ 것 : 명사가 아닌 것을 문장에서 명사처럼 쓰이게 하거나 '이다' 앞에 쓰일 수 있게 할 때 쓰는 표현.
สิ่งที่จะ..., อะไรที่จะ..., จะ..
สำนวนที่ทำให้คำที่ไม่ใช่คำนามใช้เหมือนคำนามในประโยคหรือทำให้ใช้วางไว้หน้า '이다' ได้

• 이 : 어떤 상태나 상황의 대상이나 동작의 주체를 나타내는 조사.
ตัวชี้ประธาน
คำชี้ที่ใช้แสดงสิ่งที่อยู่ในสถานการณ์หรือสภาพใด ๆ หรือผู้ที่เป็นประธานของอากัปกริยา

• **많다** (คำคุณศัพท์) : 수나 양, 정도 등이 일정한 기준을 넘다.
มาก, เยอะ
จำนวน ปริมาณ ระดับหรือสิ่งใดที่เกินกว่าระดับที่กำหนด

• -으니까 : 뒤에 오는 말에 대하여 앞에 오는 말이 원인이나 근거, 전제가 됨을 강조하여 나타내는 연결어미.
เพราะ..., เพราะว่า...
วิภัตติปัจจัยเชื่อมระหว่างประโยคที่แสดงโดยตอกย้ำว่าคำพูดที่อยู่ข้างหน้าจะกลายเป็นเหตุผล สาเหตุหรือเงื่อนไขเกี่ยวกับคำพูดตามมาข้างหลัง

• **조금** (คำวิเศษณ์) : 시간이 짧게.
อย่างสั้น, อย่างนิดหน่อย, อีกสักครู่
อย่างเป็นเวลาอย่างสั้น

• **일찍** (คำวิเศษณ์) : 정해진 시간보다 빠르게.
เร็ว
ก่อนเวลาที่กำหนด

• **오다** (คำกริยา) : 무엇이 다른 곳에서 이곳으로 움직이다.
มา
สิ่งใดเคลื่อนไหวจากที่หนึ่งไปยังอีกที่

• -아 달다 : 앞의 말이 나타내는 행동을 해 줄 것을 요구함을 나타내는 표현.
ขอร้องว่า..., ร้องขอว่า..., อ้อนวอนว่า...
สำนวนที่แสดงการขอร้องให้ช่วยทำการกระทำที่ปรากฏในคำพูดข้างหน้า

• -라는 : 명령이나 요청 등의 말을 인용하여 전달하면서 그 뒤에 오는 명사를 꾸며 줄 때 쓰는 표현.
ที่สั่งว่า..., ที่ขอว่า..., ที่บอกว่า..., ที่พูดว่า...
สำนวนที่ใช้เมื่อถ่ายทอดคำสั่งหรือคำขอร้องที่ได้ยินมาโดยใช้การอ้างอิงและใช้ขยายคำนามที่ตามมาข้างหลังด้วย

• **부탁** (คำนาม) : 어떤 일을 해 달라고 하거나 맡김.
การขอร้อง, การร้องขอ, การบกวน
การขอร้องหรือฝากให้ช่วยงานบางอย่าง

• 을 : 동작이 직접적으로 영향을 미치는 대상을 나타내는 조사.
　ไม่พบคำแปล
　คำชี้ที่แสดงเป้าหมายที่การกระทำส่งผลกระทบโดยตรง

• **받다** (คำกริยา) : 요구나 신청, 질문, 공격, 신호 등과 같은 작용을 당하거나 그에 응하다.
　ได้รับ, รับ
　ได้รับการร้องขอ การสมัคร คำถาม การจู่โจม การให้สัญญาณ เป็นต้น หรือการตอบสนองสิ่งดังกล่าว

• -았- : 어떤 사건이 과거에 완료되었거나 그 사건의 결과가 현재까지 지속되는 상황을 나타내는 어미.
　...แล้ว
　วิภัตติปัจจัยที่แสดงว่าเหตุการณ์ใดๆเสร็จสมบูรณ์ไปแล้วในอดีตหรือแสดงสถานการณ์ที่ผลลัพธ์ของเหตุการณ์ดังกล่าวต่อเนื่องจนถึง
　ปัจจุบัน

• -어 : (두루낮춤으로) 어떤 사실을 서술하거나 물음, 명령, 권유를 나타내는 종결 어미.
　วิภัตติปัจจัยลงท้ายประโยคที่ใช้ในการลดระดับภาษาโดยทั่วไป
　(ใช้ในการลดระดับอย่างไม่เป็นทางการ)วิภัตติปัจจัยลงท้ายประโยคที่แสดงการบอกเล่าข้อเท็จจริงใด ๆ หรือการถาม การสั่ง
　หรือการชักชวน <การพูดตามลำดับ>

< 대화(สนทนา) > - 77

이 옷 한번 입어 봐도 되죠?
이 옫 한번 이버 봐도 되죠?
i ot hanbeon ibeo bwado doejyo?

그럼요, 손님. 탈의실은 이쪽입니다.
그러묘, 손님. 타리시른 이쪼김니다.
geureomyo, sonnim. tarisireun ijjogimnida.

< 설명(การอธิบาย) / 번역(การแปล) >

이 옷 한번 입+[어 보]+[아도 되]+죠?
입어 봐도 되죠

• **이** (คุณศัพท์) : 말하는 사람에게 가까이 있거나 말하는 사람이 생각하고 있는 대상을 가리킬 때 쓰는 말.
นี่
คำที่ใช้ตอนที่บ่งชี้สิ่งที่ผู้พูดกำลังคิดอยู่หรือสิ่งที่อยู่ใกล้กับผู้พูด

• **옷** (คำนาม) : 사람의 몸을 가리고 더위나 추위 등으로부터 보호하며 멋을 내기 위하여 입는 것.
เสื้อ, เสื้อผ้า
สิ่งที่สวมใส่เพื่อปิดบังและป้องกันร่างกายของมนุษย์จากความหนาวหรือความร้อน และเพื่อความสวยงาม

• **한번** (คำวิเศษณ์) : 어떤 일을 시험 삼아 시도함을 나타내는 말.
สักหน่อย, สักครั้ง, สักที
คำพูดที่แสดงความหมายว่า ลองทำงานใด ๆ เป็นการทดลอง

• **입다** (คำกริยา) : 옷을 몸에 걸치거나 두르다.
สวม, ใส่
นำเสื้อผ้ามาห่อหุ้มร่างกายด้วยวิธีการสวมหรือใส่

• -어 보다 : 앞의 말이 나타내는 행동을 시험 삼아 함을 나타내는 표현.
...ดู, ลอง..., ลอง...ดู
สำนวนที่แสดงว่าเป็นการทดลองทำการกระทำที่ปรากฏในคำพูดข้างหน้า

• -아도 되다 : 어떤 행동에 대한 허락이나 허용을 나타낼 때 쓰는 표현.
...ได้
สำนวนที่ใช้เมื่อแสดงการอนุญาตหรือยินยอมในการกระทำใด ๆ

• -죠 : (두루높임으로) 말하는 사람이 듣는 사람에게 친근함을 나타내며 물을 때 쓰는 종결 어미.
...ล่ะ(ครับ)
(ใช้ในการยกย่องอย่างไม่เป็นทางการ) วิภัตติปัจจัยลงท้ายประโยคเมื่อผู้พูดถามไปพร้อมกับการแสดงความสนิทสนมกับผู้ฟัง

그럼+요, 손님.

탈의실+은 이쪽+이+ㅂ니다.

이쪽입니다

• **그럼 (คำอุทาน)** : 말할 것도 없이 당연하다는 뜻으로 대답할 때 쓰는 말.
แน่นอน, ถูกต้อง, ใช่แล้ว
คำที่ใช้เมื่อตอบคำถาม มีความหมายว่าเป็นเช่นนั้นอย่างแน่นอนโดยไม่ต้องพูดอีก

• 요 : 높임의 대상인 상대방에게 존대의 뜻을 나타내는 조사.
ค่ะ/ครับ, คะ/ครับ
คำชี้ที่แสดงความหมายของการยกย่องแก่ฝ่ายตรงข้ามที่เป็นสถานะสูง

• **손님 (คำนาม)** : (높임말로) 여관이나 음식점 등의 가게에 찾아온 사람.
แขก, ลูกค้า
(คำยกย่อง) คนที่มาเยือนยังร้านค้า เช่น ร้านอาหารหรือที่พักแรม เป็นต้น

• **탈의실 (คำนาม)** : 옷을 벗거나 갈아입는 방.
ห้องเปลี่ยนเสื้อ, ห้องลองเสื้อ, ห้องแต่งตัว
ห้องที่ไว้สำหรับเปลี่ยนหรือถอดเสื้อผ้า

• 은 : 문장 속에서 어떤 대상이 화제임을 나타내는 조사.
ตัวชี้หัวเรื่อง
คำชี้ที่แสดงว่าเป้าหมายใด ๆ เป็นหัวข้อเรื่องในประโยค

• **이쪽 (สรรพนาม)** : 말하는 사람에게 가까운 곳이나 방향을 가리키는 말.
ด้านนี้, ทางนี้, ฝั่งนี้
คำที่ใช้เรียกทิศทางหรือที่ที่ใกล้กับผู้พูด

• 이다 : 주어가 지시하는 대상의 속성이나 부류를 지정하는 뜻을 나타내는 서술격 조사.
เป็น
คำชี้ภาคแสดงการกที่แสดงความหมายที่กำหนดประเภทหรือคุณสมบัติของเป้าหมายที่ประธานบ่งชี้

• -ㅂ니다 : (아주높임으로) 현재의 동작이나 상태, 사실을 정중하게 설명함을 나타내는 종결 어미.
...ครับ(ค่ะ)
(ใช้ในการยกย่องอย่างมากและเป็นทางการ)วิภัตติปัจจัยลงท้ายประโยคที่แสดงการอธิบายถึงอากัปกิริยา สภาพ
หรือข้อเท็จจริงใด ๆ ในปัจจุบันอย่างสุภาพเรียบร้อย

< 대화(สนทนา) > - 78

많이 취하신 거 같아요. 제가 택시 잡아 드릴게요.
마니 취하신 거 가타요. 제가 택씨 자바 드릴께요.
mani chwihasin geo gatayo. jega taeksi jaba deurilgeyo.

괜찮아요. 좀 걷다가 지하철 타고 가면 됩니다.
괜차나요. 좀 걷따가 지하철 타고 가면 됨니다.
gwaenchanayo. jom geotdaga jihacheol tago gamyeon doemnida.

< 설명(การอธิบาย) / 번역(การแปล) >

많이 취하+시+[ㄴ 것(거) 같]+아요.
취하신 거 같아요

제+가 택시 잡+[아 드리]+ㄹ게요.
잡아 드릴게요

• **많이** (คำวิเศษณ์) : 수나 양, 정도 등이 일정한 기준보다 넘게.
อย่างมาก, มาก
จำนวน ปริมาณหรือระดับ เป็นต้น เกินกว่ามาตรฐานที่ได้กำหนดไว้

• **취하다** (คำกริยา) : 술이나 약 등의 기운으로 정신이 흐려지고 몸을 제대로 움직일 수 없게 되다.
เมา(เหล้า, ยา)
สติแปรปรวนด้วยพลังของเหล้าหรือยาแล้วไม่สามารถขยับร่างกายได้ดี

• -시- : 어떤 동작이나 상태의 주체를 높이는 뜻을 나타내는 어미.
วิภัตติปัจจัยที่แสดงการยกย่องประธานในประโยค
วิภัตติปัจจัยที่ใช้แสดงความหมายซึ่งยกย่องประธานของอากัปกิริยาหรือสภาพใด ๆ

• -ㄴ 것 같다 : 추측을 나타내는 표현.
ดูเหมือนว่าจะ..., คงจะ..., อาจจะ..
สำนวนที่แสดงการคาดคะเน

• -아요 : (두루높임으로) 어떤 사실을 서술하거나 질문, 명령, 권유함을 나타내는 종결 어미.
วิภัตติปัจจัยลงท้ายประโยคที่ใช้ในการยกย่องโดยทั่วไป
(ใช้ในการยกย่องอย่างไม่เป็นทางการ) วิภัตติปัจจัยลงท้ายประโยคที่แสดงการบอกเล่า การถาม การสั่ง หรือการชักชวนเรื่องใด ๆ
<การพูดตามลำดับ>

• **제** (สรรพนาม) : 말하는 사람이 자신을 낮추어 가리키는 말인 '저'에 조사 '가'가 붙을 때의 형태.
ดิฉัน, ผม, กระผม
รูปที่คำชี้ "가" ตามหลังคำว่า "저" ซึ่งเป็นคำที่ผู้พูดชี้ถึงตนเองอย่างถ่อมตัว

• 가 : 어떤 상태나 상황에 놓인 대상이나 동작의 주체를 나타내는 조사.
คำชี้ประธาน
คำชี้ที่ใช้แสดงสิ่งที่อยู่ในสถานการณ์หรือสภาพใด ๆ หรือผู้ที่เป็นประธานของอากัปกริยา

• **택시** (คำนาม) : 돈을 받고 손님이 원하는 곳까지 태워 주는 일을 하는 승용차.
รถแท็กซี่
รถยนต์โดยสารรับจ้างโดยผู้ขับจะส่งผู้โดยสารระหว่างที่หนึ่งไปยังที่หนึ่งตามที่ผู้โดยสารต้องการ

• **잡다** (คำกริยา) : 자동차 등을 타기 위하여 세우다.
โบก, เรียก, หา(รถโดยสาร, รถแท็กซี่)
ทำให้จอดเพื่อขึ้นรถยนต์ เป็นต้น

• -아 드리다 : (높임말로) 남을 위해 앞의 말이 나타내는 행동을 함을 나타내는 표현.
...ให้, ช่วย...ให้, อาสา...ให้
(คำยกย่อง) สำนวนที่แสดงการที่ทำการกระทำซึ่งคำพูดข้างหน้าแสดงไว้เพื่อผู้อื่น

• -ㄹ게요 : (두루높임으로) 말하는 사람이 어떤 행동을 할 것을 듣는 사람에게 약속하거나 의지를 나타내는 표현.
จะ...ครับ(ค่ะ), จะ...นะครับ(คะ), จะ...เองครับ(ค่ะ)
(ใช้ในการยกย่องอย่างไม่เป็นทางการ)วิภัตติปัจจัยลงท้ายประโยคที่แสดงการที่ผู้พูดบอกกับผู้ฟังให้ทราบหรือสัญญาว่าจะทำสิ่งใดๆ

괜찮+아요.

좀 걷+다가 지하철 타+고 가+[면 되]+ㅂ니다.

가면 됩니다

• **괜찮다** (คำคุณศัพท์) : 별 문제가 없다.
ไม่เป็นไร, ดี
ไม่มีปัญหาอะไร

- **-아요** : (두루높임으로) 어떤 사실을 서술하거나 질문, 명령, 권유함을 나타내는 종결 어미.
  วิภัตติปัจจัยลงท้ายประโยคที่ใช้ในการยกย่องโดยทั่วไป
  (ใช้ในการยกย่องอย่างไม่เป็นทางการ) วิภัตติปัจจัยลงท้ายประโยคที่แสดงการบอกเล่า การถาม การสั่ง หรือการชักชวนเรื่องใด ๆ
  <การพูดตามลำดับ>

- **좀** (คำวิเศษณ์) : 시간이 짧게.
  หน่อย, เล็กน้อย
  อย่างเวลาสั้น ๆ

- **걷다** (คำกริยา) : 바닥에서 발을 번갈아 떼어 옮기면서 움직여 위치를 옮기다.
  เดิน
  เคลื่อนที่เปลี่ยนตำแหน่งโดยยกเท้าก้าวสลับไปบนพื้น

- **-다가** : 어떤 행동이나 상태 등이 중단되고 다른 행동이나 상태로 바뀜을 나타내는 연결 어미.
  แล้ว..., แล้วก็..., ...ก็...
  วิภัตติปัจจัยเชื่อมระหว่างประโยคที่แสดงการกระทำหรือสภาพใด ๆ เป็นต้น ถูกหยุดชะงักและเปลี่ยนเป็นการกระทำหรือสภาพอื่น

- **지하철** (คำนาม) : 지하 철도로 다니는 전동차.
  รถไฟใต้ดิน
  รถไฟฟ้าที่วิ่งไปมาในเส้นทางรถไฟใต้ดิน

- **타다** (คำกริยา) : 탈것이나 탈것으로 이용하는 짐승의 몸 위에 오르다.
  ขี่, ขึ้น
  ขึ้นบนยานพาหนะหรือร่างกายของสัตว์ที่ใช้เป็นยานพาหนะ

- **-고** : 앞의 말이 나타내는 행동이나 그 결과가 뒤에 오는 행동이 일어나는 동안에 그대로 지속됨을 나타내는 연결 어미.
  ไม่พบคำแปล
  วิภัตติปัจจัยเชื่อมระหว่างประโยคที่แสดงว่าการกระทำหรือผลลัพธ์ที่ปรากฏในประโยคหน้าถูกดำเนินอย่างต่อเนื่องในช่วงเวลาที่การกระทำในประโยคหลังเกิดขึ้น

- **가다** (คำกริยา) : 한 곳에서 다른 곳으로 장소를 이동하다.
  ไป
  เคลื่อนออกจากสถานที่แห่งใดแห่งหนึ่งไปยังสถานที่อื่น

- **-면 되다** : 조건이 되는 어떤 행동을 하거나 어떤 상태만 갖추어지면 문제가 없거나 충분함을 나타내는 표현.
  ถ้า...ก็เพียงพอแล้วครับ(ค่ะ), ถ้า...ก็ได้แล้วครับ(ค่ะ), เพียงแค่...เท่านั้นครับ(ค่ะ)
  สำนวนที่ใช้แสดงว่าหากเพียงทำการกระทำใดๆที่เป็นเงื่อนไขหรือมีสภาพใดๆพร้อมก็จะปราศจากปัญหาหรือมีความเพียงพอ

- **-ㅂ니다** : (아주높임으로) 현재의 동작이나 상태, 사실을 정중하게 설명함을 나타내는 종결 어미.
  ...ครับ(ค่ะ)
  (ใช้ในการยกย่องอย่างมากและเป็นทางการ)วิภัตติปัจจัยลงท้ายประโยคที่แสดงการอธิบายถึงอากัปกิริยา สภาพ หรือข้อเท็จจริงใด ๆ ในปัจจุบันอย่างสุภาพเรียบร้อย

< 대화(สนทนา) > - 79

책상 위에 있는 쓰레기 같은 것들은 좀 치워 버려라.
책쌍 위에 인는 쓰레기 가튼 걷뜨른 좀 치워 버려라.
chaeksang wie inneun sseuregi gateun geotdeureun jom chiwo beoryeora.

아냐. 다 필요한 것들이니까 버리면 안 돼.
아냐. 다 피료한 걷뜨리니까 버리면 안 돼.
anya. da piryohan geotdeurinikka beorimyeon an dwae.

< 설명(การอธิบาย) / 번역(การแปล) >

책상 위+에 있+는 쓰레기 같+[은 것]+들+은 좀 치우+[어 버리]+어라.
치워 버려라

• **책상** (คำนาม) : 책을 읽거나 글을 쓰거나 사무를 볼 때 앞에 놓고 쓰는 상.
โต๊ะหนังสือ, โต๊ะเขียนหนังสือ, โต๊ะทำงาน
โต๊ะที่วางไว้อยู่หน้าด้านใช้เมื่ออ่านหนังสือ เขียนหนังสือหรือทำงาน

• **위** (คำนาม) : 어떤 것의 겉면이나 평평한 표면.
ด้านบน, ด้านนอก
พื้นผิวที่ราบเรียบหรือผิวด้านนอกของสิ่งใด

• 에 : 앞말이 어떤 장소나 자리임을 나타내는 조사.
ที่...
คำชี้ที่แสดงว่าคำพูดข้างหน้าเป็นตำแหน่งหรือสถานที่ใด ๆ

• **있다** (คำคุณศัพท์) : 무엇이 어떤 곳에 자리나 공간을 차지하고 존재하는 상태이다.
มี, มีอยู่ร่วม, ครอบคลุม
อะไรมีสภาพที่มีอยู่จริงและครอบครองในพื้นที่หรือสถานที่ใด ๆ

• -는 : 앞의 말이 관형어의 기능을 하게 만들고 사건이나 동작이 현재 일어남을 나타내는 어미.
...ที่...
วิภัตติปัจจัยที่แสดงการที่ทำให้คำพูดข้างหน้าทำหน้าที่เป็นคุณศัพท์ขยายนามและเหตุการณ์หรืออากัปกิริยาเกิดขึ้นในปัจจุบัน

• **쓰레기** (คำนาม) : 쓸어 낸 먼지, 또는 못 쓰게 되어 내다 버릴 물건이나 내다 버린 물건.
ขยะ
สิ่งของที่ปล่อยทิ้ง สิ่งของที่จะนำไปทิ้งซึ่งไม่สามารถใช้ได้ หรือฝุ่นที่กวาดไว้

• **같다** (คำคุณศัพท์) : 무엇과 비슷한 종류에 속해 있음을 나타내는 말.
  ดังเช่น, เช่น
  คำที่ใช้แสดงว่าอยู่ในประเภทที่คล้ายกับอะไร

• **-은 것** : 명사가 아닌 것을 문장에서 명사처럼 쓰이게 하거나 '이다' 앞에 쓰일 수 있게 할 때 쓰는 표
          현.
  การ..., ความ...
  สำนวนที่ทำให้คำที่ไม่ใช่คำนามใช้เหมือนคำนามในประโยคหรือทำให้ใช้วางไว้หน้า '이다' ได้

• **들** : '복수'의 뜻을 더하는 접미사.
  พวก..., ...ทั้งหลาย, ที่เป็นพหูพจน์
  ปัจจัยที่เพิ่มคำไปในคำเพื่อให้มีความหมายว่า 'พหูพจน์'

• **은** : 문장 속에서 어떤 대상이 화제임을 나타내는 조사.
  ตัวชี้หัวเรื่อง
  คำชี้ที่แสดงว่าเป้าหมายใด ๆ เป็นหัวข้อเรื่องในประโยค

• **좀** (คำวิเศษณ์) : 주로 부탁이나 동의를 구할 때 부드러운 느낌을 주기 위해 넣는 말.
  ขอ...หน่อย, ...หน่อย
  คำพูดที่ใส่เพื่อให้ความรู้สึกนิ่มนวลส่วนใหญ่ใช้ในตอนที่ขอความเห็นด้วยหรือขอร้อง

• **치우다** (คำกริยา) : 청소하거나 정리하다.
  ทำความสะอาด, จัดเก็บ
  ทำความสะอาดหรือจัดการ

• **-어 버리다** : 앞의 말이 나타내는 행동이 완전히 끝났음을 나타내는 표현.
  ...แล้ว, ...เสียแล้ว, ...ซะแล้ว
  สำนวนที่แสดงว่าการกระทำที่ปรากฏในคำพูดข้างหน้าเสร็จสิ้นอย่างสมบูรณ์

• **-어라** : (아주낮춤으로) 명령을 나타내는 종결 어미.
  จง..., ให้..., ...นะ, ...สิ
  (ใช้ในการลดระดับอย่างมากและเป็นทางการ) วิภัตติปัจจัยลงท้ายประโยคที่แสดงการสั่ง

<u>아니야.</u>
  아냐

다 <u>필요하</u>+[ㄴ 것]+들+이+니까 <u>버리</u>+[면 안 되]+어.
  필요한 것들이니까   버리면 안 돼

• **아니야** (คำอุทาน) : 묻는 말에 대하여 강조하며, 또는 단호하게 부정하며 대답할 때 쓰는 말.
ไม่, ไม่ใช่
คำที่ใช้เมื่อตอบปฏิเสธคำถามอย่างเน้นย้ำหรือปฏิเสธอย่างเด็ดขาด

• **다** (คำวิเศษณ์) : 남거나 빠진 것이 없이 모두.
ทั้งหมด, ไม่เหลือ
ทั้งหมดโดยที่ไม่ขาดหายหรือไม่เหลือ

• **필요하다** (คำคุณศัพท์) : 꼭 있어야 하다.
จำเป็น, จำเป็นต้อง
จำเป็นต้องมี

• -ㄴ 것 : 명사가 아닌 것을 문장에서 명사처럼 쓰이게 하거나 '이다' 앞에 쓰일 수 있게 할 때 쓰는 표현.
สิ่งที่...
สำนวนที่ใช้เมื่อทำให้คำที่ไม่ใช่คำนามใช้เหมือนคำนามในประโยคหรือทำให้ใช้วางไว้หน้า '이다' ได้

• 들 : '복수'의 뜻을 더하는 접미사.
พวก..., ...ทั้งหลาย, ที่เป็นพหูพจน์
ปัจจัยที่เพิ่มคำไปในคำเพื่อให้มีความหมายว่า 'พหูพจน์'

• 이다 : 주어가 지시하는 대상의 속성이나 부류를 지정하는 뜻을 나타내는 서술격 조사.
เป็น
คำชี้ภาคแสดงการกที่แสดงความหมายที่กำหนดประเภทหรือคุณสมบัติของเป้าหมายที่ประธานบ่งชี้

• -니까 : 뒤에 오는 말에 대하여 앞에 오는 말이 원인이나 근거, 전제가 됨을 강조하여 나타내는 연결 어미.
เพราะ..., เพราะว่า...
วิภัตติปัจจัยเชื่อมระหว่างประโยคที่แสดงโดยตอกย้ำว่าคำพูดที่อยู่ข้างหน้าจะกลายเป็นเหตุผล สาเหตุหรือเงื่อนไขเกี่ยวกับคำพูดตามมาข้างหลัง

• **버리다** (คำกริยา) : 가지고 있을 필요가 없는 물건을 내던지거나 쏟거나 하다.
ทิ้ง, ขว้างทิ้ง(สิ่งของ)
ขว้างหรือทุ่มสิ่งของที่ไม่มีความจำเป็นจะต้องมีไว้

• -면 안 되다 : 어떤 행동이나 상태를 금지하거나 제한함을 나타내는 표현.
...ไม่ได้, ห้าม...
สำนวนที่ใช้แสดงการห้ามหรือการจำกัดสภาพหรือการกระทำใด ๆ

• -어 : (두루낮춤으로) 어떤 사실을 서술하거나 물음, 명령, 권유를 나타내는 종결 어미.
วิภัตติปัจจัยลงท้ายประโยคที่ใช้ในการลดระดับภาษาโดยทั่วไป
(ใช้ในการลดระดับอย่างไม่เป็นทางการ)วิภัตติปัจจัยลงท้ายประโยคที่แสดงการบอกเล่าข้อเท็จจริงใด ๆ หรือการถาม การสั่ง หรือการชักชวน <การพูดตามลำดับ>

< 대화(สนทนา) > - 80

좋은 일 있었나 봐? 기분이 좋아 보이네.
조은 일 이썬나 봐? 기부니 조아 보이네.
joeun il isseonna bwa? gibuni joa boine.

아, 어제 남자 친구한테 반지를 선물로 받았거든요.
아, 어제 남자 친구한테 반지를 선물로 바닫꺼드뇨.
a, eoje namja chinguhante banjireul seonmullo badatgeodeunyo.

< 설명(การอธิบาย) / 번역(การแปล) >

좋+은 일 있+었+[나 보]+아?
있었나 봐

기분+이 좋+[아 보이]+네.

• **좋다** (คำคุณศัพท์) : 어떤 일이나 대상이 마음에 들고 만족스럽다.
ถูกใจ, ชอบใจ, พอใจ
งานหรือสภาพใด ๆ ถูกใจแสนพอใจ

• -은 : 앞의 말이 관형어의 기능을 하게 만들고 현재의 상태를 나타내는 어미.
ที่..., ซึ่ง...
วิภัตติปัจจัยที่ทำให้คำพูดข้างหน้าทำหน้าที่เป็นคุณศัพท์ขยายนามและแสดงถึงสภาพที่เป็นอยู่ในปัจจุบัน

• **일** (คำนาม) : 어떤 내용을 가진 상황이나 사실.
เรื่อง
สถานการณ์หรือความจริงที่มีเนื้อหาใด ๆ

• **있다** (คำคุณศัพท์) : 어떤 사람에게 무슨 일이 생긴 상태이다.
มี, เกิด
เป็นสภาพที่มีเรื่องใด ๆ เกิดขึ้นกับคนใด ๆ

• -었- : 사건이 과거에 일어났음을 나타내는 어미.
...แล้ว(อดีตกาล)
วิภัตติปัจจัยที่แสดงว่าเหตุการณ์ได้เกิดขึ้นในอดีต

• -나 보다 : 앞의 말이 나타내는 사실을 추측함을 나타내는 표현.
ดูเหมือนว่าจะ..., คงจะ...
สำนวนที่แสดงการคาดคะเนสภาพการณ์หรือการกระทำที่ปรากฏในคำพูดข้างหน้า

• -아 : (두루낮춤으로) 어떤 사실을 서술하거나 물음, 명령, 권유를 나타내는 종결 어미.
วิภัตติปัจจัยลงท้ายประโยคที่ใช้ในการลดระดับภาษาโดยทั่วไป
(ใช้ในการลดระดับอย่างไม่เป็นทางการ)วิภัตติปัจจัยลงท้ายประโยคที่แสดงการบอกเล่าข้อเท็จจริงใด ๆ หรือการถาม การสั่ง หรือการชักชวน <คำถาม>

• **기분** (คำนาม) : 불쾌, 유쾌, 우울, 분노 등의 감정 상태.
อารมณ์, ความรู้สึก
สภาพความรู้สึก เช่น ความไม่เบิกบานใจ ความดีอกดีใจ ความโกรธ เป็นต้น

• 이 : 어떤 상태나 상황의 대상이나 동작의 주체를 나타내는 조사.
ตัวชี้ประธาน
คำชี้ที่ใช้แสดงสิ่งที่อยู่ในสถานการณ์หรือสภาพใด ๆ หรือผู้ที่เป็นประธานของอากัปกริยา

• **좋다** (คำคุณศัพท์) : 감정 등이 기쁘고 흐뭇하다.
ดี, ดีใจ, ปลื้มใจ, ปีติ, ยินดี
ความรู้สึก เป็นต้น ดีใจและปลื้มใจ

• -아 보이다 : 겉으로 볼 때 앞의 말이 나타내는 것처럼 느껴지거나 추측됨을 나타내는 표현.
ดู...
สำนวนที่แสดงการสันนิษฐานหรือรู้สึกเหมือนกับสิ่งที่ปรากฏในคำพูดข้างหน้าเมื่อมองจากภายนอก

• -네 : (아주낮춤으로) 지금 깨달은 일에 대하여 말함을 나타내는 종결 어미.
...จัง, ...นะ, ...เนอะ
(ใช้ในการลดระดับอย่างมากและเป็นทางการ)
วิภัตติปัจจัยลงท้ายประโยคที่แสดงการพูดบอกเกี่ยวกับเหตุการณ์ที่ได้เข้าใจอย่างลึกซึ้งในตอนนี้

아, 어제 남자 친구+한테 반지+를 선물+로 받+았+거든요.

• **아** (คำอุทาน) : 기쁨이나 감동의 느낌을 나타낼 때 내는 소리.
อา, โอ้โฮ
เสียงที่เปล่งออกมาเมื่อแสดงความรู้สึกที่ดีใจหรือประทับใจ

• **어제** (คำวิเศษณ์) : 오늘의 하루 전날에.
เมื่อวาน
ในวันก่อนหน้าวันนี้หนึ่งวัน

• **남자 친구** (คำนาม) : 여자가 사랑하는 감정을 가지고 사귀는 남자.
เพื่อนชาย, แฟน
ผู้ชายที่ผู้หญิงกำลังคบหาดูใจและรู้สึกชอบพอรักใคร่

• 한테 : 어떤 행동의 주체이거나 비롯되는 대상임을 나타내는 조사.
จาก
คำชี้ที่แสดงว่าเป็นเป้าหมายที่ถูกเริ่มหรือเป็นส่วนสำคัญของการกระทำใดๆ

• **반지** (คำนาม) : 손가락에 끼는 동그란 장신구.
แหวน
เครื่องตกแต่งวงกลมที่ใส่ที่นิ้วมือ

• 를 : 동작이 직접적으로 영향을 미치는 대상을 나타내는 조사.
ไม่พบคำแปล
คำชี้ที่แสดงเป้าหมายที่การกระทำส่งผลกระทบโดยตรง

• **선물** (คำนาม) : 고마움을 표현하거나 어떤 일을 축하하기 위해 다른 사람에게 물건을 줌. 또는 그 물건.
การให้ของขวัญ, การแสดงความยินดี, ของขวัญ, ของฝาก
การให้สิ่งของแก่ผู้อื่นเพื่อแสดงความขอบคุณหรือแสดงความยินดีในเรื่องใด ๆ หรือสิ่งของดังกล่าว

• 로 : 신분이나 자격을 나타내는 조사.
เป็น..., ในฐานะ..
คำชี้ที่แสดงคุณสมบัติหรือสถานภาพ

• **받다** (คำกริยา) : 다른 사람이 주거나 보내온 것을 가지다.
ได้รับ
มีสิ่งที่คนอื่นให้หรือส่งมาให้

• -았- : 사건이 과거에 일어났음을 나타내는 어미.
...แล้ว(อดีตกาล)
วิภัตติปัจจัยที่แสดงว่าเหตุการณ์เกิดขึ้นในอดีต

• -거든요 : (두루높임으로) 앞의 내용에 대해 말하는 사람이 생각한 이유나 원인, 근거를 나타내는 표현.
เพราะ..., เพราะว่า...
(ใช้ในการยกย่องอย่างไม่เป็นทางการ) สำนวนที่ผู้พูดแสดงมูลเหตุ เหตุผล สาเหตุเกี่ยวกับเนื้อหาข้างหน้า

< 대화(สนทนา) > - 81

저는 한국에 온 지 일 년쯤 됐어요.
저는 한구게 온 지 일 년쯤 돼써요.
jeoneun hanguge on ji il nyeonjjeum dwaesseoyo.

일 년밖에 안 됐는데도 한국어를 정말 잘하시네요.
일 년바께 안 됀는데도 한구거를 정말 잘하시네요.
il nyeonbakke an dwaenneundedo hangugeoreul jeongmal jalhasineyo.

< 설명(การอธิบาย) / 번역(การแปล) >

저+는 한국+에 오+[ㄴ 지] 일 년+쯤 되+었+어요.
온 지 됐어요

- **저** (สรรพนาม) : 말하는 사람이 듣는 사람에게 자신을 낮추어 가리키는 말.
  ดิฉัน, ผม, กระผม
  คำที่ผู้พูดบ่งชี้ตนเองโดยลดฐานะให้ต่ำลงต่อผู้ฟัง

- 는 : 문장 속에서 어떤 대상이 화제임을 나타내는 조사.
  ...นั้น
  คำชี้ที่แสดงว่าเป้าหมายใดๆเป็นหัวเรื่องในประโยค

- **한국** (คำนาม) : 아시아 대륙의 동쪽에 있는 나라. 한반도와 그 부속 섬들로 이루어져 있으며, 대한민국이라고도 부른다. 1950년에 일어난 육이오 전쟁 이후 휴전선을 사이에 두고 국토가 둘로 나뉘었다. 언어는 한국어이고, 수도는 서울이다.
  ประเทศเกาหลี, ประเทศเกาหลีใต้, สาธารณรัฐเกาหลี
  ประเทศที่อยู่ทางทิศตะวันออกของทวีปเอเชีย ประกอบด้วยคาบสมุทรเกาหลีและเกาะภายในนั้น เรียกอีกชื่อหนึ่ง คือ
  แทฮันมินกุก(สาธารณรัฐเกาหลี)
  ภายหลังสงคราม 6.25(สงครามเกาหลี) ที่ปะทุขึ้นในปีค.ศ.1950 มีการแบ่งประเทศออกเป็นสองฝั่ง
  ภาษาที่ใช้คือภาษาเกาหลีและเมืองหลวงคือกรุงโซล

- 에 : 앞말이 목적지이거나 어떤 행위의 진행 방향임을 나타내는 조사.
  ที่...
  คำชี้ที่แสดงว่าคำพูดข้างหน้าเป็นทิศทางที่ดำเนินไปของการกระทำใด ๆ หรือเป็นจุดหมายปลายทาง

- **오다** (คำกริยา) : 무엇이 다른 곳에서 이곳으로 움직이다.
  มา
  สิ่งใดเคลื่อนไหวจากที่หนึ่งไปยังอีกที่

- -ㄴ 지 : 앞의 말이 나타내는 행동을 한 후 시간이 얼마나 지났는지를 나타내는 표현.
  ...มาได้นาน..., ...มาเป็นเวลา..., ...มาได้...แล้ว
  สำนวนที่แสดงว่าเวลาผ่านมาเท่าไหร่หลังจากทำการกระทำที่ปรากฏในคำพูดข้างหน้า

- 일 (คุณศัพท์) : 하나의.
  1. หนึ่ง
  ที่เป็นจำนวนหนึ่ง

- 년 (คำนาม) : 한 해를 세는 단위.
  ปี
  หน่วยนับของจำนวนปี

- 쯤 : '정도'의 뜻을 더하는 접미사.
  ประมาณ..., ราว ๆ...
  ปัจจัยที่ใช้เพิ่มเข้าไปในคำเพื่อให้มีความหมายว่า 'ประมาณ'

- 되다 (คำกริยา) : 어떤 때나 시기, 상태에 이르다.
  เข้า, เข้าสู่(เวลา, ยุคสมัย, สภาพ)
  เข้าสู่เวลา ยุคสมัย หรือสภาพใด ๆ

- -었- : 어떤 사건이 과거에 완료되었거나 그 사건의 결과가 현재까지 지속되는 상황을 나타내는 어미.
  ...แล้ว
  วิภัตติปัจจัยที่แสดงว่าเหตุการณ์ใดๆเสร็จสมบูรณ์ไปแล้วในอดีตหรือแสดงสถานการณ์ที่ผลลัพธ์ของเหตุการณ์ดังกล่าวต่อเนื่องจนถึงปัจจุบัน

- -어요 : (두루높임으로) 어떤 사실을 서술하거나 질문, 명령, 권유함을 나타내는 종결 어미.
  วิภัตติปัจจัยลงท้ายประโยคที่ใช้ในการยกย่องโดยทั่วไป
  (ใช้ในการยกย่องอย่างไม่เป็นทางการ)วิภัตติปัจจัยลงท้ายประโยคที่แสดงการบอกเล่า การถาม การสั่ง หรือการชักชวนเรื่องใด ๆ
  <การพูดตามลำดับ>

일 년+밖에 안 <u>되+었</u>+는데도 한국어+를 정말 잘하+시+네요.
됐는데도

- 일 (คุณศัพท์) : 하나의.
  1. หนึ่ง
  ที่เป็นจำนวนหนึ่ง

- 년 (คำนาม) : 한 해를 세는 단위.
  ปี
  หน่วยนับของจำนวนปี

• 밖에 : '그것을 제외하고는', '그것 말고는'의 뜻을 나타내는 조사.
แค่..., นอกจาก...
คำชี้ที่แสดงความหมายที่ว่า 'ไม่ใช่สิ่งนั้น' 'นอกเหนือจากสิ่งนั้น'

• **안** (คำวิเศษณ์) : 부정이나 반대의 뜻을 나타내는 말.
ไม่
คำที่แสดงความหมายถึงการปฏิเสธหรือการต่อต้าน

• **되다** (คำกริยา) : 어떤 때나 시기, 상태에 이르다.
เข้า, เข้าสู่(เวลา, ยุคสมัย, สภาพ)
เข้าสู่เวลา ยุคสมัย หรือสภาพใด ๆ

• -었- : 어떤 사건이 과거에 완료되었거나 그 사건의 결과가 현재까지 지속되는 상황을 나타내는 어미.
...แล้ว
วิภัตติปัจจัยที่แสดงว่าเหตุการณ์ใดๆเสร็จสมบูรณ์ไปแล้วในอดีตหรือแสดงสถานการณ์ที่ผลลัพธ์ของเหตุการณ์ดังกล่าวต่อเนื่องจนถึงปัจจุบัน

• -는데도 : 앞에 오는 말이 나타내는 상황에 상관없이 뒤에 오는 말이 나타내는 상황이 일어남을 나타내는 표현.
แม้ว่า...ก็..., ถึงจะ...ก็..., ทั้งๆ ที่...ก็...
สำนวนที่แสดงว่าสถานการณ์ที่คำพูดที่ตามมาข้างหลังแสดงไว้ได้เกิดขึ้นโดยไม่เกี่ยวข้องกับสถานการณ์ที่คำพูดข้างหน้าแสดงไว้

• **한국어** (คำนาม) : 한국에서 사용하는 말.
ภาษาเกาหลี
ภาษาที่ใช้ในประเทศเกาหลี

• 를 : 동작이 직접적으로 영향을 미치는 대상을 나타내는 조사.
ไม่พบคำแปล
คำชี้ที่แสดงเป้าหมายที่การกระทำส่งผลกระทบโดยตรง

• **정말** (คำวิเศษณ์) : 거짓이 없이 진짜로.
จริง ๆ, แท้จริง, อย่างแท้จริง, แน่แท้
โดยความเป็นจริงอย่างไม่มีข้อเท็จ

• **잘하다** (คำกริยา) : 익숙하고 솜씨가 있게 하다.
เก่ง, ดี
ทำให้เคยชินและอย่างมีฝีมือ

• -시- : 어떤 동작이나 상태의 주체를 높이는 뜻을 나타내는 어미.
วิภัตติปัจจัยที่แสดงการยกย่องประธานในประโยค
วิภัตติปัจจัยที่ใช้แสดงความหมายซึ่งยกย่องประธานของอาการกิริยาหรือสภาพใด ๆ

• -네요 : (두루높임으로) 말하는 사람이 직접 경험하여 새롭게 알게 된 사실에 대해 감탄함을 나타낼 때
　　　 쓰는 표현.
　...จังค(ครับ)
　(ใช้ในการยกย่องอย่างไม่เป็นทางการ) สำนวนที่ใช้เมื่อแสดงการอุทานเกี่ยวกับสิ่งที่ผู้พูดเพิ่งรู้เมื่อได้ประสบด้วยตนเอง

< 대화(สนทนา) > - 82

지우가 결혼하더니 많이 밝아졌지?
지우가 결혼하더니 마니 발가저찌?
jiuga gyeolhonhadeoni mani balgajeotji?

맞아. 지우를 십 년 동안 봐 왔지만 요새처럼 행복해 보일 때가 없었어.
마자. 지우를 십 년 동안 봐 왇찌만 요새처럼 행보캐 보일 때가 업써써.
maja. jiureul sip nyeon dongan bwa watjiman yosaecheoreom haengbokae boil ttaega eopseosseo.

< 설명(การอธิบาย) / 번역(การแปล) >

지우+가 결혼하+더니 많이 밝아지+었+지?
밝아졌지

• **지우** (คำนาม) : ชื่อ

• 가 : 어떤 상태나 상황에 놓인 대상이나 동작의 주체를 나타내는 조사.
คำชี้ประธาน
คำชี้ที่ใช้แสดงสิ่งที่อยู่ในสถานการณ์หรือสภาพใด ๆ หรือผู้ที่เป็นประธานของอากัปกริยา

• **결혼하다** (คำกริยา) : 남자와 여자가 법적으로 부부가 되다.
แต่งงาน, สมรส, วิวาห์
ผู้หญิงกับผู้ชายกลายเป็นสามีภรรยากันตามกฎหมาย

• -더니 : 과거의 사실이나 상황에 뒤이어 어떤 사실이나 상황이 일어남을 나타내는 연결 어미.
พอ...ก็...
วิภัตติปัจจัยเชื่อมระหว่างประโยคที่แสดงการที่ข้อเท็จจริงหรือสถานการณ์ใด ๆ
เกิดขึ้นต่อเนื่องจากข้อเท็จจริงหรือสถานการณ์ในอดีต

• **많이** (คำวิเศษณ์) : 수나 양, 정도 등이 일정한 기준보다 넘게.
อย่างมาก, มาก
จำนวน ปริมาณหรือระดับ เป็นต้น เกินกว่ามาตรฐานที่ได้กำหนดไว้

• **밝아지다** (คำกริยา) : 밝게 되다.
สว่างขึ้น
ทำให้สว่างขึ้น

• -었- : 어떤 사건이 과거에 완료되었거나 그 사건의 결과가 현재까지 지속되는 상황을 나타내는 어미.
...แล้ว
วิภัตติปัจจัยที่แสดงว่าเหตุการณ์ใดๆเสร็จสมบูรณ์ไปแล้วในอดีตหรือแสดงสถานการณ์ที่ผลลัพธ์ของเหตุการณ์ดังกล่าวต่อเนื่องจนถึงปัจจุบัน

• -지 : (두루낮춤으로) 이미 알고 있는 것을 다시 확인하듯이 물을 때 쓰는 종결 어미.
...ใช่ไหมนะ
(ใช้ในการลดระดับอย่างไม่เป็นทางการ) วิภัตติปัจจัยลงท้ายประโยคที่ใช้เมื่อถามสิ่งที่รู้อยู่แล้วอีกครั้งเชิงยืนยันให้แนใจ

맞+아.

지우+를 십 년 동안 보+[아 오]+았+지만
봐 왔지만

요새+처럼 행복하+[여 보이]+[ㄹ 때]+가 없+었+어.
행복해 보일 때가

• **맞다** (คำกริยา) : 그렇거나 옳다.
ถูก, ถูกต้อง
เป็นเช่นนั้นหรือถูกต้อง

• -아 : (두루낮춤으로) 어떤 사실을 서술하거나 물음, 명령, 권유를 나타내는 종결 어미.
วิภัตติปัจจัยลงท้ายประโยคที่ใช้ในการลดระดับภาษาโดยทั่วไป
(ใช้ในการลดระดับอย่างไม่เป็นทางการ)วิภัตติปัจจัยลงท้ายประโยคที่แสดงการบอกเล่าข้อเท็จจริงใด ๆ หรือการถาม การสั่ง หรือการชักชวน <การพูดตามลำดับ>

• **지우** (คำนาม) : ชื่อ

• 를 : 동작이 간접적인 영향을 미치는 대상이나 목적임을 나타내는 조사.
ไม่พบคำแปล
คำชี้ที่แสดงว่าเป็นเป้าหมายหรือเป็นวัตถุประสงค์ที่การกระทำส่งผลกระทบทางอ้อม

• **십** (คุณศัพท์) : 열의.
10, สิบ
ที่เป็นจำนวนสิบ

• **년** (คำนาม) : 한 해를 세는 단위.
ปี
หน่วยนับของจำนวนปี

• **동안** (คำนาม) : 한때에서 다른 때까지의 시간의 길이.
ระยะ, ช่วง, ระหว่าง
ความยาวของระยะเวลาจากช่วงเวลาหนึ่งไปยังอีกช่วงเวลาหนึ่ง

• **보다** (คำกริยา) : 사람을 만나다.
พบ, เจอ
พบคน

• -아 오다 : 앞의 말이 나타내는 행동이나 상태가 어떤 기준점으로 가까워지면서 계속 진행됨을 나타내는 표현.
...มา, ได้...มา, ...ขึ้น
สำนวนที่แสดงว่าสภาพหรือการกระทำที่ปรากฏในคำพูดข้างหน้าดำเนินไปต่อเนื่องจนใกล้มาตรฐานใด ๆ

• -았- : 어떤 사건이 과거에 완료되었거나 그 사건의 결과가 현재까지 지속되는 상황을 나타내는 어미.
...แล้ว
วิภัตติปัจจัยที่แสดงว่าเหตุการณ์ใดๆเสร็จสมบูรณ์ไปแล้วในอดีตหรือแสดงสถานการณ์ที่ผลลัพธ์ของเหตุการณ์ดังกล่าวต่อเนื่องจนถึงปัจจุบัน

• -지만 : 앞에 오는 말을 인정하면서 그와 반대되거나 다른 사실을 덧붙일 때 쓰는 연결 어미.
...แต่..., ...แต่ทว่า..., ...แต่ว่า...
วิภัตติปัจจัยเชื่อมระหว่างประโยคที่ใช้เมื่อยอมรับคำพูดข้างหน้าพร้อมทั้งพูดเนื้อหาที่ขัดแย้งหรือไม่เหมือนกันกับคำพูดนั้น ๆ เพิ่มเติม

• **요새** (คำนาม) : 얼마 전부터 이제까지의 매우 짧은 동안.
ปัจจุบัน, ขณะนี้, เวลานี้, หมู่นี้, ระยะนี้
ช่วงที่เวลาสั้นมากนับจากเมื่อครู่นี้จนถึงขณะนี้

• 처럼 : 모양이나 정도가 서로 비슷하거나 같음을 나타내는 조사.
เหมือน, เหมือนกับ, ราวกับ
คำชี้ที่แสดงว่าลักษณะหรือระดับมีความเหมือนหรือคล้ายกัน

• **행복하다** (คำคุณศัพท์) : 삶에서 충분한 만족과 기쁨을 느껴 흐뭇하다.
มีความสุข, สุขใจ
รู้สึกพึงพอใจ ดีใจอย่างเต็มเปี่ยมและอิ่มอกอิ่มใจในชีวิต

• -여 보이다 : 겉으로 볼 때 앞의 말이 나타내는 것처럼 느껴지거나 추측됨을 나타내는 표현.
ดู...
สำนวนที่แสดงการสันนิษฐานหรือรู้สึกเหมือนกับสิ่งที่ปรากฏในคำพูดข้างหน้าเมื่อมองจากภายนอก

• -ㄹ 때 : 어떤 행동이나 상황이 일어나는 동안이나 그 시기 또는 그러한 일이 일어난 경우를 나타내는 표현.
เมื่อ..., ตอน..., ตอนที่...
สำนวนที่แสดงระยะเวลาหรือเวลาที่กระทำการใดๆหรือเกิดสถานการณ์ใดๆหรือแสดงกรณีที่เรื่องดังกล่าวเกิดขึ้น

• 가 : 어떤 행동이나 상황이 일어나는 동안이나 그 시기 또는 그러한 일이 일어난 경우를 나타내는 표현.
คำชี้ประธาน
คำชี้ที่ใช้แสดงสิ่งที่อยู่ในสถานการณ์หรือสภาพใด ๆ หรือผู้ที่เป็นประธานของอากัปกริยา

• 없다 (คำคุณศัพท์) : 어떤 사실이나 현상이 현실로 존재하지 않는 상태이다.
ไม่มี, ไม่...
ข้อเท็จจริงหรือปรากฏการณ์ใด ๆ อยู่ในสภาพที่ไม่มีในความเป็นจริง

• -었- : 사건이 과거에 일어났음을 나타내는 어미.
...แล้ว(อดีตกาล)
วิภัตติปัจจัยที่แสดงว่าเหตุการณ์ได้เกิดขึ้นในอดีต

• -어 : (두루낮춤으로) 어떤 사실을 서술하거나 물음, 명령, 권유를 나타내는 종결 어미.
วิภัตติปัจจัยลงท้ายประโยคที่ใช้ในการลดระดับภาษาโดยทั่วไป
(ใช้ในการลดระดับอย่างไม่เป็นทางการ)วิภัตติปัจจัยลงท้ายประโยคที่แสดงการบอกเล่าข้อเท็จจริงใด ๆ หรือการถาม การสั่ง
หรือการชักชวน <การพูดตามลำดับ>

< 대화(สนทนา) > - 83

나는 먼저 가 있을 테니까 너도 빨리 와.
나는 먼저 가 이쓸 테니까 너도 빨리 와.
naneun meonjeo ga isseul tenikka neodo ppalli wa.

응. 알았어. 금방 따라갈게.
응. 아라써. 금방 따라갈께.
eung. arasseo. geumbang ttaragalge.

< 설명(การอธิบาย) / 번역(การแปล) >

나+는 먼저 가+[(아) 있]+[을 테니까] 너+도 빨리 오+아.
가 있을 테니까 와

• **나** (สรรพนาม) : 말하는 사람이 친구나 아랫사람에게 자기를 가리키는 말.
ฉัน
คำที่คนพูดใช้เรียกตนเองต่อเพื่อนหรือคนที่อายุน้อยกว่า

• 는 : 어떤 대상이 다른 것과 대조됨을 나타내는 조사.
สำหรับ..., ส่วน...
คำชี้ที่แสดงว่าเป้าหมายใดถูกเทียบกับสิ่งอื่น

• **먼저** (คำวิเศษณ์) : 시간이나 순서에서 앞서.
ก่อน, ก่อนล่วงหน้า
เวลาหรือลำดับก่อนหน้า

• **가다** (คำกริยา) : 한 곳에서 다른 곳으로 장소를 이동하다.
ไป
เคลื่อนออกจากสถานที่แห่งใดแห่งหนึ่งไปยังสถานที่อื่น

• -아 있다 : 앞의 말이 나타내는 상태가 계속됨을 나타내는 표현.
...อยู่
สำนวนที่แสดงว่าสภาพที่คำพูดข้างหน้าแสดงไว้นั้นดำเนินการอยู่อย่างต่อเนื่อง

• -을 테니까 : 뒤에 오는 말에 대한 조건임을 강조하여 앞에 오는 말에 대한 말하는 사람의 의지를 나타내는 표현.
เดี๋ยวจะ...ก็แล้วกัน
สำนวนที่แสดงความตั้งใจของผู้พูดเกี่ยวกับคำพูดข้างหน้า โดยเน้นย้ำว่าเป็นเงื่อนไขของคำพูดที่ตามมาข้างหลัง

• **너** (สรรพนาม) : 듣는 사람이 친구나 아랫사람일 때, 그 사람을 가리키는 말.
เธอ, แก, เอ็ง
คำที่ใช้เรียกชี้บ่งคนนั้นที่เป็นผู้ฟังในกรณีที่เป็นผู้น้อยหรือเพื่อน

• 도 : 이미 있는 어떤 것에 다른 것을 더하거나 포함함을 나타내는 조사.
...ด้วย
คำชี้ที่แสดงการรวมหรือเพิ่มสิ่งอื่นลงในสิ่งใด ๆ ที่มีอยู่แล้ว

• **빨리** (คำวิเศษณ์) : 걸리는 시간이 짧게.
เร็ว, รวดเร็ว, ไว ๆ , อย่างรวดเร็ว
ใช้เวลาเพียงไม่นาน

• **오다** (คำกริยา) : 무엇이 다른 곳에서 이곳으로 움직이다.
มา
สิ่งใดเคลื่อนไหวจากที่หนึ่งไปยังอีกที่

• -아 : (두루낮춤으로) 어떤 사실을 서술하거나 물음, 명령, 권유를 나타내는 종결 어미.
วิภัตติปัจจัยลงท้ายประโยคที่ใช้ในการลดระดับภาษาโดยทั่วไป
(ใช้ในการลดระดับอย่างไม่เป็นทางการ)วิภัตติปัจจัยลงท้ายประโยคที่แสดงการบอกเล่าข้อเท็จจริงใด ๆ หรือการถาม การสั่ง หรือการชักชวน <คำสั่ง>

응.

알+았+어.

금방 따라가+ㄹ게.

따라갈게

• **응** (คำอุทาน) : 상대방의 물음이나 명령 등에 긍정하여 대답할 때 쓰는 말.
เออ, อือ
คำตอบรับเมื่อฝ่ายตรงข้ามถามหรือสั่งให้ทำ

• **알다** (คำกริยา) : 상대방의 어떤 명령이나 요청에 대해 그대로 하겠다는 동의의 뜻을 나타내는 말.
ทราบ
คำพูดที่แสดงความหมายเห็นด้วยว่าจะทำตามนั้นเกี่ยวกับการขอร้องหรือคำสั่งใดๆ ของฝ่ายตรงข้าม

• -았- : 어떤 사건이 과거에 완료되었거나 그 사건의 결과가 현재까지 지속되는 상황을 나타내는 어미.
...แล้ว
วิภัตติปัจจัยที่แสดงว่าเหตุการณ์ใดๆเสร็จสมบูรณ์ไปแล้วในอดีตหรือแสดงสถานการณ์ที่ผลลัพธ์ของเหตุการณ์ดังกล่าวต่อเนื่องจนถึงปัจจุบัน

• -어 : (두루낮춤으로) 어떤 사실을 서술하거나 물음, 명령, 권유를 나타내는 종결 어미.

วิภัตติปัจจัยลงท้ายประโยคที่ใช้ในการลดระดับภาษาโดยทั่วไป

(ใช้ในการลดระดับอย่างไม่เป็นทางการ)วิภัตติปัจจัยลงท้ายประโยคที่แสดงการบอกเล่าข้อเท็จจริงใด ๆ หรือการถาม การสั่ง

หรือการชักชวน <การพูดตามลำดับ>

• 금방 (คำวิเศษณ์) : 시간이 얼마 지나지 않아 곧바로.

ประเดี๋ยวก็, เดี๋ยวก็, อีกไม่นานก็, ในไม่ช้า

อีกภายในระยะเวลาที่ไม่นาน

• 따라가다 (คำกริยา) : 앞에서 가는 것을 뒤에서 그대로 쫓아가다.

ตามไป, ติดตามไป

ไล่ตามสิ่งที่ไปข้างหน้าอยู่ด้านหลัง

• -ㄹ게 : (두루낮춤으로) 말하는 사람이 어떤 행동을 할 것을 듣는 사람에게 약속하거나 의지를 나타내는
　　　　종결 어미.

จะ.., จะ..นะ, จะ..เอง

(ใช้ในการลดระดับอย่างไม่เป็นทางการ)　　　วิภัตติปัจจัยลงท้ายประโยคที่แสดงการที่ผู้พูดบอกกับผู้ฟังให้ทราบหรือสัญญาว่าจะทำสิ่งใด
ๆ

< 대화(สนทนา) > - 84

오늘 정말 잘 먹고 갑니다. 초대해 주셔서 감사합니다.
오늘 정말 잘 먹꼬 감니다. 초대해 주셔서 감사함니다.
oneul jeongmal jal meokgo gamnida. chodaehae jusyeoseo gamsahamnida.

아니에요. 바쁜데 이렇게 먼 곳까지 와 줘서 고마워요.
아니에요. 바쁜데 이러케 먼 곧까지 와 줘서 고마워요.
anieyo. bappeunde ireoke meon gotkkaji wa jwoseo gomawoyo.

< 설명(การอธิบาย) / 번역(การแปล) >

오늘 정말 잘 먹+고 가+ㅂ니다.
갑니다

초대하+[여 주]+시+어서 감사하+ㅂ니다.
초대해 주셔서 감사합니다

• **오늘** (คำวิเศษณ์) : 지금 지나가고 있는 이날에.
วันนี้
ในวันนี้ที่กำลังผ่านไปตอนนี้

• **정말** (คำวิเศษณ์) : 거짓이 없이 진짜로.
จริง ๆ, แท้จริง, อย่างแท้จริง, แน่แท้
โดยความเป็นจริงอย่างไม่มีข้อเท็จ

• **잘** (คำวิเศษณ์) : 충분히 만족스럽게.
อย่างดี, อย่างสนุกสนาน, อย่างเอร็ดอร่อย, อย่างปลอดภัย, อย่างเต็มที่
อย่างพอออกพอใจเป็นอย่างมาก

• **먹다** (คำกริยา) : 음식 등을 입을 통하여 배 속에 들여보내다.
กิน
เอาอาหาร เป็นต้น ใส่เข้าไปในท้องโดยผ่านปาก

• -고 : 앞의 말과 뒤의 말이 차례대로 일어남을 나타내는 연결 어미.
...แล้ว...
วิภัตติปัจจัยเชื่อมระหว่างประโยคที่แสดงการเกิดคำพูดในประโยคหน้าและประโยคหลังตามลำดับ

• **가다** (คำกริยา) : 한 곳에서 다른 곳으로 장소를 이동하다.
ไป
เคลื่อนออกจากสถานที่แห่งใดแห่งหนึ่งไปยังสถานที่อื่น

• -ㅂ니다 : (아주높임으로) 현재의 동작이나 상태, 사실을 정중하게 설명함을 나타내는 종결 어미.
...ครับ(ค่ะ)
(ใช้ในการยกย่องอย่างมากและเป็นทางการ)วิภัตติปัจจัยลงท้ายประโยคที่แสดงการอธิบายถึงอากัปกิริยา สภาพ หรือข้อเท็จจริงใด ๆ ในปัจจุบันอย่างสุภาพเรียบร้อย

• **초대하다** (คำกริยา) : 다른 사람에게 어떤 자리, 모임, 행사 등에 와 달라고 요청하다.
เชิญ, เชื้อเชิญ, เรียนเชิญ
ขอร้องให้ผู้อื่นมาเข้าร่วม เช่น เชิญมาร่วมงานประชุม เรียนเชิญมาร่วมงานกิจกรรม

• -여 주다 : 남을 위해 앞의 말이 나타내는 행동을 함을 나타내는 표현.
ช่วย..., ช่วย...ให้
สำนวนที่แสดงว่าทำการกระทำที่ปรากฏในคำพูดข้างหน้าเพื่อผู้อื่น

• -시- : 어떤 동작이나 상태의 주체를 높이는 뜻을 나타내는 어미.
วิภัตติปัจจัยที่แสดงการยกย่องประธานในประโยค
วิภัตติปัจจัยที่ใช้แสดงความหมายซึ่งยกย่องประธานของอากัปกิริยาหรือสภาพใด ๆ

• -어서 : 이유나 근거를 나타내는 연결 어미.
เพราะ...จึง...
วิภัตติปัจจัยเชื่อมระหว่างประโยคที่แสดงเหตุผลหรือสาเหตุ

• **감사하다** (คำกริยา) : 고맙게 여기다.
ขอบใจ, ขอบคุณ, ขอบพระคุณ
ยึดมั่นว่าขอบคุณ

• -ㅂ니다 : (아주높임으로) 현재의 동작이나 상태, 사실을 정중하게 설명함을 나타내는 종결 어미.
...ครับ(ค่ะ)
(ใช้ในการยกย่องอย่างมากและเป็นทางการ)วิภัตติปัจจัยลงท้ายประโยคที่แสดงการอธิบายถึงอากัปกิริยา สภาพ หรือข้อเท็จจริงใด ๆ ในปัจจุบันอย่างสุภาพเรียบร้อย

아니+에요.

바쁘+ㄴ데 이렇+게 멀+ㄴ 곳+까지 오+[아 주]+어서 고맙(고마우)+어요.

바쁜데 먼 와 줘서 고마워요

• **아니다** (คำคุณศัพท์) : 어떤 사실이나 내용을 부정하는 뜻을 나타내는 말.
ไม่, ไม่ใช่
คำที่แสดงความหมายเชิงปฏิเสธเนื้อหาหรือข้อเท็จจริงใด ๆ

- **-에요** : (두루높임으로) 어떤 사실을 서술하거나 질문함을 나타내는 종결 어미.
  วิภัตติปัจจัยลงท้ายประโยคที่ใช้ในการยกย่องโดยทั่วไป
  (ใช้ในการยกย่องอย่างไม่เป็นทางการ) วิภัตติปัจจัยลงท้ายประโยคที่แสดงการบอกเล่าหรือการถามถึงสิ่งใด ๆ <การพูดตามลำดับ>

- **바쁘다** (คำคุณศัพท์) : 할 일이 많거나 시간이 없어서 다른 것을 할 여유가 없다.
  ยุ่ง, ไม่ว่าง
  ไม่มีเวลาว่างทำสิ่งอื่นเพราะมีสิ่งที่จะต้องทำมากหรือไม่มีเวลา

- **-ㄴ데** : 뒤의 말을 하기 위하여 그 대상과 관련이 있는 상황을 미리 말함을 나타내는 연결 어미.
  ก็...นะ ว่าแต่..., ก็...นะ แต่...
  วิภัตติปัจจัยเชื่อมระหว่างประโยคที่แสดงการพูดบอกสถานการณ์ที่เกี่ยวข้องกับเรื่องที่จะพูดข้างหลังไว้ล่วงหน้าเพื่อที่จะพูดถึงเรื่องดังกล่าวข้างหลัง

- **이렇다** (คำคุณศัพท์) : 상태, 모양, 성질 등이 이와 같다.
  เป็นอย่างนี้, อย่างที่บอก...
  สภาพ รูปร่าง ลักษณะ เป็นต้น เหมือนกับเป็นอย่างนี้

- **-게** : 앞의 말이 뒤에서 가리키는 일의 목적이나 결과, 방식, 정도 등이 됨을 나타내는 연결 어미.
  อย่าง..., ให้...
  วิภัตติปัจจัยเชื่อมระหว่างประโยคที่แสดงว่าคำพูดข้างหน้าชี้บอกระดับ วิธีการ ผลลัพธ์หรือวัตถุประสงค์ หรืออื่นๆ
  ของสิ่งที่อยู่ในเนื้อหาข้างหลัง

- **멀다** (คำคุณศัพท์) : 두 곳 사이의 떨어진 거리가 길다.
  ไกล
  ระยะห่างระหว่างสถานที่สองแห่งไกลกัน

- **-ㄴ** : 앞의 말이 관형어의 기능을 하게 만들고 현재의 상태를 나타내는 어미.
  ...ที่
  วิภัตติปัจจัยที่ทำให้คำพูดข้างหน้าทำหน้าที่เป็นคุณศัพท์ขยายนามและแสดงถึงสภาพที่เป็นอยู่ในปัจจุบัน

- **곳** (คำนาม) : 일정한 장소나 위치.
  สถานที่
  ตำแหน่งหรือสถานที่ที่ถูกกำหนด

- **까지** : 어떤 범위의 끝임을 나타내는 조사.
  จน, จนถึง, จนกระทั่งถึง
  คำชี้ที่แสดงถึงการสิ้นสุดของขอบเขตใดๆ

- **오다** (คำกริยา) : 무엇이 다른 곳에서 이곳으로 움직이다.
  มา
  สิ่งใดเคลื่อนไหวจากที่หนึ่งไปยังอีกที่

- **-아 주다** : 남을 위해 앞의 말이 나타내는 행동을 함을 나타내는 표현.
  ช่วย..., ช่วย...ให้
  สำนวนที่แสดงว่าทำการกระทำที่ปรากฏในคำพูดข้างหน้าเพื่อผู้อื่น

- -어서 : 이유나 근거를 나타내는 연결 어미.

  เพราะ..จึง...

  วิภัตติปัจจัยเชื่อมระหว่างประโยคที่แสดงเหตุผลหรือสาเหตุ

- **고맙다 (คำคุณศัพท์)** : 남이 자신을 위해 무엇을 해주어서 마음이 흐뭇하고 보답하고 싶다.

  ขอบคุณ, รู้สึกขอบคุณ

  รู้สึกซาบซึ้งใจและอยากตอบแทนที่ผู้อื่นทำอะไรเพื่อตนเอง

- -어요 : (두루높임으로) 어떤 사실을 서술하거나 질문, 명령, 권유함을 나타내는 종결 어미.

  วิภัตติปัจจัยลงท้ายประโยคที่ใช้ในการยกย่องโดยทั่วไป

  (ใช้ในการยกย่องอย่างไม่เป็นทางการ) วิภัตติปัจจัยลงท้ายประโยคที่แสดงการบอกเล่า การถาม การสั่ง หรือการชักชวนเรื่องใด ๆ

  <การพูดตามลำดับ>

< 대화(สนทนา) > - 85

백화점에는 왜 다시 가려고?
배콰저메는 왜 다시 가려고?
baekwajeomeneun wae dasi garyeogo?

어제 산 옷이 맞는 줄 알았더니 작아서 교환해야 해.
어제 산 오시 만는 줄 아랃떠니 자가서 교환해야 해.
eoje san osi manneun jul aratdeoni jagaseo gyohwanhaeya hae.

< 설명(การอธิบาย) / 번역(การแปล) >

백화점+에+는 왜 다시 가+려고?

• **백화점** (คำนาม) : 한 건물 안에 온갖 상품을 종류에 따라 나누어 벌여 놓고 판매하는 큰 상점.
ห้างสรรพสินค้า
ศูนย์การค้าขนาดใหญ่ที่ขายสินค้านานาชนิด ซึ่งวางขายแบ่งตามประเภทสินค้า อยู่ในตึกหรืออาคารเดียวกัน

• 에 : 앞말이 목적지이거나 어떤 행위의 진행 방향임을 나타내는 조사.
ที่...
คำชี้ที่แสดงว่าคำพูดข้างหน้าเป็นทิศทางที่ดำเนินไปของการกระทำใด ๆ หรือเป็นจุดหมายปลายทาง

• 는 : 문장 속에서 어떤 대상이 화제임을 나타내는 조사.
...นั้น
คำชี้ที่แสดงว่าเป้าหมายใดๆเป็นหัวเรื่องในประโยค

• **왜** (คำวิเศษณ์) : 무슨 이유로. 또는 어째서.
ทำไม, ด้วยเหตุใด, เพราะอะไร
ด้วยเหตุผลอันใด หรือเพราะอะไร

• **다시** (คำวิเศษณ์) : 같은 말이나 행동을 반복해서 또.
อีก, อีกครั้ง, ซ้ำอีกครั้ง
อีกครั้งโดยทำซ้ำหรือพูดเรื่องเดิมซ้ำ

• **가다** (คำกริยา) : 한 곳에서 다른 곳으로 장소를 이동하다.
ไป
เคลื่อนออกจากสถานที่แห่งใดแห่งหนึ่งไปยังสถานที่อื่น

• -려고 : (두루낮춤으로) 어떤 주어진 상황에 대하여 의심이나 반문을 나타내는 종결 어미.
ตั้งใจที่จะ...หรือ, อยากที่จะ...หรือ
(ใช้ในการลดระดับอย่างไม่เป็นทางการ) วิภัตติปัจจัยลงท้ายประโยคที่แสดงความสงสัยหรือย้อนถามเกี่ยวกับสถานการณ์ใด ๆ ที่ให้มา

어제 사+ㄴ 옷+이 맞+[는 줄] 알+았더니 작+아서 교환하+[여야 하]+여.
산 교환해야 해

• **어제** (คำวิเศษณ์) : 오늘의 하루 전날에.
เมื่อวาน
ในวันก่อนหน้าวันนี้หนึ่งวัน

• **사다** (คำกริยา) : 돈을 주고 어떤 물건이나 권리 등을 자기 것으로 만들다.
ซื้อ
ให้เงินไปแล้วทำให้สิ่งของหรือสิทธิบางอย่างมาเป็นของตนเอง

• -ㄴ : 앞의 말이 관형어의 기능을 하게 만들고 사건이나 동작이 과거에 일어났음을 나타내는 어미.
ที่..., ...มา
วิภัตติปัจจัยที่แสดงการที่ทำให้คำพูดข้างหน้าทำหน้าที่เป็นคุณศัพท์ขยายนามและเหตุการณ์หรืออากัปกิริยาเกิดได้ขึ้นในอดีตแล้ว

• **옷** (คำนาม) : 사람의 몸을 가리고 더위나 추위 등으로부터 보호하며 멋을 내기 위하여 입는 것.
เสื้อ, เสื้อผ้า
สิ่งที่สวมใส่เพื่อปิดบังและป้องกันร่างกายของมนุษย์จากความหนาวหรือความร้อน และเพื่อความสวยงาม

• 이 : 어떤 상태나 상황의 대상이나 동작의 주체를 나타내는 조사.
ตัวชี้ประธาน
คำชี้ที่ใช้แสดงสิ่งที่อยู่ในสถานการณ์หรือสภาพใด ๆ หรือผู้ที่เป็นประธานของอากัปกริยา

• **맞다** (คำกริยา) : 크기나 규격 등이 어떤 것과 일치하다.
ตรง, พอดี, เข้ากัน
ขนาดหรือมาตรฐาน เป็นต้น ตรงกันกับสิ่งใด ๆ

• -는 줄 : 어떤 사실이나 상태에 대해 알고 있거나 모르고 있음을 나타내는 표현.
รู้ว่า..., ไม่รู้ว่า..., คิดว่า..., ไม่คิดว่า...
สำนวนที่แสดงการที่รู้หรือไม่รู้เกี่ยวกับสภาพหรือข้อเท็จจริงใดๆ อยู่แล้ว

• **알다** (คำกริยา) : 어떤 사실을 그러하다고 여기거나 생각하다.
คิดว่า, ถือว่า, นับว่า
คิดหรือถือว่าความจริงใดๆเป็นอย่างนั้น

• -았더니 : 과거의 사실이나 상황과 다른 새로운 사실이나 상황이 있음을 나타내는 표현.
พอ...จึง..., พอได้...จึง...
สำนวนที่แสดงว่ามีสถานการณ์หรือข้อเท็จจริงใหม่ที่แตกต่างจากสถานการณ์หรือข้อเท็จจริงในอดีต

• **작다** (คำคุณศัพท์) : 정해진 크기에 모자라서 맞지 아니하다.
เล็ก, ไม่พอดี
ขาดตามขนาดที่กำหนดจึงไม่พอดี

• -아서 : 이유나 근거를 나타내는 연결 어미.
เพราะ...จึง...
วิภัตติปัจจัยเชื่อมระหว่างประโยคที่แสดงเหตุผลหรือสาเหตุ

• **교환하다** (คำกริยา) : 무엇을 다른 것으로 바꾸다.
แลก, เปลี่ยน, แลกเปลี่ยน
เปลี่ยนสิ่งหนึ่งไปเป็นอีกสิ่งหนึ่ง

• -여야 하다 : 앞에 오는 말이 어떤 일을 하거나 어떤 상황에 이르기 위한 의무적인 행동이거나 필수적인 조건임을 나타내는 표현.
...ต้อง
สำนวนที่แสดงว่าคำพูดที่อยู่ข้างหน้าเป็นการกระทำตามหน้าที่หรือเงื่อนไขที่จำเป็นเพื่อที่จะทำเรื่องใดๆหรือเกิดสถานการณ์ใด ๆ

• -여 : (두루낮춤으로) 어떤 사실을 서술하거나 물음, 명령, 권유를 나타내는 종결 어미.
วิภัตติปัจจัยลงท้ายประโยคที่ใช้ในการลดระดับภาษาโดยทั่วไป
(ใช้ในการลดระดับอย่างไม่เป็นทางการ) วิภัตติปัจจัยลงท้ายประโยคที่แสดงการบอกเล่าข้อเท็จจริงบางอย่าง หรือการถาม
การสั่ง หรือการชักชวน <การพูดตามลำดับ>

< 대화(สนทนา) > - 86

물을 계속 틀어 놓은 채 설거지를 하지 마세요.
무를 계속 트러 노은 채 설거지를 하지 마세요.
mureul gesok teureo noeun chae seolgeojireul haji maseyo.

방금 잠갔어요. 앞으로는 헹굴 때만 물을 틀어 놓을게요.
방금 잠가써요. 아프로는 헹굴 때만 무를 트러 노을께요.
banggeum jamgasseoyo. apeuroneun henggul ttaeman mureul teureo noeulgeyo.

< 설명(การอธิบาย) / 번역(การแปล) >

물+을 계속 틀+[어 놓]+[은 채] 설거지+를 하+[지 말(마)]+세요.

하지 마세요

• **물** (คำนาม) : 강, 호수, 바다, 지하수 등에 있으며 순수한 것은 빛깔, 냄새, 맛이 없고 투명한 액체.
น้ำ
ของเหลวใสบริสุทธิ์ที่ไม่มีสี ไม่มีกลิ่น ไม่มีรส อยู่ในแม่น้ำ ทะเลสาบ ทะเล หรือน้ำใต้ดิน เป็นต้น

• 을 : 동작이 직접적으로 영향을 미치는 대상을 나타내는 조사.
ไม่พบคำแปล
คำชี้ที่แสดงเป้าหมายที่การกระทำส่งผลกระทบโดยตรง

• **계속** (คำวิเศษณ์) : 끊이지 않고 잇따라.
อย่างต่อเนื่อง, อย่างไม่หยุดหย่อน, ตลอดเวลา, เรื่อย ๆ
อย่างต่อเนื่องและไม่ขาดตอน

• **틀다** (คำกริยา) : 수도와 같은 장치를 작동시켜 물이 나오게 하다.
หมุนเปิด
ทำให้น้ำออกมาโดยสั่งเดินเครื่องอุปกรณ์ที่เหมือนกับระบบจ่ายน้ำ

• -어 놓다 : 앞의 말이 나타내는 행동을 끝내고 그 결과를 유지함을 나타내는 표현.
...ไว้, ...เอาไว้
สำนวนที่แสดงว่าได้ทำการกระทำที่ปรากฏในคำพูดข้างหน้าเสร็จสิ้นแล้วและยังคงรักษาผลลัพธ์ดังกล่าวไว้

• -은 채 : 앞의 말이 나타내는 어떤 행위를 한 상태 그대로 있음을 나타내는 표현.
...ทั้ง ๆ ที่ยัง..., ..ทั้ง ๆ ที่..., ...ทั้ง...
สำนวนที่ใช้แสดงการยังคงอยู่ในสภาพที่ทำการกระทำใด ๆ ที่ปรากฏในคำพูดข้างหน้าอยู่'

• **설거지** (คำนาม) : 음식을 먹고 난 뒤에 그릇을 씻어서 정리하는 일.
การล้างจาน, การล้างชาม
การล้างจานและจัดเก็บหลังจากที่กินอาหารเสร็จ

• 를 : 동작이 직접적으로 영향을 미치는 대상을 나타내는 조사.
ไม่พบคำแปล
คำชี้ที่แสดงเป้าหมายที่การกระทำส่งผลกระทบโดยตรง

• **하다** (คำกริยา) : 어떤 행동이나 동작, 활동 등을 행하다.
ทำ
ทำกิจกรรม การเคลื่อนไหว หรือพฤติกรรมใด ๆ เป็นต้น

• -지 말다 : 앞의 말이 나타내는 행동을 하지 못하게 함을 나타내는 표현.
อย่า...
สำนวนที่ใช้แสดงการไม่สามารถทำการกระทำที่ปรากฏในคำพูดข้างหน้าได้

• -세요 : (두루높임으로) 설명, 의문, 명령, 요청의 뜻을 나타내는 종결 어미.
วิภัตติปัจจัยลงท้ายประโยคที่ใช้ในระดับภาษาที่สุภาพโดยทั่วไป
(ใช้ในการยกย่องอย่างไม่เป็นทางการ) วิภัตติปัจจัยลงท้ายประโยคที่แสดงความหมายของการอธิบาย การถาม การสั่ง
หรือการขอร้อง <คำสั่ง>

방금 잠그(잠ㄱ)+았+어요.
잠갔어요

앞+으로+는 헹구+[ㄹ 때]+만 물+을 틀+[어 놓]+을게요.
헹굴 때만

• **방금** (คำวิเศษณ์) : 말하고 있는 시점보다 바로 조금 전에.
เมื่อสักครู่, เมื่อตะกี้นี้, เพิ่ง
ก่อนหน้าเวลาที่กำลังพูดอยู่ไม่นาน

• **잠그다** (คำกริยา) : 물, 가스 등이 나오지 않도록 하다.
ปิด, กั้น
ทำให้น้ำ แก๊ส เป็นต้นไม่ออกมา

• -았- : 어떤 사건이 과거에 완료되었거나 그 사건의 결과가 현재까지 지속되는 상황을 나타내는 어미.
...แล้ว
วิภัตติปัจจัยที่แสดงว่าเหตุการณ์ใดๆเสร็จสมบูรณ์ไปแล้วในอดีตหรือแสดงสถานการณ์ที่ผลลัพธ์ของเหตุการณ์ดังกล่าวต่อเนื่องจนถึงปัจจุบัน

• -어요 : (두루높임으로) 어떤 사실을 서술하거나 질문, 명령, 권유함을 나타내는 종결 어미.
วิภัตติปัจจัยลงท้ายประโยคที่ใช้ในการยกย่องโดยทั่วไป
(ใช้ในการยกย่องอย่างไม่เป็นทางการ) วิภัตติปัจจัยลงท้ายประโยคที่แสดงการบอกเล่า การถาม การสั่ง หรือการชักชวนเรื่องใด ๆ
<การพูดตามลำดับ>

• **앞** (คำนาม) : 다가올 시간.
ข้างหน้า, ต่อไป, วันหน้า, วันหลัง
เวลาที่ใกล้เข้ามา

• 으로 : 시간을 나타내는 조사.
ตอน..., ในตอน..., (หลังจาก)ที่...
คำชี้ที่แสดงเวลา

• 는 : 어떤 대상이 다른 것과 대조됨을 나타내는 조사.
สำหรับ..., ส่วน...
คำชี้ที่แสดงว่าเป้าหมายใดถูกเทียบกับสิ่งอื่น

• **헹구다** (คำกริยา) : 깨끗한 물에 넣어 비눗물이나 더러운 때가 빠지도록 흔들어 씻다.
ซักน้ำ, ซักน้ำเปล่า
ใส่ในน้ำสะอาดแล้วล้างโดยสั่น ๆ เพื่อให้น้ำฟองสบู่หรือคราบสกปรกหลุดออก

• -ㄹ 때 : 어떤 행동이나 상황이 일어나는 동안이나 그 시기 또는 그러한 일이 일어난 경우를 나타내는 표현.
เมื่อ..., ตอน..., ตอนที่...
สำนวนที่แสดงระยะเวลาหรือเวลาที่กระทำการใดๆหรือเกิดสถานการณ์ใดๆหรือแสดงกรณีที่เรื่องดังกล่าวเกิดขึ้น

• 만 : 다른 것은 제외하고 어느 것을 한정함을 나타내는 조사.
แค่..., ...เท่านั้น, เพียง...เท่านั้น, เฉพาะ...เท่านั้น
คำชี้ที่แสดงการยกเว้นสิ่งอื่นและจำกัดสิ่งใด ๆ

• **물** (คำนาม) : 강, 호수, 바다, 지하수 등에 있으며 순수한 것은 빛깔, 냄새, 맛이 없고 투명한 액체.
น้ำ
ของเหลวใสบริสุทธิ์ที่ไม่มีสี ไม่มีกลิ่น ไม่มีรส อยู่ในแม่น้ำ ทะเลสาบ ทะเล หรือน้ำใต้ดิน เป็นต้น

• 을 : 동작이 직접적으로 영향을 미치는 대상을 나타내는 조사.
ไม่พบคำแปล
คำชี้ที่แสดงเป้าหมายที่การกระทำส่งผลกระทบโดยตรง

• **틀다** (คำกริยา) : 수도와 같은 장치를 작동시켜 물이 나오게 하다.
หมุนเปิด
ทำให้น้ำออกมาโดยสั่งเดินเครื่องอุปกรณ์ที่เหมือนกับระบบจ่ายน้ำ

• -어 놓다 : 앞의 말이 나타내는 행동을 끝내고 그 결과를 유지함을 나타내는 표현.
...ไว้, ...เอาไว้
สำนวนที่แสดงว่าได้ทำการกระทำที่ปรากฏในคำพูดข้างหน้าเสร็จสิ้นแล้วและยังคงรักษาผลลัพธ์ดังกล่าวไว้

- -을게요 : (두루높임으로) 말하는 사람이 어떤 행동을 할 것을 듣는 사람에게 약속하거나 의지를 나타내는 표현.

จะ..., จะ..นะ, จะ..เอง

(ใช้ในการยกย่องอย่างไม่เป็นทางการ) วิภัตติปัจจัยลงท้ายประโยคที่แสดงว่าผู้พูดสัญญาหรือแจ้งให้ทราบว่าจะทำสิ่งใด ๆ แก่ผู้ฟัง

< 대화(สนทนา) > - 87

작년에 갔던 그 바닷가에 또 가고 싶다.
장녀네 갇떤 그 바닫까에 또 가고 십따.
jangnyeone gatdeon geu badatgae tto gago sipda.

나도 그래. 그때 우리 참 재밌게 놀았었지.
나도 그래. 그때 우리 참 재믿께 노라썯찌.
nado geurae. geuttae uri cham jaemitge norasseotji.

< 설명(การอธิบาย) / 번역(การแปล) >

작년+에 가+았던 그 바닷가+에 또 가+[고 싶]+다.
갔던

- **작년 (คำนาม)** : 지금 지나가고 있는 해의 바로 전 해.
  ปีที่แล้ว
  ปีที่ผ่านมาก่อนหน้าปีที่กำลังผ่าน

- **에** : 앞말이 시간이나 때임을 나타내는 조사.
  ตอน...
  คำชี้ที่แสดงว่าคำพูดข้างหน้าเป็นเวลาหรือช่วงเวลา

- **가다 (คำกริยา)** : 한 곳에서 다른 곳으로 장소를 이동하다.
  ไป
  เคลื่อนออกจากสถานที่แห่งใดแห่งหนึ่งไปยังสถานที่อื่น

- **-았던** : 과거의 사건이나 상태를 다시 떠올리거나 그 사건이나 상태가 완료되지 않고 중단되었다는 의
  미를 나타내는 표현.
  ที่เคย...
  สำนวนที่แสดงความหมายว่านึกถึงสภาพหรือเหตุการณ์ในอดีตอีกครั้งหรือสภาพหรือเหตุการณ์ดังกล่าวไม่เสร็จสมบูรณ์และหยุดชะงัก

- **그 (คุณศัพท์)** : 듣는 사람에게 가까이 있거나 듣는 사람이 생각하고 있는 대상을 가리킬 때 쓰는 말.
  นั่น, นั้น, สิ่งนั้น, อันนั้น
  คำที่ใช้เมื่อบ่งชี้ถึงเป้าหมายที่อยู่ใกล้กับผู้ฟังหรือที่ผู้ฟังกำลังคิดอยู่

• **바닷가** (คำนาม) : 바다와 육지가 맞닿은 곳이나 그 근처.
  ชายทะเล, ชายหาด, ริมทะเล
  สถานที่ที่ทะเลและพื้นดินอยู่ติดกัน หรือบริเวณดังกล่าว

• **에** : 앞말이 목적지이거나 어떤 행위의 진행 방향임을 나타내는 조사.
  ที่...
  คำชี้ที่แสดงว่าคำพูดข้างหน้าเป็นทิศทางที่ดำเนินไปของการกระทำใด ๆ หรือเป็นจุดหมายปลายทาง

• **또** (คำวิเศษณ์) : 어떤 일이나 행동이 다시.
  อีก
  งานหรือการกระทำใดอีกครั้งหนึ่ง

• **가다** (คำกริยา) : 한 곳에서 다른 곳으로 장소를 이동하다.
  ไป
  เคลื่อนออกจากสถานที่แห่งใดแห่งหนึ่งไปยังสถานที่อื่น

• **-고 싶다** : 앞의 말이 나타내는 행동을 하기를 원함을 나타내는 표현.
  อยาก..., ต้องการ...
  สำนวนที่แสดงความต้องการที่จะกระทำสิ่งที่ปรากฏในคำพูดข้างหน้า

• **-다** : (아주낮춤으로) 어떤 사건이나 사실, 상태를 서술함을 나타내는 종결 어미.
  วิภัตติปัจจัยลงท้ายประโยคบอกเล่า
  (ใช้ในการลดระดับอย่างมากและเป็นทางการ) วิภัตติปัจจัยลงท้ายประโยคที่แสดงการบอกเล่าเหตุการณ์ ข้อเท็จจริง
  หรือสภาพการณ์ใด ๆ

나+도 그렇+어.
그래

그때 우리 참 재밌+게 놀+았었+지.

• **나** (สรรพนาม) : 말하는 사람이 친구나 아랫사람에게 자기를 가리키는 말.
  ฉัน
  คำที่คนพูดใช้เรียกตนเองต่อเพื่อนหรือคนที่อายุน้อยกว่า

• **도** : 이미 있는 어떤 것에 다른 것을 더하거나 포함함을 나타내는 조사.
  ...ด้วย
  คำชี้ที่แสดงการรวมหรือเพิ่มสิ่งอื่นลงในสิ่งใด ๆ ที่มีอยู่แล้ว

• **그렇다** (คำคุณศัพท์) : 상태, 모양, 성질 등이 그와 같다.
  เป็นอย่างนั้น, เป็นเช่นนั้น, เป็นแบบนั้น
  สภาพ รูปร่าง ลักษณะ เป็นต้น เหมือนดังเช่นนั้น

- **-어** : (두루낮춤으로) 어떤 사실을 서술하거나 물음, 명령, 권유를 나타내는 종결 어미.
  วิภัตติปัจจัยลงท้ายประโยคที่ใช้ในการลดระดับภาษาโดยทั่วไป
  (ใช้ในการลดระดับอย่างไม่เป็นทางการ)วิภัตติปัจจัยลงท้ายประโยคที่แสดงการบอกเล่าข้อเท็จจริงใด ๆ หรือการถาม การสั่ง
  หรือการชักชวน

- **그때 (คำนาม)** : 앞에서 이야기한 어떤 때.
  ตอนนั้น
  เวลาใด ๆ ที่ได้พูดมาก่อนหน้านี้แล้ว

- **우리 (สรรพนาม)** : 말하는 사람이 자기와 듣는 사람 또는 이를 포함한 여러 사람들을 가리키는 말.
  เรา, พวกเรา
  คำเรียกที่ผู้พูดเรียกรวมตนเองกับผู้ฟังหรือผู้ฟังหลาย ๆ คน

- **참 (คำวิเศษณ์)** : 사실이나 이치에 조금도 어긋남이 없이 정말로.
  จริง ๆ, ทีเดียว, อย่างแท้จริง
  อย่างแท้จริง โดยไม่มีสิ่งที่ผิดไปจากความเป็นจริงหรือหลักการแม้แต่น้อย

- **재밌다 (คำคุณศัพท์)** : 즐겁고 유쾌한 느낌이 있다.
  สนุก, สนุกสนาน, เพลิดเพลิน, บันเทิงใจ
  มีความรู้สึกสนุกสนานและบันเทิงใจ

- **-게** : 앞의 말이 뒤에서 가리키는 일의 목적이나 결과, 방식, 정도 등이 됨을 나타내는 연결 어미.
  อย่าง..., ให้...
  วิภัตติปัจจัยเชื่อมระหว่างประโยคที่แสดงว่าคำพูดข้างหน้าชี้บอกระดับ วิธีการ ผลลัพธ์หรือวัตถุประสงค์ หรืออื่นๆ
  ของสิ่งที่อยู่ในเนื้อหาข้างหลัง

- **놀다 (คำกริยา)** : 놀이 등을 하면서 재미있고 즐겁게 지내다.
  เล่น, เที่ยวเล่น
  ทำการสันทนาการ เป็นต้น และใช้เวลาอย่างสนุกและเพลิดเพลิน

- **-았었-** : 현재와 비교하여 다르거나 현재로 이어지지 않는 과거의 사건을 나타내는 어미.
  ...แล้ว(อดีตกาล)
  วิภัตติปัจจัยที่แสดงเหตุการณ์ในอดีตที่ไม่ต่อเนื่องมาถึงปัจจุบันหรือแตกต่างจากในปัจจุบัน

- **-지** : (두루낮춤으로) 말하는 사람이 듣는 사람이 이미 알고 있다고 생각하는 것을 확인하며 말할 때 쓰는 종결 어미.
  ...ใช่ไหม
  (ใช้ในการลดระดับอย่างไม่เป็นทางการ) วิภัตติปัจจัยลงท้ายประโยคที่ใช้เมื่อผู้พูดพูดยืนยันในสิ่งที่คิดว่าผู้ฟังรู้อยู่แล้วให้แน่ใจ

< 대화(สนทนา) > - 88

계속 돌아다녔더니 배고프다. 점심은 뭘 먹을까?
계속 도라다녇떠니 배고프다. 점시믄 뭘 머글까?
gesok doradanyeotdeoni baegopeuda. jeomsimeun mwol meogeulkka?

전주에 왔으면 비빔밥을 먹어야지.
전주에 와쓰면 비빔빠블 머거야지.
jeonjue wasseumyeon bibimbabeul meogeoyaji.

< 설명(การอธิบาย) / 번역(การแปล) >

계속 돌아다니+었더니 배고프+다.
돌아다녔더니

점심+은 뭐+를 먹+을까?
뭘

- **계속** (คำวิเศษณ์) : 끊이지 않고 잇따라.
  อย่างต่อเนื่อง, อย่างไม่หยุดหย่อน, ตลอดเวลา, เรื่อย ๆ
  อย่างต่อเนื่องและไม่ขาดตอน

- **돌아다니다** (คำกริยา) : 여기저기를 두루 다니다.
  เดินเตร่, เดินเตร็ดเตร่
  ไปมาที่นั่นที่นี่ทั่วไป

- -었더니 : 과거의 사실이나 상황이 뒤에 오는 말의 원인이나 이유가 됨을 나타내는 표현.
  พอ...ก็...
  สำนวนที่แสดงว่าสถานการณ์หรือข้อเท็จจริงในอดีตจะเป็นสาเหตุหรือเหตุผลของคำพูดที่ตามมาข้างหลัง

- **배고프다** (คำคุณศัพท์) : 배 속이 빈 것을 느껴 음식이 먹고 싶다.
  หิวข้าว, หิวอาหาร, หิว
  อยากกินอาหารเพราะท้องว่าง

- -다 : (아주낮춤으로) 어떤 사건이나 사실, 상태를 서술함을 나타내는 종결 어미.
  วิภัตติปัจจัยลงท้ายประโยคบอกเล่า
  (ใช้ในการลดระดับอย่างมากและเป็นทางการ) วิภัตติปัจจัยลงท้ายประโยคที่แสดงการบอกเล่าเหตุการณ์ ข้อเท็จจริงหรือสภาพการณ์ใด ๆ

- **점심** (คำนาม) : 아침과 저녁 식사 중간에, 낮에 하는 식사.
  อาหารกลางวัน
  อาหารที่รับประทานตอนกลางวันในระหว่างอาหารมื้อเช้าและมื้อเย็น

- 은 : 문장 속에서 어떤 대상이 화제임을 나타내는 조사.
  ตัวชี้หัวเรื่อง
  คำชี้ที่แสดงว่าเป้าหมายใด ๆ เป็นหัวข้อเรื่องในประโยค

- **뭐** (สรรพนาม) : 모르는 사실이나 사물을 가리키는 말.
  อะไร
  คำที่บ่งชี้ถึงสิ่งหรือข้อเท็จจริงที่ไม่รู้

- 를 : 동작이 직접적으로 영향을 미치는 대상을 나타내는 조사.
  ไม่พบคำแปล
  คำชี้ที่แสดงเป้าหมายที่การกระทำส่งผลกระทบโดยตรง

- **먹다** (คำกริยา) : 음식 등을 입을 통하여 배 속에 들여보내다.
  กิน
  เอาอาหาร เป็นต้น ใส่เข้าไปในท้องโดยผ่านปาก

- -을까 : (두루낮춤으로) 듣는 사람의 의사를 물을 때 쓰는 종결 어미.
  ...ดีไหม, ...หนอ
  (ใช้ในการลดระดับอย่างไม่เป็นทางการ) วิภัตติปัจจัยลงท้ายประโยคที่ใช้เมื่อถามถึงความคิดเห็นของผู้ฟัง

전주+에 <u>오+았으면</u> 비빔밥+을 먹+어야지.
왔으면

- **전주** (คำนาม) : 한국의 전라북도 중앙부에 있는 시. 전라북도의 도청 소재지이며, 창호지, 장판지의 생산과 전주비빔밥 등으로 유명하다.
  ช็อนจู
  เมืองช็อนจู : เมืองที่อยู่ส่วนกลางจังหวัดช็อนลาเหนือของประเทศเกาหลี เป็นอำเภอเมืองของจังหวัดช็อนลาเหนือ มีการผลิตกระดาษกรุหน้าต่าง กระดาษปูห้องและพิบิมบับชอนจูที่มีชื่อเสียง

- 에 : 앞말이 목적지이거나 어떤 행위의 진행 방향임을 나타내는 조사.
  ที่...
  คำชี้ที่แสดงว่าคำพูดข้างหน้าเป็นทิศทางที่ดำเนินไปของการกระทำใด ๆ หรือเป็นจุดหมายปลายทาง

• **오다 (คำกริยา)** : 가고자 하는 곳에 이르다.
มา, เยือน, ถึง
ได้ถึงสถานที่ที่จะไป

• -았으면 : 앞의 말이 나타내는 과거의 상황이 뒤의 내용의 조건이 됨을 나타내는 표현.
...แล้ว เพราะฉะนั้น...
สำนวนที่แสดงว่าเหตุการณ์ในอดีตที่ปรากฏในคำพูดข้างหน้าเป็นเงื่อนไขของเนื้อความข้างหลัง

• **비빔밥 (คำนาม)** : 고기, 버섯, 계란, 나물 등에 여러 가지 양념을 넣고 비벼 먹는 밥.
พิบิมปับ
ข้าวยำเกาหลี : ข้าวที่ใส่เครื่องปรุงหลายอย่าง เช่น เนื้อสัตว์ เห็ด ไข่ ผัก คลุกรับประทาน

• 을 : 동작이 직접적으로 영향을 미치는 대상을 나타내는 조사.
ไม่พบคำแปล
คำชี้ที่แสดงเป้าหมายที่การกระทำส่งผลกระทบโดยตรง

• **먹다 (คำกริยา)** : 음식 등을 입을 통하여 배 속에 들여보내다.
กิน
เอาอาหาร เป็นต้น ใส่เข้าไปในท้องโดยผ่านปาก

• -어야지 : (두루낮춤으로) 말하는 사람의 결심이나 의지를 나타내는 종결 어미.
จะต้อง...ให้ได้
(ใช้ในการลดระดับอย่างไม่เป็นทางการ) วิภัตติปัจจัยลงท้ายประโยคที่แสดงการตัดสินใจหรือความตั้งใจของผู้พูด

< 대화(สนทนา) > - 89

내일이 소풍인데 비가 너무 많이 오네.
내이리 소풍인데 비가 너무 마니 오네.
naeiri sopunginde biga neomu mani one.

그러게. 내일은 날씨가 맑았으면 좋겠다.
그러게. 내이른 날씨가 말가쓰면 조켇따.
geureoge. naeireun nalssiga malgasseumyeon joketda.

< 설명(การอธิบาย) / 번역(การแปล) >

내일+이 소풍+이+ㄴ데 비+가 너무 많이 오+네.
소풍인데

• **내일** (คำนาม) : 오늘의 다음 날.
พรุ่งนี้, วันพรุ่งนี้
วันถัดไปของวันนี้

• 이 : 어떤 상태나 상황의 대상이나 동작의 주체를 나타내는 조사.
ตัวชี้ประธาน
คำชี้ที่ใช้แสดงสิ่งที่อยู่ในสถานการณ์หรือสภาพใด ๆ หรือผู้ที่เป็นประธานของอากัปกริยา

• **소풍** (คำนาม) : 경치를 즐기거나 놀이를 하기 위하여 야외에 나갔다 오는 일.
การไปปิกนิก, การไปปิกนิก, การไปเที่ยวนอกบ้านและนำอาหารไปรับประทาน
การออกไปนอกสถานที่เพื่อเที่ยวเล่นหรือชมทัศนียภาพ

• 이다 : 주어가 지시하는 대상의 속성이나 부류를 지정하는 뜻을 나타내는 서술격 조사.
เป็น
คำชี้ภาคแสดงการกที่แสดงความหมายที่กำหนดประเภทหรือคุณสมบัติของเป้าหมายที่ประธานบ่งชี้

• -ㄴ데 : 뒤의 말을 하기 위하여 그 대상과 관련이 있는 상황을 미리 말함을 나타내는 연결 어미.
ก็...นะ ว่าแต่..., ก็...นะ แต่...
วิภัตติปัจจัยเชื่อมระหว่างประโยคที่แสดงการพูดบอกสถานการณ์ที่เกี่ยวข้องกับเรื่องที่จะพูดข้างหลังไว้ล่วงหน้าเพื่อที่จะพูดถึงเรื่องดังกล่าวข้างหลัง

• **비** (คำนาม) : 높은 곳에서 구름을 이루고 있던 수증기가 식어서 뭉쳐 떨어지는 물방울.
ฝน
หยดน้ำที่เกาะเป็นก้อนแล้วตกลงมาเนื่องจากไอน้ำที่เคยประกอบอยู่เป็นเมฆในที่ที่สูงเย็นลง

- 가 : 어떤 상태나 상황에 놓인 대상이나 동작의 주체를 나타내는 조사.
  คำชี้ประธาน
  คำชี้ที่ใช้แสดงสิ่งที่อยู่ในสถานการณ์หรือสภาพใด ๆ หรือผู้ที่เป็นประธานของอากัปกริยา

- 너무 (คำวิเศษณ์) : 일정한 정도나 한계를 훨씬 넘어선 상태로.
  เกินไป, มากเกินไป, เหลือเกิน
  ด้วยสภาพที่เกินระดับหรือขอบเขตที่กำหนดเป็นอย่างมาก

- 많이 (คำวิเศษณ์) : 수나 양, 정도 등이 일정한 기준보다 넘게.
  อย่างมาก, มาก
  จำนวน ปริมาณหรือระดับ เป็นต้น เกินกว่ามาตรฐานที่ได้กำหนดไว้

- 오다 (คำกริยา) : 비, 눈 등이 내리거나 추위 등이 닥치다.
  ตก, ปรอย, เข้ามา, มาเยือน
  ฝนหรือหิมะ เป็นต้น ตกลงมาหรือได้ประสบกับความหนาว

- -네 : (아주낮춤으로) 지금 깨달은 일에 대하여 말함을 나타내는 종결 어미.
  ...จัง, ...นะ, ...เนอะ
  (ใช้ในการลดระดับอย่างมากและเป็นทางการ)
  วิภัตติปัจจัยลงท้ายประโยคที่แสดงการพูดบอกเกี่ยวกับเหตุการณ์ที่ได้เข้าใจอย่างลึกซึ้งในตอนนี้

그러게.

내일+은 날씨+가 맑+[았으면 좋겠]+다.

- 그러게 (คำอุทาน) : 상대방의 말에 찬성하거나 동의하는 뜻을 나타낼 때 쓰는 말.
  นั่นสิ
  คำที่ใช้เมื่อต้องการแสดงความเห็นด้วยหรือสนับสนุนคำพูดของคู่สนทนา

- 내일 (คำนาม) : 오늘의 다음 날.
  พรุ่งนี้, วันพรุ่งนี้
  วันถัดไปของวันนี้

- 은 : 어떤 대상이 다른 것과 대조됨을 나타내는 조사.
  ...เนี่ยนะ, ...นะ
  คำชี้ที่แสดงว่าเป้าหมายใด ๆ ถูกเปรียบเทียบกับสิ่งอื่น

- 날씨 (คำนาม) : 그날그날의 기온이나 공기 중에 비, 구름, 바람, 안개 등이 나타나는 상태.
  อากาศ
  สภาพที่เกิดฝน เมฆ ลมหรือหมอก เป็นต้น ท่ามกลางอุณหภูมิหรืออากาศในแต่ละวันนั้น

- **가** : 어떤 상태나 상황에 놓인 대상이나 동작의 주체를 나타내는 조사.

  คำชี้ประธาน

  คำชี้ที่ใช้แสดงสิ่งที่อยู่ในสถานการณ์หรือสภาพใด ๆ หรือผู้ที่เป็นประธานของอากัปกริยา

- **맑다 (คำคุณศัพท์)** : 구름이나 안개가 끼지 않아 날씨가 좋다.

  แจ่มใส, ปลอดโปร่ง

  อากาศดีโดยไม่มีเมฆหรือหมอกปกคลุม

- **-았으면 좋겠다** : 말하는 사람의 소망이나 바람을 나타내거나 현실과 다르게 되기를 바라는 것을 나타 내는 표현.

  ถ้า...ก็คงดี, คงจะดีถ้า..., อยากให้...จังเลย

  สำนวนที่ใช้แสดงความหวังหรือความปรารถนาของผู้พูดหรือแสดงการปรารถนาอยากให้ต่างจากความเป็นจริง

- **-다** : (아주낮춤으로) 어떤 사건이나 사실, 상태를 서술함을 나타내는 종결 어미.

  วิภัตติปัจจัยลงท้ายประโยคบอกเล่า

  (ใช้ในการลดระดับอย่างมากและเป็นทางการ)วิภัตติปัจจัยลงท้ายประโยคที่แสดงการบอกเล่าเหตุการณ์ ข้อเท็จจริง หรือสภาพการณ์ใด ๆ

< 대화(สนทนา) > - 90

교수님, 오늘 수업 내용에 대한 질문이 있습니다.
교수님, 오늘 수업 내용에 대한 질무니 읻씀니다.
gyosunim, oneul sueop naeyonge daehan jilmuni itseumnida.

이해가 안 되는 부분이 있으면 편하게 얘기하세요.
이해가 안 되는 부부니 이쓰면 편하게 얘기하세요.
ihaega an doeneun bubuni isseumyeon pyeonhage yaegihaseyo.

< 설명(การอธิบาย) / 번역(การแปล) >

교수+님, 오늘 수업 내용+[에 대한] 질문+이 있+습니다.

- **교수 (คำนาม)** : 대학에서 학문을 연구하고 가르치는 일을 하는 사람. 또는 그 직위.
  อาจารย์, อาจารย์มหาวิทยาลัย
  คนที่ทำงานสอนและค้นคว้าวิจัยวิชาการในมหาวิทยาลัย หรือตำแหน่งดังกล่าว

- **님** : '높임'의 뜻을 더하는 접미사.
  คุณ..., ท่าน...
  ปัจจัยที่ใช้เพิ่มความหมายของคำว่า 'การยกย่อง'

- **오늘 (คำนาม)** : 지금 지나가고 있는 이날.
  วันนี้
  วันนี้ที่กำลังผ่านไปตอนนี้

- **수업 (คำนาม)** : 교사가 학생에게 지식이나 기술을 가르쳐 줌.
  การสอนหนังสือ
  การที่ครูสอนความรู้หรือทักษะให้แก่นักเรียน

- **내용 (คำนาม)** : 사물이나 일의 속을 이루는 사정이나 형편.
  เนื้อหา, เนื้อความ, สารสำคัญ, ใจความ, เนื้อเรื่อง, จุดสำคัญ, แก่นสาร
  สถานภาพหรือสถานการณ์ที่ประกอบภายในของสิ่งของหรืองาน

- **에 대한** : 뒤에 오는 명사를 수식하며 앞에 오는 명사를 뒤에 오는 명사의 대상으로 함을 나타내는 표
  현.
  เกี่ยวกับ..., สัมพันธ์กับ...
  สำนวนที่ขยายคำนามที่ตามมาข้างหลังและแสดงว่าคำนามที่อยู่ข้างหน้าเป็นเป้าหมายของคำนามที่ตามมาข้างหลัง

• **질문** (คำนาม) : 모르는 것이나 알고 싶은 것을 물음.
คำถาม, การซักถาม, การสอบถาม
การถามถึงสิ่งที่ไม่รู้หรือสิ่งที่อยากรู้

• 이 : 어떤 상태나 상황의 대상이나 동작의 주체를 나타내는 조사.
ตัวชี้ประธาน
คำชี้ที่ใช้แสดงสิ่งที่อยู่ในสถานการณ์หรือสภาพใด ๆ หรือผู้ที่เป็นประธานของอากัปกริยา

• **있다** (คำคุณศัพท์) : 사실이나 현상이 존재하다.
มี
ความจริงหรือปรากฏการณ์มีจริง

• -습니다 : (아주높임으로) 현재의 동작이나 상태, 사실을 정중하게 설명함을 나타내는 종결 어미.
วิภัตติปัจจัยลงท้ายประโยคบอกเล่าที่ใช้ในระดับภาษาที่สุภาพมาก
(ใช้ในการยกย่องอย่างมากและเป็นทางการ) วิภัตติปัจจัยลงท้ายประโยคที่แสดงการอธิบายถึงอากัปกิริยา สภาพ หรือข้อเท็จจริงใด ๆ ในปัจจุบันอย่างสุภาพนอบน้อม

이해+가 안 되+는 부분+이 있+으면 편하+게 얘기하+세요.

• **이해** (คำนาม) : 무엇을 깨달아 앎. 또는 잘 알아서 받아들임.
ความเข้าใจ, การรู้ถ่องแท้
การที่ตระหนักรู้ถึงอะไร หรือเข้าใจดีแล้วจึงยอมรับ

• 가 : 바뀌게 되는 대상이나 부정하는 대상임을 나타내는 조사.
คำชี้ประธาน
คำชี้ที่แสดงสิ่งที่เปลี่ยนไปหรือสิ่งที่เป็นปฏิเสธ

• **안** (คำวิเศษณ์) : 부정이나 반대의 뜻을 나타내는 말.
ไม่
คำที่แสดงความหมายถึงการปฏิเสธหรือการต่อต้าน

• **되다** (คำกริยา) : 어떠한 심리적인 상태에 있다.
เป็น(ห่วง, กังวล, สิ่งปลอบใจ), วาง(ใจ)
อยู่ในสภาพทางจิตใจใด ๆ

• -는 : 앞의 말이 관형어의 기능을 하게 만들고 사건이나 동작이 현재 일어남을 나타내는 어미.
...ที่...
วิภัตติปัจจัยที่แสดงการที่ทำให้คำพูดข้างหน้าทำหน้าที่เป็นคุณศัพท์ขยายนามและเหตุการณ์หรืออากัปกิริยาเกิดขึ้นในปัจจุบัน

• **부분** (คำนาม) : 전체를 이루고 있는 작은 범위. 또는 전체를 여러 개로 나눈 것 가운데 하나.
ส่วน
ขอบเขตเล็ก ๆ ที่ประกอบเป็นส่วนรวม หรือส่วนหนึ่งในบรรดาหลาย ๆ ส่วนเมื่อแบ่งส่วนรวมออก

- 이 : 어떤 상태나 상황의 대상이나 동작의 주체를 나타내는 조사.
  ตัวชี้ประธาน
  คำชี้ที่ใช้แสดงสิ่งที่อยู่ในสถานการณ์หรือสภาพใด ๆ หรือผู้ที่เป็นประธานของอากัปกริยา

- **있다** (คำคุณศัพท์) : 사실이나 현상이 존재하다.
  มี
  ความจริงหรือปรากฏการณ์มีจริง

- -으면 : 뒤에 오는 말에 대한 근거나 조건이 됨을 나타내는 연결 어미.
  ถ้า...ก็...
  วิภัตติปัจจัยเชื่อมระหว่างประโยคที่แสดงถึงการที่กลายเป็นสาเหตุหรือเงื่อนไขเกี่ยวกับคำพูดตามมาข้างหลัง

- **편하다** (คำคุณศัพท์) : 몸이나 마음이 괴롭지 않고 좋다.
  สบาย ๆ, สุขสบาย, เป็นสุข
  ร่างกายหรือจิตใจดีและไม่ทุกข์ทรมาน

- -게 : 앞의 말이 뒤에서 가리키는 일의 목적이나 결과, 방식, 정도 등이 됨을 나타내는 연결 어미.
  อย่าง..., ให้...
  วิภัตติปัจจัยเชื่อมระหว่างประโยคที่แสดงว่าคำพูดข้างหน้าชี้บอกระดับ วิธีการ ผลลัพธ์หรือวัตถุประสงค์ หรืออื่นๆ
  ของสิ่งที่อยู่ในเนื้อหาข้างหลัง

- **얘기하다** (คำกริยา) : 어떠한 사실이나 상태, 현상, 경험, 생각 등에 관해 누군가에게 말을 하다.
  เล่า, พูด, คุย, พูดคุย
  พูดกับใครเกี่ยวกับความคิด ประสบการณ์ ปรากฏการณ์ สภาพหรือข้อเท็จจริงใด ๆ เป็นต้น

- -세요 : (두루높임으로) 설명, 의문, 명령, 요청의 뜻을 나타내는 종결 어미.
  วิภัตติปัจจัยลงท้ายประโยคที่ใช้ในระดับภาษาที่สุภาพโดยทั่วไป
  (ใช้ในการยกย่องอย่างไม่เป็นทางการ) วิภัตติปัจจัยลงท้ายประโยคที่แสดงความหมายของการอธิบาย การถาม การสั่ง
  หรือการขอร้อง <คำสั่ง>

< 대화(สนทนา) > - 91

어디 아프니? 안색이 안 좋아 보여.
어디 아프니? 안새기 안 조아 보여.
어디 아프니? 안색이 안 좋아 보여.

배가 고파서 빵을 급하게 먹었더니 체한 것 같아요.
배가 고파서 빵을 그파게 머걷떠니 체한 걷 가타요.
baega gopaseo ppangeul geupage meogeotdeoni chehan geot gatayo.

< 설명(การอธิบาย) / 번역(การแปล) >

어디 아프+니?

안색+이 안 좋+[아 보이]+어.
　　　　　　좋아 보여

- 어디 (สรรพนาม) : 모르는 곳을 가리키는 말.
  ไหน, ที่ไหน
  คำที่ใช้แสดงถึงสถานที่ที่ไม่รู้

- 아프다 (คำคุณศัพท์) : 다치거나 병이 생겨 통증이나 괴로움을 느끼다.
  ปวด, เจ็บ
  รู้สึกทรมานหรือเจ็บปวดเนื่องจากเป็นโรคหรือได้รับบาดเจ็บ

- -니 : (아주낮춤으로) 물음을 나타내는 종결 어미.
  ...ไหม, ...หรือเปล่า, ...เหรอ
  (ใช้ในการลดระดับอย่างมากและเป็นทางการ) วิภัตติปัจจัยลงท้ายประโยคที่แสดงการถาม

- 안색 (คำนาม) : 얼굴에 나타나는 표정이나 빛깔.
  สีหน้า
  แสงหรือสีหน้าที่แสดงออกมาบนใบหน้า

- 이 : 어떤 상태나 상황의 대상이나 동작의 주체를 나타내는 조사.
  ตัวชี้ประธาน
  คำชี้ที่ใช้แสดงสิ่งที่อยู่ในสถานการณ์หรือสภาพใด ๆ หรือผู้ที่เป็นประธานของอากัปกริยา

• **안** (คำวิเศษณ์) : 부정이나 반대의 뜻을 나타내는 말.
ไม่
คำที่แสดงความหมายถึงการปฏิเสธหรือการต่อต้าน

• **좋다** (คำคุณศัพท์) : 신체적 조건이나 건강 상태 등이 보통보다 낫다.
แข็งแรง, สุขภาพดี
สภาพของสุขภาพหรือเงื่อนไขทางร่างกาย เป็นต้น ดีกว่าปกติ

• -아 보이다 : 겉으로 볼 때 앞의 말이 나타내는 것처럼 느껴지거나 추측됨을 나타내는 표현.
ดู...
สำนวนที่แสดงการสันนิษฐานหรือรู้สึกเหมือนกับสิ่งที่ปรากฏในคำพูดข้างหน้าเมื่อมองจากภายนอก

• -어 : (두루낮춤으로) 어떤 사실을 서술하거나 물음, 명령, 권유를 나타내는 종결 어미.
วิภัตติปัจจัยลงท้ายประโยคที่ใช้ในการลดระดับภาษาโดยทั่วไป
(ใช้ในการลดระดับอย่างไม่เป็นทางการ) วิภัตติปัจจัยลงท้ายประโยคที่แสดงการบอกเล่าข้อเท็จจริงใด ๆ หรือการถาม การสั่ง หรือการชักชวน <การพูดตามลำดับ>

배+가 <u>고파(고ㅍ)+아서</u> 빵+을 급하+게 먹+었더니 <u>체하+[ㄴ 것 같]+아요</u>.
고파서 체한 것 같아요

• **배** (คำนาม) : 사람이나 동물의 몸에서 음식을 소화시키는 위장, 창자 등의 내장이 있는 곳.
ท้อง, พุง
ส่วนหนึ่งของร่างกายคนหรือสัตว์เป็นส่วนที่ประกอบไปด้วยลำไส้และกระเพาะอาหาร เป็นต้น ที่ช่วยในการย่อยอาหาร

• 가 : 어떤 상태나 상황에 놓인 대상이나 동작의 주체를 나타내는 조사.
คำชี้ประธาน
คำชี้ที่ใช้แสดงสิ่งที่อยู่ในสถานการณ์หรือสภาพใด ๆ หรือผู้ที่เป็นประธานของอาการกริยา

• **고프다** (คำคุณศัพท์) : 뱃속이 비어 음식을 먹고 싶다.
หิว, หิวข้าว
อยากรับประทานอาหารเพราะท้องว่าง

• -아서 : 이유나 근거를 나타내는 연결 어미.
เพราะ..จึง...
วิภัตติปัจจัยเชื่อมระหว่างประโยคที่แสดงเหตุผลหรือสาเหตุ

• **빵** (คำนาม) : 밀가루를 반죽하여 발효시켜 찌거나 구운 음식.
ขนมปัง
อาหารชนิดหนึ่งทำด้วยแป้งผสมเชื้อแล้วนำมานึ่งหรืออบ

• 을 : 동작이 직접적으로 영향을 미치는 대상을 나타내는 조사.
ไม่พบคำแปล
คำชี้ที่แสดงเป้าหมายที่การกระทำส่งผลกระทบโดยตรง

- **급하다** (คำคุณศัพท์) : 시간적 여유 없이 일을 서둘러 매우 빠르다.
  รีบเร่ง, เร่งรีบ, เร่งด่วน, ฉับพลัน, ฉุกละหุก
  ทำงานอย่างรีบเร่งและรวดเร็วเป็นอย่างยิ่งโดยไม่มีเวลาว่าง

- -게 : 앞의 말이 뒤에서 가리키는 일의 목적이나 결과, 방식, 정도 등이 됨을 나타내는 연결 어미.
  อย่าง..., ให้...
  วิภัตติปัจจัยเชื่อมระหว่างประโยคที่แสดงว่าคำพูดข้างหน้าชี้บอกระดับ วิธีการ ผลลัพธ์หรือวัตถุประสงค์ หรืออื่นๆ ของสิ่งที่อยู่ในเนื้อหาข้างหลัง

- **먹다** (คำกริยา) : 음식 등을 입을 통하여 배 속에 들여보내다.
  กิน
  เอาอาหาร เป็นต้น ใส่เข้าไปในท้องโดยผ่านปาก

- -었더니 : 과거의 사실이나 상황이 뒤에 오는 말의 원인이나 이유가 됨을 나타내는 표현.
  พอ...ก็...
  สำนวนที่แสดงว่าสถานการณ์หรือข้อเท็จจริงในอดีตจะเป็นสาเหตุหรือเหตุผลของคำพูดที่ตามมาข้างหลัง

- **체하다** (คำกริยา) : 먹은 음식이 잘 소화되지 않아 배 속에 답답하게 남아 있다.
  ท้องอืด, ท้องขึ้น, ท้องเฟ้อ, แน่นท้อง
  อาหารที่กินแล้วถูกย่อยไม่ดีจึงเหลืออยู่ในกระเพาะอาหารอย่างอึดอัด

- -ㄴ 것 같다 : 추측을 나타내는 표현.
  ดูเหมือนว่าจะ..., คงจะ..., อาจจะ...
  สำนวนที่แสดงการคาดคะเน

- -아요 : (두루높임으로) 어떤 사실을 서술하거나 질문, 명령, 권유함을 나타내는 종결 어미.
  วิภัตติปัจจัยลงท้ายประโยคที่ใช้ในการยกย่องโดยทั่วไป
  (ใช้ในการยกย่องอย่างไม่เป็นทางการ) วิภัตติปัจจัยลงท้ายประโยคที่แสดงการบอกเล่า การถาม การสั่ง หรือการชักชวนเรื่องใด ๆ
  <การพูดตามลำดับ>

< 대화(สนทนา) > - 92

배가 좀 아픈데 우리 잠깐 쉬었다 가자.
배가 좀 아픈데 우리 잠깐 쉬얻따 가자.
baega jom apeunde uri jamkkan swieotda gaja.

음식을 먹은 다음에 바로 운동을 해서 그런가 보다.
음시글 머근 다으메 바로 운동을 해서 그런가 보다.
eumsigeul meogeun daeume baro undongeul haeseo geureonga boda.

< 설명(การอธิบาย) / 번역(การแปล) >

배+가 좀 <u>아프+ㄴ데</u> 우리 잠깐 쉬+었+다 가+자.
　　　　　아픈데

- **배 (คำนาม)** : 사람이나 동물의 몸에서 음식을 소화시키는 위장, 창자 등의 내장이 있는 곳.
　ท้อง, พุง
　ส่วนหนึ่งของร่างกายคนหรือสัตว์เป็นส่วนที่ประกอบไปด้วยลำไส้และกระเพาะอาหาร เป็นต้น ที่ช่วยในการย่อยอาหาร

- **가** : 어떤 상태나 상황에 놓인 대상이나 동작의 주체를 나타내는 조사.
　คำชี้ประธาน
　คำชี้ที่ใช้แสดงสิ่งที่อยู่ในสถานการณ์หรือสภาพใด ๆ หรือผู้ที่เป็นประธานของอากัปกริยา

- **좀 (คำวิเศษณ์)** : 분량이나 정도가 적게.
　นิดหน่อย, เล็กน้อย
　อย่างที่ปริมาณหรือระดับน้อย

- **아프다 (คำคุณศัพท์)** : 다치거나 병이 생겨 통증이나 괴로움을 느끼다.
　ปวด, เจ็บ
　รู้สึกทรมานหรือเจ็บปวดเนื่องจากเป็นโรคหรือได้รับบาดเจ็บ

- **-ㄴ데** : 뒤의 말을 하기 위하여 그 대상과 관련이 있는 상황을 미리 말함을 나타내는 연결 어미.
　ก็...นะ ว่าแต่..., ก็...นะ แต่...
　วิภัตติปัจจัยเชื่อมระหว่างประโยคที่แสดงการพูดบอกสถานการณ์ที่เกี่ยวข้องกับเรื่องที่จะพูดข้างหลังไว้ล่วงหน้าเพื่อที่จะพูดถึงเรื่องดังกล่าวข้างหลัง

- **우리 (สรรพนาม)** : 말하는 사람이 자기와 듣는 사람 또는 이를 포함한 여러 사람들을 가리키는 말.
　เรา, พวกเรา
　คำเรียกที่ผู้พูดเรียกรวมตนเองกับผู้ฟังหรือผู้ฟังหลาย ๆ คน

- **잠깐** (คำวิเศษณ์) : 아주 짧은 시간 동안에.
  สักครู่, ประเดี๋ยว, ชั่วครู่, ชั่วประเดี๋ยว, สักประเดี๋ยว
  ในช่วงระยะเวลาอันสั้น

- **쉬다** (คำกริยา) : 피로를 없애기 위해 몸을 편안하게 하다.
  พัก, หยุด, พักผ่อน, ผ่อนคลาย
  ทำให้ร่างกายผ่อนคลาย เพื่อกำจัดความเหนื่อยล้า

- -었- : 어떤 사건이 과거에 완료되었거나 그 사건의 결과가 현재까지 지속되는 상황을 나타내는 어미.
  ...แล้ว
  วิภัตติปัจจัยที่แสดงว่าเหตุการณ์ใดๆเสร็จสมบูรณ์ไปแล้วในอดีตหรือแสดงสถานการณ์ที่ผลลัพธ์ของเหตุการณ์ดังกล่าวต่อเนื่องจนถึงปัจจุบัน

- -다 : 어떤 행동이나 상태 등이 중단되고 다른 행동이나 상태로 바뀜을 나타내는 연결 어미.
  แล้ว..., แล้วก็..., ...ก็...
  วิภัตติปัจจัยเชื่อมระหว่างประโยคที่แสดงการกระทำหรือสภาพใด ๆ เป็นต้น ถูกหยุดชะงักและเปลี่ยนเป็นการกระทำหรือสภาพอื่น

- **가다** (คำกริยา) : 한 곳에서 다른 곳으로 장소를 이동하다.
  ไป
  เคลื่อนออกจากสถานที่แห่งใดแห่งหนึ่งไปยังสถานที่อื่น

- -자 : (아주낮춤으로) 어떤 행동을 함께 하자는 뜻을 나타내는 종결 어미.
  ...กันเถอะ, ...เถอะ
  (ใช้ในการลดระดับอย่างมากและเป็นทางการ) วิภัตติปัจจัยลงท้ายประโยคที่ใช้แสดงการเสนอว่ามาทำการกระทำใดๆด้วยกันเถอะ

음식+을 먹+[은 다음에] 바로 운동+을 <u>하+여서</u> <u>그렇(그러)+[ㄴ가 보]+다</u>.

해서　　**그런가 보다**

- **음식** (คำนาม) : 사람이 먹거나 마시는 모든 것.
  อาหารและเครื่องดื่ม
  สิ่งทั้งหมดที่คนกินหรือดื่ม

- 을 : 동작이 직접적으로 영향을 미치는 대상을 나타내는 조사.
  ไม่พบคำแปล
  คำชี้ที่แสดงเป้าหมายที่การกระทำส่งผลกระทบโดยตรง

- **먹다** (คำกริยา) : 음식 등을 입을 통하여 배 속에 들여보내다.
  กิน
  เอาอาหาร เป็นต้น ใส่เข้าไปในท้องโดยผ่านปาก

- -은 다음에 : 앞에 오는 말이 가리키는 일이나 과정이 끝난 뒤임을 나타내는 표현.
  หลังจาก..., หลังจากที่...
  สำนวนที่ใช้แสดงว่าเป็นภายหลังจากที่กระบวนการหรือสิ่งที่คำพูดที่อยู่ข้างหน้าระบุเสร็จสิ้น

• **바로** (คำวิเศษณ์) : 시간 차를 두지 않고 곧장.
ทันที, ตรงไปยัง, มุ่งตรงไป, มุ่งไปยัง...ทันที
ทันทีโดยไม่ทิ้งระยะเวลา

• **운동** (คำนาม) : 몸을 단련하거나 건강을 위하여 몸을 움직이는 일.
การออกกำลังกาย, การออกกายบริหาร
การที่เคลื่อนไหวร่างกายเพื่อสุขภาพหรือฝึกฝนร่างกาย

• **을** : 동작이 직접적으로 영향을 미치는 대상을 나타내는 조사.
ไม่พบคำแปล
คำชี้ที่แสดงเป้าหมายที่การกระทำส่งผลกระทบโดยตรง

• **하다** (คำกริยา) : 어떤 행동이나 동작, 활동 등을 행하다.
ทำ
ทำกิจกรรม การเคลื่อนไหว หรือพฤติกรรมใด ๆ เป็นต้น

• **-여서** : 이유나 근거를 나타내는 연결 어미.
เพราะ..จึง...
วิภัตติปัจจัยเชื่อมระหว่างประโยคที่แสดงเหตุผลหรือสาเหตุ

• **그렇다** (คำคุณศัพท์) : 상태, 모양, 성질 등이 그와 같다.
เป็นอย่างนั้น, เป็นเช่นนั้น, เป็นแบบนั้น
สภาพ รูปร่าง ลักษณะ เป็นต้น เหมือนดังเช่นนั้น

• **-ㄴ가 보다** : 앞의 말이 나타내는 사실을 추측함을 나타내는 표현.
ดูเหมือนว่าจะ.., คงจะ..
สำนวนที่แสดงการคาดคะเนข้อเท็จจริงที่คำพูดข้างหน้าแสดงไว้

• **-다** : (아주낮춤으로) 어떤 사건이나 사실, 상태를 서술함을 나타내는 종결 어미.
วิภัตติปัจจัยลงท้ายประโยคบอกเล่า
(ใช้ในการลดระดับอย่างมากและเป็นทางการ) วิภัตติปัจจัยลงท้ายประโยคที่แสดงการบอกเล่าเหตุการณ์ ข้อเท็จจริง
หรือสภาพการณ์ใด ๆ

< 대화(สนทนา) > - 93

우리 저기 보이는 카페에 가서 같이 커피 마실까요?
우리 저기 보이는 카페에 가서 가치 커피 마실까요?
uri jeogi boineun kapee gaseo gachi keopi masilkkayo?

좋아요. 오늘은 제가 살게요.
조아요. 오느른 제가 살께요.
joayo. oneureun jega salgeyo.

< 설명(การอธิบาย) / 번역(การแปล) >

우리 저기 보이+는 카페+에 가+(아)서 같이 커피 마시+ㄹ까요?
　　　　　　　　　　　　　가서　　　　　　　　　마실까요

- **우리 (สรรพนาม)** : 말하는 사람이 자기와 듣는 사람 또는 이를 포함한 여러 사람들을 가리키는 말.
  เรา, พวกเรา
  คำเรียกที่ผู้พูดเรียกรวมตนเองกับผู้ฟังหรือผู้ฟังหลาย ๆ คน

- **저기 (สรรพนาม)** : 말하는 사람이나 듣는 사람으로부터 멀리 떨어져 있는 곳을 가리키는 말.
  ที่โน่น, ตรงโน้น
  คำที่บ่งชี้สถานที่ที่อยู่ห่างไกลจากผู้พูดหรือผู้ฟัง

- **보이다 (คำกริยา)** : 눈으로 대상의 존재나 겉모습을 알게 되다.
  เห็น, มองเห็น
  รู้รูปร่างหรือการมีอยู่ของวัตถุได้ด้วยตา

- **-는** : 앞의 말이 관형어의 기능을 하게 만들고 사건이나 동작이 현재 일어남을 나타내는 어미.
  ...ที่...
  วิภัตติปัจจัยที่แสดงการที่ทำให้คำพูดข้างหน้าทำหน้าที่เป็นคุณศัพท์ขยายนามและเหตุการณ์หรืออากัปกิริยาเกิดขึ้นในปัจจุบัน

- **카페 (คำนาม)** : 주로 커피와 차, 가벼운 간식거리 등을 파는 가게.
  คอฟฟี่ช็อป, ร้านกาแฟ, ร้านน้ำชา
  ร้านที่ส่วนใหญ่ขายของว่างเบา ๆ ชาและกาแฟ เป็นต้น

- **에** : 앞말이 목적지이거나 어떤 행위의 진행 방향임을 나타내는 조사.
  ที่...
  คำชี้ที่แสดงว่าคำพูดข้างหน้าเป็นทิศทางที่ดำเนินไปของการกระทำใด ๆ หรือเป็นจุดหมายปลายทาง

- **가다** (คำกริยา) : 한 곳에서 다른 곳으로 장소를 이동하다.
  ไป
  เคลื่อนออกจากสถานที่แห่งใดแห่งหนึ่งไปยังสถานที่อื่น

- **-아서** : 앞의 말과 뒤의 말이 순차적으로 일어남을 나타내는 연결 어미.
  แล้ว..., แล้วก็..., และ..
  วิภัตติปัจจัยเชื่อมระหว่างประโยคที่แสดงการที่คำพูดในประโยคหน้าและประโยคหลังเกิดขึ้นตามลำดับ

- **같이** (คำวิเศษณ์) : 둘 이상이 함께.
  ด้วยกัน, พร้อมกัน, ร่วมกัน
  สองสิ่งขึ้นไปด้วยกัน

- **커피** (คำนาม) : 독특한 향기가 나고 카페인이 들어 있으며 약간 쓴, 커피나무의 열매로 만든 진한 갈색
  의 차.
  กาแฟ
  ชาสีน้ำตาลเข้มทำจากเมล็ดของต้นกาแฟ มีคาเฟอีนเป็นส่วนผสม รสขมเล็กน้อยและมีกลิ่นหอมที่เป็นเอกลักษณ์

- **마시다** (คำกริยา) : 물 등의 액체를 목구멍으로 넘어가게 하다.
  ดื่ม, กิน
  ทำให้ของเหลว น้ำ เป็นต้น ผ่านลำคอไป

- **-ㄹ까요** : (두루높임으로) 듣는 사람에게 의견을 묻거나 제안함을 나타내는 표현.
  ...กันไหมครับ(คะ), ...ดีไหมครับ(คะ)
  (ใช้ในการยกย่องอย่างไม่เป็นทางการ) สำนวนที่แสดงการเสนอหรือถามความคิดเห็นแก่ผู้ฟัง

좋+아요.

오늘+은 제+가 사+ㄹ게요.
　　　　　　　　살게요

- **좋다** (คำคุณศัพท์) : 어떤 일이나 대상이 마음에 들고 만족스럽다.
  ถูกใจ, ชอบใจ, พอใจ
  งานหรือสภาพใด ๆ ถูกใจและน่าพอใจ

- **-아요** : (두루높임으로) 어떤 사실을 서술하거나 질문, 명령, 권유함을 나타내는 종결 어미.
  วิภัตติปัจจัยลงท้ายประโยคที่ใช้ในการยกย่องโดยทั่วไป
  (ใช้ในการยกย่องอย่างไม่เป็นทางการ) วิภัตติปัจจัยลงท้ายประโยคที่แสดงการบอกเล่า การถาม การสั่ง หรือการชักชวนเรื่องใด ๆ
  <การพูดตามลำดับ>

- **오늘** (คำนาม) : 지금 지나가고 있는 이날.
  วันนี้
  วันนี้ที่กำลังผ่านไปตอนนี้

• 은 : 어떤 대상이 다른 것과 대조됨을 나타내는 조사.
...เนี่ยนะ, ...นะ
คำชี้ที่แสดงว่าเป้าหมายใด ๆ ถูกเปรียบเทียบกับสิ่งอื่น

• **제** (สรรพนาม) : 말하는 사람이 자신을 낮추어 가리키는 말인 '저'에 조사 '가'가 붙을 때의 형태.
ดิฉัน, ผม, กระผม
รูปที่คำชี้ "가" ตามหลังคำว่า "저" ซึ่งเป็นคำที่ผู้พูดชี้ถึงตนเองอย่างถ่อมตัว

• 가 : 어떤 상태나 상황에 놓인 대상이나 동작의 주체를 나타내는 조사.
คำชี้ประธาน
คำชี้ที่ใช้แสดงสิ่งที่อยู่ในสถานการณ์หรือสภาพใด ๆ หรือผู้ที่เป็นประธานของอากัปกริยา

• **사다** (คำกริยา) : 다른 사람과 함께 먹은 음식의 값을 치르다.
เลี้ยง, จ่ายให้
ชำระค่าอาหารที่ทานร่วมกับผู้อื่น

• -ㄹ게요 : (두루높임으로) 말하는 사람이 어떤 행동을 할 것을 듣는 사람에게 약속하거나 의지를 나타내는 표현.
จะ...ครับ(ค่ะ), จะ...นะครับ(คะ), จะ...เองครับ(ค่ะ)
(ใช้ในการยกย่องอย่างไม่เป็นทางการ)วิภัตติปัจจัยลงท้ายประโยคที่แสดงการที่ผู้พูดบอกกับผู้ฟังให้ทราบหรือสัญญาว่าจะทำสิ่งใดๆ

< 대화(สนทนา) > - 94

어떻게 공부를 했길래 하나도 안 틀렸어요?
어떠케 공부를 핻낄래 하나도 안 틀려써요?
eotteoke gongbureul haetgillae hanado an teullyeosseoyo?

전 그저 학교에서 배운 것을 빠짐없이 복습했을 뿐이에요.
전 그저 학꾜에서 배운 거슬 빠짐업씨 복쓰패쓸 뿌니에요.
jeon geujeo hakgyoeseo baeun geoseul ppajimeopsi bokseupaesseul ppunieyo.

< 설명(การอธิบาย) / 번역(การแปล) >

어떻게 공부+를 하+였+길래 하나+도 안 틀리+었+어요?
　　　　　　　　했길래　　　　　　　　　틀렸어요

- **어떻게** (คำวิเศษณ์) : 어떤 방법으로. 또는 어떤 방식으로.
  อย่างไร
  ด้วยวิธีการใดๆ หรือหนทางใดๆ

- **공부** (คำนาม) : 학문이나 기술을 배워서 지식을 얻음.
  การอ่านหนังสือ, การดูหนังสือ, การเรียนหนังสือ
  การเรียนรู้ศาสตร์และทักษะแล้วได้รับความรู้

- **를** : 동작이 직접적으로 영향을 미치는 대상을 나타내는 조사.
  ไม่พบคำแปล
  คำชี้ที่แสดงเป้าหมายที่การกระทำส่งผลกระทบโดยตรง

- **하다** (คำกริยา) : 어떤 행동이나 동작, 활동 등을 행하다.
  ทำ
  ทำกิจกรรม การเคลื่อนไหว หรือพฤติกรรมใด ๆ เป็นต้น

- **-였-** : 어떤 사건이 과거에 완료되었거나 그 사건의 결과가 현재까지 지속되는 상황을 나타내는 어미.
  ...แล้ว(อดีตกาล), ยังคง...(อดีตกาล)
  วิภัตติปัจจัยที่แสดงว่าเหตุการณ์ใดๆเสร็จสมบูรณ์ไปแล้วในอดีตหรือแสดงสถานการณ์ที่ผลลัพธ์ของเหตุการณ์ดังกล่าวต่อเนื่องจนถึงปัจจุบัน

- **-길래** : 뒤에 오는 말의 원인이나 근거를 나타내는 연결 어미.
  เพราะ.., เพราะว่า..., เนื่องจาก...
  วิภัตติปัจจัยเชื่อมระหว่างประโยคที่แสดงสาเหตุ หรือเหตุผลของคำพูดที่ปรากฏข้างหลัง

• **하나** (คำนาม) : 전혀, 조금도.
แม้แต่น้อย
ไม่เลย แม้แต่น้อย

• 도 : 극단적인 경우를 들어 다른 경우는 말할 것도 없음을 나타내는 조사.
แม้แต่..., แม้แต่จะ..
คำชี้ที่แสดงว่าไม่ต้องพูดถึงกรณีอื่นโดยยกกรณีที่สุดขีด

• **안** (คำวิเศษณ์) : 부정이나 반대의 뜻을 나타내는 말.
ไม่
คำที่แสดงความหมายถึงการปฏิเสธหรือการต่อต้าน

• **틀리다** (คำกริยา) : 계산이나 답, 사실 등이 맞지 않다.
ผิด, ไม่ถูกต้อง
การคำนวณ คำตอบ ความจริงหรือสิ่งใดไม่ถูกต้อง

• -었- : 어떤 사건이 과거에 완료되었거나 그 사건의 결과가 현재까지 지속되는 상황을 나타내는 어미.
...แล้ว
วิภัตติปัจจัยที่แสดงว่าเหตุการณ์ใดๆเสร็จสมบูรณ์ไปแล้วในอดีตหรือแสดงสถานการณ์ที่ผลลัพธ์ของเหตุการณ์ดังกล่าวต่อเนื่องจนถึงปัจจุบัน

• -어요 : (두루높임으로) 어떤 사실을 서술하거나 질문, 명령, 권유함을 나타내는 종결 어미.
วิภัตติปัจจัยลงท้ายประโยคที่ใช้ในการยกย่องโดยทั่วไป
(ใช้ในการยกย่องอย่างไม่เป็นทางการ)วิภัตติปัจจัยลงท้ายประโยคที่แสดงการบอกเล่า การถาม การสั่ง หรือการชักชวนเรื่องใด ๆ
<คำถาม>

저+는 그저 학교+에서 배우+[ㄴ 것]+을 빠짐없이 복습하+였+[을 뿐이]+에요.
전 배운 것을 복습했을 뿐이에요

• **저** (สรรพนาม) : 말하는 사람이 듣는 사람에게 자신을 낮추어 가리키는 말.
ดิฉัน, ผม, กระผม
คำที่ผู้พูดบ่งชี้ตนเองโดยลดฐานะให้ต่ำลงต่อผู้ฟัง

• 는 : 문장 속에서 어떤 대상이 화제임을 나타내는 조사.
...นั้น
คำชี้ที่แสดงว่าเป้าหมายใดๆเป็นหัวเรื่องในประโยค

• **그저** (คำวิเศษณ์) : 다른 일은 하지 않고 그냥.
เอาแต่, เพียงแค่, เพียงแต่
ไม่ทำเรื่องอื่นแสนฉย ๆ

• **학교** (คำนาม) : 일정한 목적, 교과 과정, 제도 등에 의하여 교사가 학생을 가르치는 기관.
โรงเรียน, สถาบันศึกษา
หน่วยงานที่มีอาจารย์สอนนักเรียนด้วยระบบ หลักสูตรและวัตถุประสงค์ที่กำหนดไว้

• 에서 : 앞말이 행동이 이루어지고 있는 장소임을 나타내는 조사.
ที่...
คำชี้ที่แสดงว่าคำพูดข้างหน้าเป็นสถานที่ที่การกระทำบรรลุผล

• **배우다** (คำกริยา) : 새로운 지식을 얻다.
เรียน, เล่าเรียน, เรียนรู้, ศึกษา
ได้รับความรู้ใหม่

• -ㄴ 것 : 명사가 아닌 것을 문장에서 명사처럼 쓰이게 하거나 '이다' 앞에 쓰일 수 있게 할 때 쓰는 표현.
สิ่งที่...
สำนวนที่ใช้เมื่อทำให้คำที่ไม่ใช่คำนามใช้เหมือนคำนามในประโยคหรือทำให้ใช้วางไว้หน้า '이다' ได้

• 을 : 동작이 직접적으로 영향을 미치는 대상을 나타내는 조사.
ไม่พบคำแปล
คำชี้ที่แสดงเป้าหมายที่การกระทำส่งผลกระทบโดยตรง

• **빠짐없이** (คำวิเศษณ์) : 하나도 빠뜨리지 않고 다.
โดยไม่ขาดตกบกพร่อง, โดยไม่ยกเว้น, โดยไม่มีการยกเว้น, ทุกประการ, อย่างครบถ้วน
โดยไม่ตกหล่นแม้แต่สิ่งเดียว ทั้งหมด

• **복습하다** (คำกริยา) : 배운 것을 다시 공부하다.
ทบทวนบทเรียน, อ่านซ้ำ
อ่านหรือทวบทวนในสิ่งที่เรียนมาแล้ว

• -였- : 어떤 사건이 과거에 완료되었거나 그 사건의 결과가 현재까지 지속되는 상황을 나타내는 어미.
...แล้ว(อดีตกาล), ยังคง...(อดีตกาล)
วิภัตติปัจจัยที่แสดงว่าเหตุการณ์ใดๆเสร็จสมบูรณ์ไปแล้วในอดีตหรือแสดงสถานการณ์ที่ผลลัพธ์ของเหตุการณ์ดังกล่าวต่อเนื่องจนถึงปัจจุบัน

• -을 뿐이다 : 앞에 오는 말이 나타내는 상태나 상황 이외에 다른 어떤 것도 없음을 나타내는 표현.
ได้แต่..., เพียงแค่..., เพียงแต่...
สำนวนที่แสดงการที่ไม่มีสิ่งอื่นใดทั้งสิ้น นอกเหนือจากสภาพหรือสถานการณ์ที่คำพูดข้างหน้าแสดงไว้

• -에요 : (두루높임으로) 어떤 사실을 서술하거나 질문함을 나타내는 종결 어미.
วิภัตติปัจจัยลงท้ายประโยคที่ใช้ในการยกย่องโดยทั่วไป
(ใช้ในการยกย่องอย่างไม่เป็นทางการ) วิภัตติปัจจัยลงท้ายประโยคที่แสดงการบอกเล่าหรือการถามถึงสิ่งใด ๆ <การพูดตามลำดับ>

< 대화(สนทนา) > - 95

듣기 좋은 노래 좀 추천해 주세요.
듣끼 조은 노래 좀 추천해 주세요.
deutgi joeun norae jom chucheonhae juseyo.

신나는 노래 위주로 듣는다면 이건 어때요?
신나는 조용한 노래 위주로 든는다면 이건 어때요?
sinnaneun norae wijuro deunneundamyeon igeon eottaeyo?

< 설명(การอธิบาย) / 번역(การแปล) >

듣+기 좋+은 노래 좀 추천하+[여 주]+세요.
추천해 주세요

• **듣다** (คำกริยา) : 귀로 소리를 알아차리다.
ฟัง, ได้ยิน
เข้าใจเสียงได้ด้วยหู

• -기 : 앞의 말이 명사의 기능을 하게 하는 어미.
การ...
วิภัตติปัจจัยที่ทำให้คำข้างหน้ามีหน้าที่เป็นคำนาม

• **좋다** (คำคุณศัพท์) : 어떤 것의 성질이나 내용 등이 훌륭하여 만족할 만하다.
ดี, เยี่ยม, ดีเยี่ยม, ยอดเยี่ยม
คุณสมบัติหรือเนื้อหา เป็นต้น ของสิ่งใด ๆ ยอดเยี่ยมจึงน่าพอใจ

• -은 : 앞의 말이 관형어의 기능을 하게 만들고 현재의 상태를 나타내는 어미.
ที่..., ซึ่ง...
วิภัตติปัจจัยที่ทำให้คำพูดข้างหน้าทำหน้าที่เป็นคุณศัพท์ขยายนามแสดงถึงสภาพที่เป็นอยู่ในปัจจุบัน

• **노래** (คำนาม) : 운율에 맞게 지은 가사에 곡을 붙인 음악. 또는 그런 음악을 소리 내어 부름.
เพลง, บทเพลง, การขับร้องเพลง
เพลงที่ใส่ทำนองในเนื้อร้องซึ่งแต่งให้ตรงกับกฎการสัมผัสจังหวะ หรือการขับร้องเพลงดังกล่าว

• **좀** (คำวิเศษณ์) : 주로 부탁이나 동의를 구할 때 부드러운 느낌을 주기 위해 넣는 말.
ขอ...หน่อย, ...หน่อย
คำพูดที่ใส่เพื่อให้ความรู้สึกนิ่มนวลส่วนใหญ่ใช้ในตอนที่ขอความเห็นด้วยหรือขอร้อง

• **추천하다** (คำกริยา) : 어떤 조건에 알맞은 사람이나 물건을 책임지고 소개하다.
รับรอง, รับประกัน, แนะนำและให้ความเห็น
แนะนำสิ่งของหรือบุคคลที่เหมาะสมกับเงื่อนไขใด ๆ โดยรับผิดชอบ

• -여 주다 : 남을 위해 앞의 말이 나타내는 행동을 함을 나타내는 표현.
ช่วย..., ช่วย...ให้
สำนวนที่แสดงว่าทำการกระทำที่ปรากฏในคำพูดข้างหน้าเพื่อผู้อื่น

• -세요 : (두루높임으로) 설명, 의문, 명령, 요청의 뜻을 나타내는 종결 어미.
วิภัตติปัจจัยลงท้ายประโยคที่ใช้ในระดับภาษาที่สุภาพโดยทั่วไป
(ใช้ในการยกย่องอย่างไม่เป็นทางการ) วิภัตติปัจจัยลงท้ายประโยคที่แสดงความหมายของการอธิบาย การถาม การสั่ง หรือการขอร้อง <การร้องขอ>

신나+는 노래 위주+로 듣+는다면 이것(이거)+은 어떻+어요?

이건 어때요

• **신나다** (คำกริยา) : 흥이 나고 기분이 아주 좋아지다.
เบิกบานร่าเริง, ตื่นเต้นดีใจ
มีความสนุกสนานและอารมณ์ดีขึ้นเป็นอย่างมาก

• -는 : 앞의 말이 관형어의 기능을 하게 만들고 사건이나 동작이 현재 일어남을 나타내는 어미.
...ที่...
วิภัตติปัจจัยที่แสดงการที่ทำให้คำพูดข้างหน้าทำหน้าที่เป็นคุณศัพท์ขยายนามและเหตุการณ์หรืออากัปกิริยาเกิดขึ้นในปัจจุบัน

• **노래** (คำนาม) : 운율에 맞게 지은 가사에 곡을 붙인 음악. 또는 그런 음악을 소리 내어 부름.
เพลง, บทเพลง, การขับร้องเพลง
เพลงที่ใส่ทำนองในเนื้อร้องซึ่งแต่งให้ตรงกับกฎการสัมผัสจังหวะ หรือการขับร้องเพลงดังกล่าว

• **위주** (คำนาม) : 무엇을 가장 중요한 것으로 삼음.
หลัก, การเป็นหลัก
การกำหนดให้สิ่งใด ๆ เป็นสิ่งสำคัญที่สุด

• 로 : 어떤 일의 방법이나 방식을 나타내는 조사.
โดย..., ด้วย...
คำชี้ที่แสดงวิธีการหรือวิธีทางของงานใด ๆ

• **듣다** (คำกริยา) : 귀로 소리를 알아차리다.
ฟัง, ได้ยิน
เข้าใจเสียงได้ด้วยหู

• -는다면 : 어떠한 사실이나 상황을 가정하는 뜻을 나타내는 연결 어미.
ถ้าหาก..., ถ้าหากว่า..., หากว่า..., สมมุติว่า...
วิภัตติปัจจัยเชื่อมระหว่างประโยคที่แสดงความหมายสมมุติสถานการณ์หรือเรื่องใดๆขึ้น

- **이것 (สรรพนาม)** : 말하는 사람에게 가까이 있거나 말하는 사람이 생각하고 있는 것을 가리키는 말.

  นี่, นี้, สิ่งนี้, อันนี้

  คำที่ใช้เรียกสิ่งที่อยู่ใกล้กับผู้พูดหรือเป็นสิ่งที่ผู้พูดกำลังคิดอยู่

- **은** : 문장 속에서 어떤 대상이 화제임을 나타내는 조사.

  ตัวชี้หัวเรื่อง

  คำชี้ที่แสดงว่าเป้าหมายใด ๆ เป็นหัวข้อเรื่องในประโยค

- **어떻다 (คำคุณศัพท์)** : 생각, 느낌, 상태, 형편 등이 어찌 되어 있다.

  อย่างไร, เป็นอย่างไร, เป็นอย่างไรบ้าง

  สถานภาพ สภาพ ความรู้สึก ความคิด เป็นต้น ได้กลายเป็นอย่างใด ๆ

- **-어요** : (두루높임으로) 어떤 사실을 서술하거나 질문, 명령, 권유함을 나타내는 종결 어미.

  วิภัตติปัจจัยลงท้ายประโยคที่ใช้ในการยกย่องโดยทั่วไป

  (ใช้ในการยกย่องอย่างไม่เป็นทางการ) วิภัตติปัจจัยลงท้ายประโยคที่แสดงการบอกเล่า การถาม การสั่ง หรือการชักชวนเรื่องใด ๆ

  \<คำถาม\>

< 대화(สนทนา) > - 96

너 모자를 새로 샀구나. 잘 어울린다.
너 모자를 새로 삳꾸나. 잘 어울린다.
neo mojareul saero satguna. jal eoullinda.

고마워. 가게에서 보자마자 마음에 들어서 바로 사 버렸지.
고마워. 가게에서 보자마자 마으메 드러서 바로 사 버렫찌.
gomawo. gageeseo bojamaja maeume deureoseo baro sa beoryeotji.

< 설명(การอธิบาย) / 번역(การแปล) >

너 모자+를 새로 사+았+구나.
샀구나

잘 어울리+ㄴ다.
어울린다

• **너** (สรรพนาม) : 듣는 사람이 친구나 아랫사람일 때, 그 사람을 가리키는 말.
เธอ, แก, เอ็ง
คำที่ใช้เรียกชี้บ่งคนนั้นที่เป็นผู้ฟังในกรณีที่เป็นผู้น้อยหรือเพื่อน

• **모자** (คำนาม) : 예의를 차리거나 추위나 더위 등을 막기 위해 머리에 쓰는 물건.
หมวก
สิ่งที่ไว้สวมบนศีรษะเพื่อป้องกันความร้อน ความเย็นหรือเพื่อรักษามารยาท เป็นต้น

• 를 : 동작이 직접적으로 영향을 미치는 대상을 나타내는 조사.
ไม่พบคำแปล
คำชี้ที่แสดงเป้าหมายที่การกระทำส่งผลกระทบโดยตรง

• **새로** (คำวิเศษณ์) : 전과 달리 새롭게. 또는 새것으로.
ใหม่, ใหม่ ๆ , ให้ใหม่
ใหม่และต่างไปจากเดิม หรือด้วยสิ่งใหม่ ๆ

• **사다** (คำกริยา) : 돈을 주고 어떤 물건이나 권리 등을 자기 것으로 만들다.
ซื้อ
ให้เงินไปแล้วทำให้สิ่งของหรือสิทธิบางอย่างมาเป็นของตนเอง

• -았- : 어떤 사건이 과거에 완료되었거나 그 사건의 결과가 현재까지 지속되는 상황을 나타내는 어미.
...แล้ว
วิภัตติปัจจัยที่แสดงว่าเหตุการณ์ใดๆเสร็จสมบูรณ์ไปแล้วในอดีตหรือแสดงสถานการณ์ที่ผลลัพธ์ของเหตุการณ์ดังกล่าวต่อเนื่องจนถึงปัจจุบัน

• -구나 : (아주낮춤으로) 새롭게 알게 된 사실에 어떤 느낌을 실어 말함을 나타내는 종결 어미.
...จัง, ...จังเลย
(ใช้ในการลดระดับอย่างมากและเป็นทางการ)
วิภัตติปัจจัยลงท้ายประโยคที่แสดงการพูดโดยใส่ความรู้สึกใดๆเข้าไปในสิ่งที่เพิ่งรู้ใหม่

• **잘 (คำวิเศษณ์)** : 아주 멋지고 예쁘게.
อย่างดี, อย่างงดงาม, อย่างสวยงาม
อย่างสง่างามและงดงามเป็นอย่างมาก

• **어울리다 (คำกริยา)** : 자연스럽게 서로 조화를 이루다.
เข้ากัน, เหมาะ, เหมาะสม
กลมกลืนกันอย่างเป็นธรรมชาติ

• -ㄴ다 : (아주낮춤으로) 현재 사건이나 사실을 서술함을 나타내는 종결 어미.
ไม่พบคำแปล
(ใช้ในการลดระดับอย่างมากและเป็นทางการ) วิภัตติปัจจัยลงท้ายประโยคที่แสดงการบอกเล่าเหตุการณ์หรือข้อเท็จจริงในปัจจุบัน

<u>고맙(고마우)+어</u>.
고마워

가게+에서 보+자마자 [마음에 들]+어서 바로 <u>사+[(아) 버리]+었+지</u>.
사 버렸지

• **고맙다 (คำคุณศัพท์)** : 남이 자신을 위해 무엇을 해주어서 마음이 흐뭇하고 보답하고 싶다.
ขอบคุณ, รู้สึกขอบคุณ
รู้สึกซาบซึ้งใจและอยากตอบแทนที่ผู้อื่นทำอะไรเพื่อตนเอง

• -어 : (두루낮춤으로) 어떤 사실을 서술하거나 물음, 명령, 권유를 나타내는 종결 어미.
วิภัตติปัจจัยลงท้ายประโยคที่ใช้ในการลดระดับภาษาโดยทั่วไป
(ใช้ในการลดระดับอย่างไม่เป็นทางการ)วิภัตติปัจจัยลงท้ายประโยคที่แสดงการบอกเล่าข้อเท็จจริงใด ๆ หรือการถาม การสั่ง หรือการชักชวน <การพูดตามลำดับ>

• **가게 (คำนาม)** : 작은 규모로 물건을 펼쳐 놓고 파는 집.
ร้านค้า, ร้านขายของ, ร้านขายของชำ
สถานที่ขนาดเล็กที่ขายสินค้าหลากหลายชนิดหรือสินค้าเฉพาะอย่าง

• 에서 : 앞말이 어떤 일의 출처임을 나타내는 조사.
จาก...
คำชี้ที่แสดงว่าคำพูดข้างหน้าเป็นแหล่งที่มาของเรื่องใด ๆ

• **보다** (คำกริยา) : 눈으로 대상의 존재나 겉모습을 알다.
มอง, ดู, เห็น
รู้ถึงลักษณะภายนอกหรือการมีอยู่ของวัตถุด้วยตา

• -자마자 : 앞의 말이 나타내는 사건이나 상황이 일어나고 곧바로 뒤의 말이 나타내는 사건이나 상황이 일어남을 나타내는 연결 어미.
ทันทีที่..., ทันทีที่...ก็, พอ...ก็ทันที
วิภัตติปัจจัยเชื่อมระหว่างประโยคที่ใช้แสดงว่าเกิดการกระทำหรือเหตุการณ์ที่ปรากฏในคำพูดข้างหน้าและเกิดการกระทำหรือเหตุการณ์ที่ปรากฏในคำพูดข้างหลังตามมาทันที

• 마음에 들다 (สำนวน) : 자신의 느낌이나 생각과 맞아 좋게 느껴지다.
(ป.ต.)เข้าที่ใจ ; ถูกใจ, พอใจ
ตรงกับความคิดหรือความรู้สึกของตัวเองทำให้รู้สึกดี

• -어서 : 이유나 근거를 나타내는 연결 어미.
เพราะ...จึง...
วิภัตติปัจจัยเชื่อมระหว่างประโยคที่แสดงเหตุผลหรือสาเหตุ

• **바로** (คำวิเศษณ์) : 시간 차를 두지 않고 곧장.
ทันที, ตรงไปยัง, มุ่งตรงไป, มุ่งไปยัง...ทันที
ทันทีโดยไม่ทิ้งระยะเวลา

• **사다** (คำกริยา) : 돈을 주고 어떤 물건이나 권리 등을 자기 것으로 만들다.
ซื้อ
ให้เงินไปแล้วทำให้สิ่งของหรือสิทธิ์บางอย่างมาเป็นของตนเอง

• -아 버리다 : 앞의 말이 나타내는 행동이 완전히 끝났음을 나타내는 표현.
...แล้ว, ...เสียแล้ว, ...ซะแล้ว
สำนวนที่แสดงการที่การกระทำที่ปรากฏในคำพูดข้างหน้าเสร็จสิ้นอย่างสมบูรณ์

• -었- : 어떤 사건이 과거에 완료되었거나 그 사건의 결과가 현재까지 지속되는 상황을 나타내는 어미.
...แล้ว, ...เสียแล้ว, ...ซะแล้ว
สำนวนที่แสดงการที่การกระทำที่ปรากฏในคำพูดข้างหน้าเสร็จสิ้นอย่างสมบูรณ์

• -지 : (두루낮춤으로) 말하는 사람이 자신에 대한 이야기나 자신의 생각을 친근하게 말할 때 쓰는 종결 어미.
...นะ
(ใช้ในการลดระดับอย่างไม่เป็นทางการ)
วิภัตติปัจจัยลงท้ายประโยคที่ใช้เมื่อผู้พูดพูดความคิดของตนเองหรือเรื่องราวเกี่ยวกับตนเองอย่างสนิทสนม

< 대화(สนทนา) > - 97

엄마, 약속 시간에 늦어서 밥 먹을 시간 없어요.
엄마, 약쏙 시가네 느저서 밥 머글 시간 업써요.
eomma, yaksok sigane neujeoseo bap meogeul sigan eopseoyo.

조금 늦더라도 밥은 먹고 가야지.
조금 늗떠라도 바븐 먹꼬 가야지.
jogeum neutdeorado babeun meokgo gayaji.

< 설명(การอธิบาย) / 번역(การแปล) >

엄마, 약속 시간+에 늦+어서 밥 먹+을 시간 없+어요.

- **엄마** (คำนาม) : 격식을 갖추지 않아도 되는 상황에서 어머니를 이르거나 부르는 말.
  อ็อมมา : แม่
  คำที่กล่าวถึงหรือเรียกคุณแม่ ซึ่งในสถานการณ์ที่ไม่จำเป็นต้องทำตามแบบแผน

- **약속** (คำนาม) : 다른 사람과 어떤 일을 하기로 미리 정함. 또는 그렇게 정한 내용.
  การนัด, การนัดหมาย, การสัญญา
  การตกลงกับผู้อื่นล่วงหน้าว่าจะทำสิ่งใดๆ หรือสาระสำคัญที่ได้ตกลงกันดังกล่าว

- **시간** (คำนาม) : 어떤 일을 하도록 정해진 때. 또는 하루 중의 어느 한 때.
  เวลา, ช่วงเวลา, ช่วง
  ช่วงที่ถูกกำหนดให้ทำงานใดๆ หรือช่วงใดช่วงหนึ่งในหนึ่งวัน

- **에** : 앞말이 시간이나 때임을 나타내는 조사.
  ตอน...
  คำชี้ที่แสดงว่าคำพูดข้างหน้าเป็นเวลาหรือช่วงเวลา

- **늦다** (คำกริยา) : 정해진 때보다 지나다.
  สาย, ไม่ทัน, ช้า
  เกินกว่าเวลาที่กำหนดไว้

- **-어서** : 이유나 근거를 나타내는 연결 어미.
  เพราะ..จึง...
  วิภัตติปัจจัยเชื่อมระหว่างประโยคที่แสดงเหตุผลหรือสาเหตุ

• **밥** (คำนาม) : 매일 일정한 때에 먹는 음식.
ข้าว, อาหาร
อาหารที่กินทุกวันตามเวลาที่กำหนด

• **먹다** (คำกริยา) : 음식 등을 입을 통하여 배 속에 들여보내다.
กิน
เอาอาหาร เป็นต้น ใส่เข้าไปในท้องโดยผ่านปาก

• -을 : 앞의 말이 관형어의 기능을 하게 만들고 추측, 예정, 의지, 가능성 등을 나타내는 어미.
ที่จะ..
วิภัตติปัจจัยที่ใช้ทำให้คำข้างหน้าทำหน้าที่เป็นคำขยายนาม และแสดงการสันนิษฐาน การกำหนดการล่วงหน้า ความตั้งใจ ความเป็นไปได้ เป็นต้น

• **시간** (คำนาม) : 어떤 일을 할 여유.
เวลา
เวลาว่างในการที่จะทำงานใดๆ

• **없다** (คำคุณศัพท์) : 어떤 사실이나 현상이 현실로 존재하지 않는 상태이다.
ไม่มี, ไม่...
ข้อเท็จจริงหรือปรากฏการณ์ใด ๆ อยู่ในสภาพที่ไม่มีในความเป็นจริง

• -어요 : (두루높임으로) 어떤 사실을 서술하거나 질문, 명령, 권유함을 나타내는 종결 어미.
วิภัตติปัจจัยลงท้ายประโยคที่ใช้ในการยกย่องโดยทั่วไป
(ใช้ในการยกย่องอย่างไม่เป็นทางการ)วิภัตติปัจจัยลงท้ายประโยคที่แสดงการบอกเล่า การถาม การสั่ง หรือการชักชวนเรื่องใด ๆ
<การพูดตามลำดับ>

조금 늦+더라도 밥+은 먹+고 가+(아)야지.

가야지

• **조금** (คำวิเศษณ์) : 시간이 짧게.
อย่างสั้น, อย่างนิดหน่อย, อีกสักครู่
อย่างเป็นเวลาอย่างสั้น

• **늦다** (คำกริยา) : 정해진 때보다 지나다.
สาย, ไม่ทัน, ช้า
เกินกว่าเวลาที่กำหนดไว้

• -더라도 : 앞에 오는 말을 가정하거나 인정하지만 뒤에 오는 말에는 관계가 없거나 영향을 끼치지 않음을 나타내는 연결 어미.
แม้ว่า..., ถึงแม้ว่า...
วิภัตติปัจจัยเชื่อมระหว่างประโยคที่แสดงการสมมุติหรือยอมรับคำพูดข้างหน้าแต่ไม่เกี่ยวข้องหรือไม่มีผลกระทบต่อคำพูดตามมาข้างหลัง

• **밥 (คำนาม)** : 매일 일정한 때에 먹는 음식.
  ข้าว, อาหาร
  อาหารที่กินทุกวันตามเวลาที่กำหนด

• **은** : 강조의 뜻을 나타내는 조사.
  ...เนี่ยนะ, ...นะ
  คำชี้ที่แสดงความหมายของการเน้นย้ำ

• **먹다 (คำกริยา)** : 음식 등을 입을 통하여 배 속에 들여보내다.
  กิน
  เอาอาหาร เป็นต้น ใส่เข้าไปในท้องโดยผ่านปาก

• **-고** : 앞의 말과 뒤의 말이 차례대로 일어남을 나타내는 연결 어미.
  ...แล้ว...
  วิภัตติปัจจัยเชื่อมระหว่างประโยคที่แสดงการเกิดคำพูดในประโยคหน้าและประโยคหลังตามลำดับ

• **가다 (คำกริยา)** : 한 곳에서 다른 곳으로 장소를 이동하다.
  ไป
  เคลื่อนออกจากสถานที่แห่งใดแห่งหนึ่งไปยังสถานที่อื่น

• **-아야지** : (두루낮춤으로) 듣는 사람이나 다른 사람이 어떤 일을 해야 하거나 어떤 상태여야 함을 나타
                내는 종결 어미.
  ต้อง...
  (ใช้ในการลดระดับอย่างไม่เป็นทางการ)วิภัตติปัจจัยลงท้ายประโยคที่แสดงการที่ผู้ฟังหรือผู้อื่นจะต้องทำสิ่งบางอย่าง
  หรือจะต้องเป็นสภาพบางอย่าง

< 대화(สนทนา) > - 98

너 오늘 많이 피곤해 보인다.
너 오늘 마니 피곤해 보인다.
neo oneul mani pigonhae boinda.

어제 늦게까지 술을 마셔 가지고 컨디션이 안 좋아.
어제 늗께까지 수를 마셔 가지고 컨디셔니 안 조아.
eoje neutgekkaji sureul masyeo gajigo keondisyeoni an joa.

< 설명(การอธิบาย) / 번역(การแปล) >

너 오늘 많이 피곤하+[여 보이]+ㄴ다.
피곤해 보인다

• **너** (สรรพนาม) : 듣는 사람이 친구나 아랫사람일 때, 그 사람을 가리키는 말.
เธอ, แก, เอ็ง
คำที่ใช้เรียกชี้บ่งคนนั้นที่เป็นผู้ฟังในกรณีที่เป็นผู้น้อยหรือเพื่อน

• **오늘** (คำวิเศษณ์) : 지금 지나가고 있는 이날에.
วันนี้
ในวันนี้ที่กำลังผ่านไปตอนนี้

• **많이** (คำวิเศษณ์) : 수나 양, 정도 등이 일정한 기준보다 넘게.
อย่างมาก, มาก
จำนวน ปริมาณหรือระดับ เป็นต้น เกินกว่ามาตรฐานที่ได้กำหนดไว้

• **피곤하다** (คำคุณศัพท์) : 몸이나 마음이 지쳐서 힘들다.
เหนื่อย, เพลีย, อ่อนเพลีย
ร่างกายหรือจิตใจเหนื่อยล้าทำให้ลำบาก

• -여 보이다 : 겉으로 볼 때 앞의 말이 나타내는 것처럼 느껴지거나 추측됨을 나타내는 표현.
ดู...
สำนวนที่แสดงการสันนิษฐานหรือรู้สึกเหมือนกับสิ่งที่ปรากฏในคำพูดข้างหน้าเมื่อมองจากภายนอก

• -ㄴ다 : (아주낮춤으로) 현재 사건이나 사실을 서술함을 나타내는 종결 어미.
ไม่พบคำแปล
(ใช้ในการลดระดับอย่างมากและเป็นทางการ) วิภัตติปัจจัยลงท้ายประโยคที่แสดงการบอกเล่าเหตุการณ์หรือข้อเท็จจริงในปัจจุบัน

어제 늦+게+까지 술+을 <u>마시+[어 가지고]</u> 컨디션+이 안 좋+아.
마셔 가지고

- **어제 (คำวิเศษณ์)** : 오늘의 하루 전날에.
  เมื่อวาน
  ในวันก่อนหน้าวันนี้หนึ่งวัน

- **늦다 (คำคุณศัพท์)** : 적당한 때를 지나 있다. 또는 시기가 한창인 때를 지나 있다.
  ช้า, สาย
  ผ่านช่วงเวลาที่เหมาะสม หรือผ่านช่วงเวลาที่เป็นระดับสูงสุด

- **-게** : 앞의 말이 뒤에서 가리키는 일의 목적이나 결과, 방식, 정도 등이 됨을 나타내는 연결 어미.
  อย่าง..., ให้...
  วิภัตติปัจจัยเชื่อมระหว่างประโยคที่แสดงว่าคำพูดข้างหน้าชี้บอกระดับ วิธีการ ผลลัพธ์หรือวัตถุประสงค์ หรืออื่นๆ
  ของสิ่งที่อยู่ในเนื้อหาข้างหลัง

- **까지** : 어떤 범위의 끝임을 나타내는 조사.
  จน, จนถึง, จนกระทั่งถึง
  คำชี้ที่แสดงถึงการสิ้นสุดของขอบเขตใดๆ

- **술 (คำนาม)** : 맥주나 소주 등과 같이 알코올 성분이 들어 있어서 마시면 취하는 음료.
  เหล้า, สุรา, น้ำเมา
  เครื่องดื่มชนิดหนึ่งทำให้เกิดอาการมึนเมาเมื่อดื่มเพราะมีแอลกอฮอล์เป็นส่วนผสม เช่น เบียร์หรือโซจู เป็นต้น

- **을** : 동작이 직접적으로 영향을 미치는 대상을 나타내는 조사.
  ไม่พบคำแปล
  คำชี้ที่แสดงเป้าหมายที่การกระทำส่งผลกระทบโดยตรง

- **마시다 (คำกริยา)** : 물 등의 액체를 목구멍으로 넘어가게 하다.
  ดื่ม, กิน
  ทำให้ของเหลว น้ำ เป็นต้น ผ่านลำคอไป

- **-어 가지고** : 앞의 말이 나타내는 행동이나 상태가 뒤의 말의 원인이나 이유임을 나타내는 표현.
  เพราะ..จึง...
  สำนวนที่แสดงว่าสภาพหรือการกระทำที่คำพูดข้างหน้าแสดงไว้นั้นซึ่งเป็นสาเหตุหรือเหตุผลของคำพูดข้างหลัง

- **컨디션 (คำนาม)** : 몸이나 건강, 마음 등의 상태.
  สภาพร่างกาย, สภาวะทางอารมณ์
  สภาพของร่างกาย สุขภาพหรือจิตใจ เป็นต้น

- **이** : 어떤 상태나 상황의 대상이나 동작의 주체를 나타내는 조사.
  ตัวชี้ประธาน
  คำชี้ที่ใช้แสดงสิ่งที่อยู่ในสถานการณ์หรือสภาพใด ๆ หรือผู้ที่เป็นประธานของอากัปกริยา

• **안** (คำวิเศษณ์) : 부정이나 반대의 뜻을 나타내는 말.
  ไม่
  คำที่แสดงความหมายถึงการปฏิเสธหรือการต่อต้าน

• **좋다** (คำคุณศัพท์) : 신체적 조건이나 건강 상태 등이 보통보다 낫다.
  แข็งแรง, สุขภาพดี
  สภาพของสุขภาพหรือเงื่อนไขทางร่างกาย เป็นต้น ดีกว่าปกติ

• **-아** : (두루낮춤으로) 어떤 사실을 서술하거나 물음, 명령, 권유를 나타내는 종결 어미.
  วิภัตติปัจจัยลงท้ายประโยคที่ใช้ในการลดระดับภาษาโดยทั่วไป
  (ใช้ในการลดระดับอย่างไม่เป็นทางการ) วิภัตติปัจจัยลงท้ายประโยคที่แสดงการบอกเล่าข้อเท็จจริงใด ๆ หรือการถาม การสั่ง
  หรือการชักชวน <การพูดตามลำดับ>

< 대화(สนทนา) > - 99

요리 학원에 가서 수업이라도 들을까 봐.
요리 하궈네 가서 수어비라도 드를까 봐.
yori hagwone gaseo sueobirado deureulkka bwa.

갑자기 왜? 요리를 해야 할 일이 있어?
갑짜기 왜? 요리를 해야 할 이리 이써?
gapjagi wae? yorireul haeya hal iri isseo?

< 설명(การอธิบาย) / 번역(การแปล) >

요리 학원+에 가+(아)서 수업+이라도 듣(들)+[을까 보]+아.
가서 들을까 봐

• **요리** (คำนาม) : 음식을 만듦.
การปรุงอาหาร, การทำอาหาร, การทำกับข้าว
การประกอบอาหาร

• **학원** (คำนาม) : 학생을 모집하여 지식, 기술, 예체능 등을 가르치는 사립 교육 기관.
โรงเรียน, โรงเรียนกวดวิชา, สถาบันกวดวิชา
สถาบันการศึกษาเอกชนที่รับสมัครนักเรียนและสอนให้ความรู้ ทักษะ ศิลปะและกีฬา เป็นต้น

• 에 : 앞말이 목적지이거나 어떤 행위의 진행 방향임을 나타내는 조사.
ที่...
คำชี้ที่แสดงว่าคำพูดข้างหน้าเป็นทิศทางที่ดำเนินไปของการกระทำใด ๆ หรือเป็นจุดหมายปลายทาง

• **가다** (คำกริยา) : 한 곳에서 다른 곳으로 장소를 이동하다.
ไป
เคลื่อนออกจากสถานที่แห่งใดแห่งหนึ่งไปยังสถานที่อื่น

• -아서 : 앞의 말과 뒤의 말이 순차적으로 일어남을 나타내는 연결 어미.
แล้ว..., แล้วก็..., และ..
วิภัตติปัจจัยเชื่อมระหว่างประโยคที่แสดงการที่คำพูดในประโยคหน้าและประโยคหลังเกิดขึ้นตามลำดับ

• **수업** (คำนาม) : 교사가 학생에게 지식이나 기술을 가르쳐 줌.
การสอนหนังสือ
การที่ครูสอนความรู้หรือทักษะให้แก่นักเรียน

• 이라도 : 그것이 최선은 아니나 여럿 중에서는 그런대로 괜찮음을 나타내는 조사.
แม้ว่า..., แม้ว่าจะ..., ถึงว่าจะ..., ...สัก...ก็ดี
คำชี้ที่แสดงว่าแม้สิ่งนั้นจะไม่ใช่ที่ดีที่สุดแต่ก็พอใช้ได้จากในบรรดาหลาย ๆ อย่าง

• **듣다** (คำกริยา) : 다른 사람의 말이나 소리 등에 귀를 기울이다.
ฟัง, ได้ยิน
เอียงหูไปที่คำพูดหรือเสียง เป็นต้น ของผู้อื่น

• -을까 보다 : 앞에 오는 말이 나타내는 행동을 할 의도가 있음을 나타내는 표현.
ตั้งใจที่จะ..., คิดว่าจะ..
สำนวนที่แสดงว่ามีความตั้งใจที่จะทำการกระทำที่คำพูดข้างหน้าแสดงไว้

• -아 : (두루낮춤으로) 어떤 사실을 서술하거나 물음, 명령, 권유를 나타내는 종결 어미.
วิภัตติปัจจัยลงท้ายประโยคที่ใช้ในการลดระดับภาษาโดยทั่วไป
(ใช้ในการลดระดับอย่างไม่เป็นทางการ) วิภัตติปัจจัยลงท้ายประโยคที่แสดงการบอกเล่าข้อเท็จจริงใด ๆ หรือการถาม การสั่ง หรือการชักชวน <การพูดตามลำดับ>

갑자기 왜?

요리+를 하+[여야 하]+ㄹ 일+이 있+어?
해야 할

• **갑자기** (คำวิเศษณ์) : 미처 생각할 틈도 없이 빨리.
อย่างไม่ทันรู้ตัว, อย่างกะทันหัน, โดยฉับพลัน, ทันทีทันใด
เร็วอย่างที่ไม่มีแม้แต่เวลาที่จะคิด

• **왜** (คำวิเศษณ์) : 무슨 이유로. 또는 어째서.
ทำไม, ด้วยเหตุใด, เพราะอะไร
ด้วยเหตุผลอันใด หรือเพราะอะไร

• **요리** (คำนาม) : 음식을 만듦.
การปรุงอาหาร, การทำอาหาร, การทำกับข้าว
การประกอบอาหาร

• 를 : 동작이 직접적으로 영향을 미치는 대상을 나타내는 조사.
ไม่พบคำแปล
คำชี้ที่แสดงเป้าหมายที่การกระทำส่งผลกระทบโดยตรง

• **하다** (คำกริยา) : 어떤 행동이나 동작, 활동 등을 행하다.
ทำ
ทำกิจกรรม การเคลื่อนไหว หรือพฤติกรรมใด ๆ เป็นต้น

- -여야 하다 : 앞에 오는 말이 어떤 일을 하거나 어떤 상황에 이르기 위한 의무적인 행동이거나 필수적인 조건임을 나타내는 표현.

...ต้อง

สำนวนที่แสดงว่าคำพูดที่อยู่ข้างหน้าเป็นการกระทำตามหน้าที่หรือเงื่อนไขที่จำเป็นเพื่อที่จะทำเรื่องใดๆหรือเกิดสถานการณ์ใด ๆ

- -ㄹ : 앞의 말이 관형어의 기능을 하게 만들고 추측, 예정, 의지, 가능성 등을 나타내는 어미.

ที่จะ..

วิภัตติปัจจัยที่ทำให้คำข้างหน้าทำหน้าที่เป็นคุณศัพท์ขยายนาม และแสดงความเป็นไปได้ ความตั้งใจ ความคาดหมาย การคาดคะเน เป็นต้น

- **일 (คำนาม)** : 해결하거나 처리해야 할 문제나 사항.

เรื่อง

ปัญหาหรือสภาพที่จะต้องแก้ไขหรือจัดการ

- 이 : 어떤 상태나 상황의 대상이나 동작의 주체를 나타내는 조사.

ตัวชี้ประธาน

คำชี้ที่ใช้แสดงสิ่งที่อยู่ในสถานการณ์หรือสภาพใด ๆ หรือผู้ที่เป็นประธานของอากัปกริยา

- **있다 (คำคุณศัพท์)** : 어떤 사람에게 무슨 일이 생긴 상태이다.

มี, เกิด

เป็นสภาพที่มีเรื่องใด ๆ เกิดขึ้นกับคนใด ๆ

- -어 : (두루낮춤으로) 어떤 사실을 서술하거나 물음, 명령, 권유를 나타내는 종결 어미.

วิภัตติปัจจัยลงท้ายประโยคที่ใช้ในการลดระดับภาษาโดยทั่วไป

(ใช้ในการลดระดับอย่างไม่เป็นทางการ) วิภัตติปัจจัยลงท้ายประโยคที่แสดงการบอกเล่าข้อเท็จจริงใด ๆ หรือการถาม การสั่ง หรือการชักชวน <คำถาม>

< 대화(สนทนา) > - 100

이 옷 사이즈도 맞고 너무 예뻐요.
이 옫 사이즈도 맏꼬 너무 예뻐요.
i ot saijeudo matgo neomu yeppeoyo.

다행이네. 너한테 작을까 봐 조금 걱정했는데.
다행이네. 너한테 자글까 봐 조금 걱쩡핸는데.
dahaengine. neohante jageulkka bwa jogeum geokjeonghaenneunde.

< 설명(การอธิบาย) / 번역(การแปล) >

이 옷 사이즈+도 맞+고 너무 예쁘(예ㅃ)+어요.

예뻐요

• **이** (คุณศัพท์) : 말하는 사람에게 가까이 있거나 말하는 사람이 생각하고 있는 대상을 가리킬 때 쓰는 말.
นี้
คำที่ใช้ตอนที่บ่งชี้สิ่งที่ผู้พูดกำลังคิดอยู่หรือสิ่งที่อยู่ใกล้กับผู้พูด

• **옷** (คำนาม) : 사람의 몸을 가리고 더위나 추위 등으로부터 보호하며 멋을 내기 위하여 입는 것.
เสื้อ, เสื้อผ้า
สิ่งที่สวมใส่เพื่อปิดบังและป้องกันร่างกายของมนุษย์จากความหนาวหรือความร้อน และเพื่อความสวยงาม

• **사이즈** (คำนาม) : 옷이나 신발 등의 크기나 치수.
ขนาด, เบอร์, ความเล็กใหญ่, ความสั้นยาว, รูปร่าง
ขนาดหรือเบอร์ของเสื้อผ้าหรือรองเท้า เป็นต้น

• 도 : 이미 있는 어떤 것에 다른 것을 더하거나 포함함을 나타내는 조사.
...ด้วย
คำชี้ที่แสดงการรวมหรือเพิ่มสิ่งอื่นลงในสิ่งใด ๆ ที่มีอยู่แล้ว

• **맞다** (คำกริยา) : 크기나 규격 등이 어떤 것과 일치하다.
ตรง, พอดี, เข้ากัน
ขนาดหรือมาตรฐาน เป็นต้น ตรงกันกับสิ่งใด ๆ

• -고 : 두 가지 이상의 대등한 사실을 나열할 때 쓰는 연결 어미.
ทั้ง...และ...
วิภัตติปัจจัยเชื่อมระหว่างประโยคที่ใช้เมื่อแจกแจงข้อเท็จจริงที่เท่าเทียมกันสองสิ่งขึ้นไปต่อกัน

- **너무 (คำวิเศษณ์)** : 일정한 정도나 한계를 훨씬 넘어선 상태로.
  เกินไป, มากเกินไป, เหลือเกิน
  ด้วยสภาพที่เกินระดับหรือขอบเขตที่กำหนดเป็นอย่างมาก

- **예쁘다 (คำคุณศัพท์)** : 생긴 모양이 눈으로 보기에 좋을 만큼 아름답다.
  สวย, งดงาม
  ลักษณะที่เกิดขึ้นงดงามจนดูดีได้ด้วยตา

- **-어요** : (두루높임으로) 어떤 사실을 서술하거나 질문, 명령, 권유함을 나타내는 종결 어미.
  วิภัตติปัจจัยลงท้ายประโยคที่ใช้ในการยกย่องโดยทั่วไป
  (ใช้ในการยกย่องอย่างไม่เป็นทางการ) วิภัตติปัจจัยลงท้ายประโยคที่แสดงการบอกเล่า การถาม การสั่ง หรือการชักชวนเรื่องใด ๆ
  <การพูดตามลำดับ>

다행+이+네.

너+한테 작+[을까 보]+아 조금 걱정하+였+는데.
작을 까봐   걱정했는데

- **다행 (คำนาม)** : 뜻밖에 운이 좋음.
  ความโชคดี, ความมีโชค
  การที่โชคดีอย่างคาดไม่ถึง

- **이다** : 주어가 지시하는 대상의 속성이나 부류를 지정하는 뜻을 나타내는 서술격 조사.
  เป็น
  คำชี้ภาคแสดงการกที่แสดงความหมายที่กำหนดประเภทหรือคุณสมบัติของเป้าหมายที่ประธานบ่งชี้

- **-네** : (아주낮춤으로) 지금 깨달은 일에 대하여 말함을 나타내는 종결 어미.
  ...จัง, ...นะ, ...เนอะ
  (ใช้ในการลดระดับอย่างมากและเป็นทางการ)
  วิภัตติปัจจัยลงท้ายประโยคที่แสดงการพูดบอกเกี่ยวกับเหตุการณ์ที่ได้เข้าใจอย่างลึกซึ้งในตอนนี้

- **너 (สรรพนาม)** : 듣는 사람이 친구나 아랫사람일 때, 그 사람을 가리키는 말.
  เธอ, แก, เอ็ง
  คำที่ใช้เรียกชี้บ่งคนนั้นที่เป็นผู้ฟังในกรณีที่เป็นผู้น้อยหรือเพื่อน

- **한테** : 앞말이 기준이 되는 대상이나 단위임을 나타내는 조사.
  ต่อ...
  คำชี้ที่แสดงว่าคำพูดข้างหน้าเป็นเป้าหมายหรือหน่วยวัดที่เป็นมาตรฐาน

- **작다 (คำคุณศัพท์)** : 정해진 크기에 모자라서 맞지 아니하다.
  เล็ก, ไม่พอดี
  ขาดตามขนาดที่กำหนดจึงไม่พอดี

- 317 -

• -을까 보다 : 앞에 오는 말이 나타내는 상황이 될 것을 걱정하거나 두려워함을 나타내는 표현.
กลัวว่าจะ...
สำนวนที่แสดงการที่เป็นกังวลหรือกลัวว่าจะกลายเป็นสถานการณ์ซึ่งคำพูดข้างหน้าแสดงไว้

• -아 : 앞에 오는 말이 뒤에 오는 말에 대한 원인이나 이유임을 나타내는 연결 어미.
เพราะ..จึง...
วิภัตติปัจจัยเชื่อมระหว่างประโยคที่แสดงการที่คำพูดข้างหน้าเป็นสาเหตุหรือเหตุผลของคำพูดตามมาข้างหลัง

• 조금 (คำวิเศษณ์) : 분량이나 정도가 적게.
อย่างนิดหน่อย, อย่างนิดเดียว, อย่างน้อย
อย่างน้อยในระดับหรือปริมาณ

• 걱정하다 (คำกริยา) : 좋지 않은 일이 있을까 봐 두려워하고 불안해하다.
เป็นกังวล, เป็นห่วง, กลุ้มใจ, วิตกกังวล, ร้อนใจ
กระวนกระวายและวิตกกังวลว่าจะเกิดเรื่องที่ไม่ดี

• -였- : 어떤 사건이 과거에 완료되었거나 그 사건의 결과가 현재까지 지속되는 상황을 나타내는 어미.
...แล้ว(อดีตกาล), ยังคง...(อดีตกาล)
วิภัตติปัจจัยที่แสดงว่าเหตุการณ์ใดๆเสร็จสมบูรณ์ไปแล้วในอดีตหรือแสดงสถานการณ์ที่ผลลัพธ์ของเหตุการณ์ดังกล่าวต่อเนื่องจนถึงปัจจุบัน

• -는데 : (두루낮춤으로) 듣는 사람의 반응을 기대하며 어떤 일에 대해 감탄함을 나타내는 종결 어미.
...นะ
(ใช้ในการลดระดับอย่างไม่เป็นทางการ) วิภัตติปัจจัยลงท้ายประโยคที่แสดงความประหลาดใจในเรื่องใด ๆ
โดยคาดหวังในปฏิกิริยาของผู้ฟัง

< 참고(การอ้างอิง) 문헌(เอกสาร) >

고려대학교 한국어대사전, 고려대학교 민족문화연구원, 2009
우리말샘, 국립국어원, 2016
표준국어대사전, 국립국어원, 1999
한국어교육 문법 자료편, 한글파크, 2016
한국어 교육학 사전, 하우, 2014
한국어기초사전, 국립국어원, 2016
한국어 문법 총론 Ⅰ, 집문당, 2015

HANPUK

대화로 배우는 한국어 ภาษาไทย(การแปล)

발   행 | 2024년 6월 21일
저   자 | 주식회사 한글2119연구소
펴낸이 | 한건희
펴낸곳 | 주식회사 부크크
출판사등록 | 2014.07.15.(제2014-16호)
주   소 | 서울특별시 금천구 가산디지털1로 119 SK트윈타워 A동 305호
전   화 | 1670-8316
이메일 | info@bookk.co.kr

ISBN | 979-11-410-9063-0
www.bookk.co.kr